இலங்கையில் சோசலிச சமத்துவக் கட்சியின் வரலாற்று சர்வதேசிய அடித்தளங்கள்

உலக சோசலிச வலைதள வாசகர் வட்டம்
wsws.org
wswsindia@yahoo.com
Ⓕ WSWSINDIA

இலங்கையில் சோசலிச சமத்துவக் கட்சியின் வரலாற்று
சர்வதேசிய அடித்தளங்கள்

© தொழிலாளர் பாதை வெளியீடு
முதற் பதிப்பு 2012

வெளியீடு
தொழிலாளர் பாதை வெளியீட்டாளர்கள்
795 1/1, மெடியம்பலம சந்தி, கோட்டே வீதி, கோட்டே.
தொலைபேசி: 011 2869239
மின்னஞ்சல்: wswscmb@sltnet.lk

பதிப்பாளர்
டிசைன் சிஸ்டம்ஸ் (பிரைவட்) லிமிடட்
93, மாளிகாகந்த வீதி, மருதாணை, கொழும்பு 10.

ISBN 978-955-9123-66-8

உள்ளடக்கம்

1. அறிமுகம். 1
2. நிரந்தரப் புரட்சித் தத்துவம். 4
3. லங்கா சமசமாஜக் கட்சியின் ஸ்தாபிதம். 9
4. லங்கா சமசமாஜக் கட்சி நான்காம் அகிலத்தின் பக்கம் திரும்பியது. 16
5. இந்திய போல்ஷிவிக் லெனினிஸ்ட் கட்சியின் ஸ்தாபிதம். .21
6. இந்தியாவை விட்டு வெளியேறு இயக்கம். 28
7. யுத்தத்துக்குப் பிந்திய புரட்சிகர எழுச்சிகளை ஸ்ராலினிசம் காட்டிக்கொடுத்தது. 32
8. சீனப் புரட்சி. 37
9. இந்தியப் பிரிவினை. 42
10. இலங்கையில் உத்தியோகபூர்வ சுதந்திரம். 49
11. இந்திய போல்ஷிவிக் லெனினிஸ்ட் கட்சியின் கலைப்பு. .55
12. பப்லோவாத சந்தர்ப்பவாதம். 60
13. பகிரங்க கடிதத்துக்கு லங்கா சமசமாஜக் கட்சியின் பதிலிறுப்பு. 68
14. லங்கா சமசமாஜக் கட்சியின் அரசியல் பின்சரிவு. 73
15. சோசலிச தொழிலாளர் கட்சியின் மறு ஐக்கியம் 78
16. இலங்கையில் மாபெரும் காட்டிக்கொடுப்பு 82
17. புரட்சிக் கம்யூனிஸ்ட் கழகம் ஸ்தாபிக்கப்பட்டது 89
18. குட்டி முதலாளித்துவ தீவிரவாதத்துக்கு எதிராக புரட்சிக் கம்யூனிஸ்ட் கழகம் முன்னெடுத்த போராட்டம்.. 99

19.	பிரிட்டிஷ் சோசலிச தொழிலாளர் கழகத்தின் அரசியல் சீரழிவு	108
20.	இரண்டாவது கூட்டணி அரசாங்கத்தின் வீழ்ச்சி	113
21.	ஐக்கிய தேசியக் கட்சி அரசாங்கமும் அது போரில் இறங்குவதும்	120
22.	புரட்சிக் கம்யூனிஸ்ட் கழகம், தொழிலாளர் புரட்சிக் கட்சி மற்றும் தேசியப் பிரச்சினை	124
23.	1985-1986 தொழிலாளர் புரட்சிக் கட்சியுடனான பிளவு	130
24.	தொழிலாளர் புரட்சிக் கட்சியுடனான பிளவின் பின்னர்	136
25.	ஸ்ரீலங்கா- தமிழீழ ஐக்கிய சோசலிச அரசுகள்	140
26.	நான்காம் அகிலத்தின் அனைத்துலக் குழுவின் சர்வதேச முன்னோக்குகள்	145
27.	சோவியத் ஒன்றியத்தின் பொறிவு	148
28.	புரட்சிக் கம்யூனிஸ்ட் கழகமும் ஐக்கிய முன்னணியும்	152
29.	புரட்சிக் கம்யூனிஸ்ட் கழகமும் விவசாயிகளும்	154
30.	தேசியப் பிரச்சினை	156
31.	சோசலிச சமத்துவக் கட்சி	161
32.	உலக சோசலிச வலைத் தளம்	164
33.	2000 ஆவது ஆண்டின் இலங்கை நெருக்கடி	166
34.	போரும் இராணுவவாதமும்	168
35.	முதலாளித்துவத்தின் நெருக்கடியும் சோசலிச சமத்துவக் கட்சியின் பணிகளும்	171

அறிமுகம் 1

1. அறிமுகம்

1-1. சோசலிச சமத்துவக் கட்சி (சோ.ச.க), நான்காம் அகிலத்தின் அனைத்துலகக் குழுவின் இலங்கைப் பகுதியாகும். நான்காம் அகிலத்தின் அனைத்துலகக் குழுவானது 1938ல் லியோன் ட்ரொட்ஸ்கியால் ஸ்தாபிக்கப்பட்ட சோசலிசப் புரட்சிக்கான உலகக் கட்சியாகும். நான்காம் அகிலத்தின் அனைத்துலகக் குழு (International Committee of the Fourth International -ICFI), தொழிலாள வர்க்கத்தின் அரசியல் சுயாதீனத்துக்காக மார்க்ஸ், ஏங்கெல்ஸ், லெனின் மற்றும் ட்ரொட்ஸ்கி முன்னெடுத்த அரசியல் மற்றும் தத்துவார்த்தப் போராட்டத்தின் தொடர்ச்சியை பிரதிநிதித்துவம் செய்கின்றது. காலத்துக்கு ஒவ்வாத முதலாளித்துவ அமைப்பு முறையை தூக்கிவீசி, சமுதாயத்தை சோசலிசத்தின் அடிப்படையில் மீளக் கட்டியெழுப்புவதற்காக, தொழிலாளர்களை அணிதிரட்டவும், அவர்களுக்கு கல்வியூட்டவும் மற்றும் அனைத்துலக ரீதியில் ஐக்கியப்படுத்தவும் செயற்படும் ஒரே ஒரு அரசியல் கட்சி இது மட்டுமேயாகும்.

1-2. 1930களில் ஏற்பட்ட பொருளாதார பெருமந்த நிலையின் பின்னர், 2008ல் பூகோள நிதி நெருக்கடியுடன் தொடங்கிய தற்போதைய மாபெரும் பொருளாதார பொறிவின் தோற்றம், முதலாளித்துவ அமைப்புமுறையின் நெருக்கடி ஒரு புதிய காலகட்டத்துக்குள் நுழைவதை சுட்டிக்காட்டுகிறது. ஒவ்வொரு நாட்டிலும் உள்ள ஆளும் வர்க்கங்கள், ஒரு பக்கம் அதன் சர்வதேச எதிரிகளைக் கீழறுப்பதின் மூலமும், மறு பக்கம், தொழிலாள வர்க்கத்தின் மீது புதிய சுமைகளை திணிப்பதன் மூலமும் தனது நிலையை பாதுகாத்துக்கொள்ள முயற்சிக்கின்றன. இதில் முதலாவது முயற்சி, பெருமளவில் பூகோள பதட்ட நிலைமைகளையும் முரண்பாடுகளையும் மற்றும் யுத்தத்தை நோக்கிய நகர்வுகளையும் பெருமளவில் அதிகரிக்கச் செய்கின்ற அதேவேளை, பின்னையது, வர்க்கப் போராட்டத்துக்கு எரியூட்டுவதோடு ஒரு புதிய புரட்சிகர எழுச்சிக் காலகட்டத்தையும் திறந்து விடுகின்றது.

1-3. பூகோள நெருக்கடியானது உலக முதலாளித்துவத்தின் இதயத்தில், அதாவது அமெரிக்காவில் மையங்கொண்டுள்ளது. அமெரிக்க முதலாளித்துவத்தின் துரித வீழ்ச்சியும், ஆசியாவில் புதிய சக்திகளின், விசேடமாக சீனாவின் எழுச்சியும், ஏகாதிபத்திய உட் பகைமைகளை தீவிரமாக கூர்மையடையச் செய்துள்ளது. இராணுவபலத்தைப் பயன்படுத்துவதன் ஊடாக தனது பொருளாதாரச் சரிவில் இருந்து மீள்வதற்கு அமெரிக்கா எடுக்கும் ஈவிரக்கமற்ற முயற்சிகள், மத்திய ஆசியாவிலும் மத்திய கிழக்கிலும் எரிசக்தி-வளம் மிக்க பிராந்தியங்கள் மீது, ஒரு அமெரிக்க அதிகாரக் கோட்டையை ஸ்தாபித்துக்கொள்வதை இலக்காகக் கொண்டு, ஆப்கானிஸ்தானிலும் ஈராக்கிலும் மேற்கொள்ளப்படும் ஆக்கிரமிப்புகள் உட்பட, ஒரு தொடர்ச்சியான யுத்தங்களை ஏற்கனவே தோற்றுவித்துள்ளது. இத்தகைய மோதல்கள், முதலாளித்துவ அமைப்பு முறையின் அடிப்படை முரண்பாடுகளில், அதாவது உலகப் பொருளாதாரத்துக்கும் காலாவதியான தேசிய-அரசு அமைப்பு முறைக்கும் இடையிலான மற்றும் சமூகமயப்படுத்தப்பட்ட உற்பத்திக்கும் உற்பத்தி சாதனங்களின் தனியார் உடமைக்கும் இடையிலான அடிப்படை முரண்பாடுகளில் இருந்தே தோன்றுகின்றன. உற்பத்தியின் பூகோளமயமாக்கத்தால், இந்த முரண்பாட்டின் தீவிரத்தன்மை ஒரு புதிய மட்டத்துக்கு வளர்ச்சிகண்டுள்ளது.

1-4. கடந்த இரு தசாப்தங்களாக, சீனாவின் வளர்ச்சியும் மற்றும் அதைவிட கொஞ்சம் குறைந்த மட்டத்தில் இந்தியாவின் வளர்ச்சியும், உலக அரசியலின் ஈர்ப்பு மையத்தை தீவிரமாக ஆசியாவை நோக்கி மாற்றியமைத்துள்ளது. 1990ல் உலகின் 10வது மிகப்பெரிய பொருளாதாரமாக இருந்த சீனா, 2010ல் ஜப்பானையும் முந்துமளவு வளரச்சியடைந்ததோடு, உலகின் இரண்டாவது மிகப்பெரும் பொருளாதாரமாக அமெரிக்காவுக்கு அடுத்த நிலையை எட்டியுள்ளது. சீனா அதனது வளர்ந்து வரும் தொழிற்துறைக்கு தேவையான பெருந்தொகையான மூலப் பொருட்களை, விசேடமாக எண்ணெய் மற்றும் எரிவாயுவை மத்திய கிழக்கு மற்றும் ஆபிரிக்காவில் இருந்து இறக்குமதி செய்யத் நிர்ப்பந்திக்கப்பட்டுள்ளது. சீனா தனது கடற் பாதையை தக்க வைத்துக்கொள்வதற்காக, ஒரு ஆழ்கடல் கடற்படையை கட்டியெழுப்புவதானது, அதனை இந்திய பெருங்கடலில் ஜப்பான், இந்தியா மற்றும் எல்லாவற்றுக்கும் மேலாக அமெரிக்காவுடன் போட்டிக்கு கொண்டுவந்துள்ளது. இலங்கை உட்பட ஆசியாவின் ஒவ்வொரு மூலையும், ஈவிரக்கமற்ற அழிவுகரமான மோதல்களுக்கு வழிவகுக்கும் வல்லாதிக்க சக்திகளுக்கு இடையிலான பகைமையில்

சிக்கிக்கொள்கின்றன. அட்லான்டிக் மற்றும் பசுபிக் பெருங்கடலில் குவிமையப்படுத்தப்பட்டிருந்த நடந்து முடிந்த இரு உலக யுத்தங்கள் போலன்றி, இந்த புதிய மோதல்களுக்கான பூகம்ப முனையாக இந்து சமுத்திரம் விளங்கலாம்.

1-5. ஆசியா, ஏகாதிபத்தியங்களுக்கு இடையிலான பகைமைகளுக்கு மட்டுமன்றி சமூகப் புரட்சிகளுக்கும் கூட ஒரு பரந்த களமாக மாறும் தன்மையை கொண்டிருக்கிறது. பொருளாதார விரிவாக்கம் பிரமாண்டமான புதிய தொழிலாள வர்க்கப் படையை உருவாக்கிவிட்டுள்ளது. சீனா மட்டும் 400 மில்லியன் நகர்ப்புற தொழிலாளர் படையை கொண்டுள்ளது. எல்லாவற்றுக்கும் மேலாக, ஒவ்வொரு நாட்டிலும் பணக்காரர்களுக்கும் வறியவர்களுக்கும் இடையிலான சமூகப் பிளவு விரிவடைந்து வருகின்றது. உலகில் இரண்டாவதாக அதிகளவு பில்லியனர்களைக் கொண்டுள்ள சீனாவிலும், குறைந்த பட்சம் 250 மில்லியன் பேர் வறுமைக் கோட்டுக்குக் கீழ் வாழ்கின்றனர். உலகில் மிகப் பெருமளவு வறுமை தலைவிரித்தாடும் இந்தியாவில், வெறுப்பூட்டும் வகையில் செல்வம் குவிக்கப்படுகின்றது. இத்தகைய எண்ணிலடங்கா சமூக முரண்பாடுகளை முதலாளித்துவத்தின் அடிப்படையில் தீர்க்க முடியாது. அரசாங்கங்கள் நெருக்கடியின் செலவுகளை உழைக்கும் மக்கள் மீது சுமத்துகின்ற நிலையில், 2008ல் இருந்து வாழ்க்கைத் தரம் துரிதமாக சீரழிந்து வருவதானது ஐரோப்பாவிலும், துனீசியா, எகிப்து மற்றும் மத்திய கிழக்கிலும் மில்லியன் கணக்கானவர்களை ஏற்கனவே போராட்டத்துக்குள் தள்ளியுள்ளது. இது ஆசியா மற்றும் உலகம் பூராவும் உள்ள தொழிலாளர்களை, கௌரவமான வாழ்க்கைத் தரம் மற்றும் ஜனநாயக உரிமைகளுக்காகப் போராடவும், அதேபோல் இராணுவவாதத்துக்கும் யுத்தத்துக்கும் எதிராகப் போராடவும் தள்ளிச் செல்லும். அத்தகைய போராட்டங்கள், திவாலான இலாப அமைப்பு முறையையும் காலாவதியான தேசிய-அரசு அமைப்பு முறையையும் தூக்கி வீசி, உலக ரீதியில் திட்டமிடப்பட்ட சோசலிசப் பொருளாதாரத்தை ஸ்தாபிக்க, தொழிலாள வர்க்கம் தொடுக்கும் ஒரு பூகோள எதிர்த் தாக்குதலாக ஒன்றிணைக்கப்பட வேண்டும்.

1-6. எவ்வாறெனினும், தொழிலாள வர்க்கத்தால் தன்னியல்பாக ஆட்சியைக் கைப்பற்ற முடியாது என்பதே, 20ம் நூற்றாண்டின் கசப்பான படிப்பினையாகும். தொழிலாள வர்க்கத்தின் தீர்க்கமான வரலாற்று அனுபவங்கள் அனைத்தையும் உட்கிரகித்துக்கொள்வதன் அடிப்படையில், புரட்சிகரத் தலைமையைக் கட்டியெழுப்புவது அதற்கு அவசியமாக உள்ளது. நான்காம் அகிலத்தின் அனைத்துலகக்

குழு, ஸ்ராலினிசத்துக்கும் மற்றும் சகல வடிவிலான சந்தர்ப்பவாதத்துக்கும் எதிராக, ட்ரொட்ஸ்கிசத்துக்கான நீண்டகாலப் போராட்டத்தில் இருந்து பெற்ற படிப்பினைகளின் உருவடிவாகத் திகழ்கிறது. இந்தச் செழுமையான மரபு, அமெரிக்காவில் சோசலிச சமத்துவக் கட்சி ஏற்றுக்கொண்டுள்ள *சோசலிச சமத்துவக் கட்சியின் வரலாற்று சர்வதேச அடித்தளங்களில்* சுருக்கிக் கூறப்பட்டுள்ளது. இதில் இலங்கையில் சோசலிச சமத்துவக் கட்சியின் அரசியல் வேலைகளின் அடித்தளங்களும் உள்ளடங்கியுள்ளன.

2. நிரந்தரப் புரட்சித் தத்துவம்

2-1. ஒரு விஞ்ஞானபூர்வமான, அதாவது ஒரு மார்க்சிச புரட்சிகர முன்னோக்குக்கு லியோன் ட்ரொட்ஸ்கியின் நிரந்தரப் புரட்சித் தத்துவம் மையமானதாகும். இது பின்தங்கிய காலனித்துவ மற்றும் அரைக்-காலனித்துவ நாடுகள், அதேபோல் முன்னேறிய நாடுகளையும் உள்ளடக்கிய உலக சோசலிசப் புரட்சிக்கான ஒரு ஒருங்கிணைக்கப்பட்ட கருத்துருவாகும். 1905ல் ரஷ்யாவில் நடந்த புரட்சியின் எழுச்சியுடன், முதலில் சூத்திரப்படுத்தப்பட்ட நிரந்தரப் புரட்சி தத்துவம், ரஷ்ய சமூக ஜனநாயகத்தின் மென்ஷிவிக் பிரிவின் இரண்டு-கட்ட முன்நோக்குக்கு எதிராக அபிவிருத்தி செய்யப்பட்டது. சோசலிசப் புரட்சி சாத்தியமாவதற்கு முன்னதாக, ரஷ்யா ஒரு நீண்டகால முதலாளித்துவ அபிவிருத்திக்குட்பட வேண்டும் என்பதே மென்ஷிவிக்குகளின் நிலைப்பாடாகும். ஆகவே, ஜனநாயகப் புரட்சியின் அடிப்படைக் கடமைகளை, அதாவது ஜாரிச எதேச்சதிகாரத்தை அழித்து, கிராமப்புற பிரதேசங்களில் நில உறவுகளை தீவிரமாக மாற்றியமைப்பதை முன்னெடுப்பதில், பாட்டாளி வர்க்கம் தன்னை தாராளவாத முதலாளித்துவத்துடன் கூட்டணியில் இணைத்துக்கொள்ள வேண்டும் என்ற முடிவுக்கு அவர்கள் வந்தனர்.

2-2. சர்வதேச நிதி மூலதனத்தைச் சார்ந்தும், கிராமப்புற நிலப்பிரபுக்களோடு பிணைக்கப்பட்டும், அத்துடன் தொழிலாள வர்க்கம் வளர்ந்துவருவதையிட்டு அச்சமும் கொண்டிருந்த ரஷ்ய முதலாளித்துவம், ஜனநாயகக் கடமைகளை முன்னெடுக்க இயல்பாகவே இலாயக்கற்றது என்பதை லெனினுடன் சேர்ந்து ட்ரொட்ஸ்கி அம்பலப்படுத்தினார். ஜாரிச அட்டூழியத்துக்கு எதிரான பாட்டாளிகளின் இயல்பான பங்காளி பல மில்லியன் கணக்கான விவசாயிகளே, என ட்ரொட்ஸ்கி, லெனின் ஆகிய இருவரும் முன்கண்டனர். ஆனால், "தொழிலாளர்கள் மற்றும் விவசாயிகளின் ஜனநாயக சர்வாதிகாரம்" என்ற லெனினின் சூத்திரம், ஜனநாயகப் புரட்சிக்கு குறிப்பாக ஒரு தீவிர பண்பை வழங்கிய அதேவேளை,

இந்த இரு வர்க்கங்களுக்கு இடையிலான அரசியல் உறவு பற்றிய பிரச்சினையை தீர்க்கவில்லை. அவரது கருத்துரு துணிகர இயல்புடன் இருந்தபோதிலும், சமுதாயத்தை சோசலிச முறையில் மறு ஒழுங்கு செய்வதற்கு ஜனநாயக சர்வாதிகாரத்தை ஒரு கருவியாக லெனின் கருதவில்லை. மாறாக, அது முதலாளித்துவத்தின் அபிவிருத்திக்கு முழு அளவில் உதவும் ஒரு வழிவகை என்றே கருதினார்.

2-3. ட்ரொட்ஸ்கியின் முடிவுகள் இன்னும் முன்சென்றன. முழு வரலாற்றுப் பதிவுகளையும் ஆய்வு செய்ததன் அடிப்படையில், விவசாயிகளால் எந்தவொரு சுயாதீனமான புரட்சிகரப் பாத்திரத்தையும் ஆற்ற முடியாது என அவர் வலியுறுத்தினார். ஜனநாயகக் கடமைகளை முன்னெடுக்க முதலாளித்துவம் இலாயக்கற்றுள்ளதால், "தன் பின்னால் உள்ள விவசாய வெகுஜனங்களுக்கு தலைமைவகிக்கக் கூடிய பாட்டாளி வர்க்கத்தின் சர்வாதிகாரமொன்றை" ஸ்தாபிப்பதன் ஊடாக, முதலாளித்துவ ஜனநாயகப் புரட்சியை முன்னெடுக்க கிளர்ந்தெழும் வெகுஜனங்களின் தலைமையில் உள்ள தொழிலாளர்கள் மீதே அந்தப் பணி சுமத்தப்படுகிறது. முதலாளித்துவத்தின் சகல பகுதிகளில் இருந்தும் தொழிலாள வர்க்கத்தை அரசியல் ரீதியில் சுயாதீனமடையச் செய்வதற்காக புரட்சிகரக் கட்சியால் முன்னெடுக்கப்பட வேண்டிய உறுதியான மற்றும் இடைவிடாத போராட்டம் அதற்கான ஒரு இன்றியமையாத ஆக்கக்கூறாகும். எவ்வாறெனினும், அதிகாரத்தைக் கைப்பற்றிய பின்னர், தொழிலாள வர்க்கம் அதனது சொந்த வர்க்க வழிமுறைகளின் ஊடாக புரட்சிகரக் கடமைகளை கட்டாயமாக ஆற்றத் தள்ளப்படுவதோடு, தவிர்க்க முடியாமல் உற்பத்திச் சாதனங்களில் உள்ள தனியார்சொத்துடைமையுள் ஆழமாக ஊடுருவிச்செல்லும். வேறு வார்த்தைகளில் சொல்வதெனில், அது சமுதாயத்தை சோசலிச முறையில் மறு ஒழுங்கு செய்ய நிர்ப்பந்திக்கப்படுவதோடு, அவ்வாறு செய்யும்போது அது அதன் தலைவிதியை ஐரோப்பிய மற்றும் உலக சோசலிசப் புரட்சியுடன் இணைக்கின்றது.

2-4. ரஷ்யப் புரட்சியின் வர்க்க இயக்கவியல் பற்றிய ட்ரொட்ஸ்கியின் தத்துவம், உலக சோசலிசப் புரட்சியானது ஒரே சமயத்தில் நிகழாவிட்டாலும், அது ஒன்றுடன் ஒன்று இணைந்த நிகழ்வாகும் என்ற அவரது கருத்துருவில் இருந்தே ஊற்றெடுக்கின்றது. ரஷ்யாவில் சமூகப் புரட்சியை ஒரு நாட்டுக்குள் வரையறுக்க முடியாது, மாறாக, அது அதன் இருப்புக்காக அனைத்துலக மட்டத்துக்கு விரிவாக்கத் தள்ளப்படும். "பாட்டாளி

வர்க்கம் ஆட்சியைக் கைப்பற்றுவதுடன் புரட்சி நிறைவடைவதில்லை, மாறாக, அது கட்டவிழ்த்துவிடப்படுகிறது. சோசலிசக் கட்டுமானத்தை, தேசிய மற்றும் அனைத்துலக மட்டத்திலான வர்க்கப் போராட்டத்தின் அடித்தளங்களில் இருந்து மட்டுமே புரிந்துகொள்ள முடியும். உலக அரங்கில் முதலாளித்துவ உறவுகளின் வரம்புமீறிய செல்வாக்கு நிலவுகின்ற நிலைமைகளின் கீழ், இந்தப் போராட்டம், நாட்டுக்குள் உள்நாட்டு யுத்தங்களாகவும், வெளிநாடுகளில் புரட்சிகர யுத்தங்களாகவும் தவிர்க்க முடியாமல் வெடிப்புக்களுக்கு வழிவகுக்க வேண்டும். அங்குதான், சோசலிசப் புரட்சியின் நிரந்தரப் பண்பு தங்கியிருக்கின்றது. அது சிறிதுகாலத்திற்கு முன்னர் தனது ஜனநாயகப் புரட்சியை பூர்த்தி செய்த ஒரு பின்தங்கிய நாடாக இருந்தாலும் சரி, அல்லது ஜனநாயகத்தின் மற்றும் பாராளுமன்றவாதத்தின் நீண்ட சகாப்தத்தை ஏற்கனவே கொண்டுள்ள பழைய முதலாளித்துவ நாடாக இருந்தாலும் சரி."[1]

2-5. அதன் சாரம் அனைத்திலும், ட்ரொட்ஸ்கியின் நிரந்தரப் புரட்சி தத்துவம் ரஷ்யாவில் 1917ல் நடந்த புரட்சிகர நிகழ்வுகளின் போது உறுதிப்படுத்தப்பட்டது. லெனின், நாடுகடந்த நிலையில் இருந்து 1917 ஏப்பிரலில் திரும்பி வந்தபோது, பெப்பிரவரியில் ஜார் தூக்கியெறியப்பட்ட பின்னர் அமைக்கப்பட்ட இடைக்கால அரசாங்கத்துக்கு விமர்சனபூர்வமான ஆதரவைக் கொடுத்துக்கொண்டிருந்த ஸ்ராலின் உட்பட்ட போல்ஷிவிக் தலைவர்களுடன் கூர்மையான பிரச்சினைகளை எழுப்பினார். அவரது ஏப்பிரல் ஆய்வுக் கட்டுரைகளில், லெனின் தனது ஜனநாயக சர்வாதிகாரம் என்ற சூத்திரத்தை கைவிட்டதோடு நடைமுறையில் நிரந்தரப் புரட்சி நிலைப்பாட்டை ஏற்றுக்கொண்டார். அவர் இடைக்கால அரசாங்கத்தை எதிர்க்குமாறும், ஜாரின் வீழ்ச்சியின் பின்னர் தோன்றிய தொழிலாளர் சபைகள் அல்லது சோவியத்துக்கள் ஊடாக அதிகாரத்தைக் கைப்பற்றுமாறும் தொழிலாள வர்க்கத்துக்கு அழைப்புவிடுத்தார். லெனின் போல்ஷிவிக் கட்சியை மறுநோக்குநிலைப்படுத்தியமை, 1917 அக்டோபர் புரட்சிக்கும் சோவியத் அரசாங்கத்தை அமைப்பதற்கும் அடித்தளத்தை அமைத்தது. அது உலக சோசலிசப் புரட்சி முன்னெடுப்புக்கு ஒரு வலிமைமிக்க உந்துசக்தியை கொடுத்தது.

2-6. 1925-27 சீனப் புரட்சியும், முதலாளித்துவ வளர்ச்சி காலதாமதமான நாடுகளில் நிரந்தரப் புரட்சி தத்துவத்தின் தொலைநோக்கினை நிரூபித்தது. ஆயினும் அது துன்பகரமான முறையிலும் எதிர்மறையானவகையிலுமே நிரூபிக்கப்பட்டது.

---

1. லியோன் ட்ரொட்ஸ்கி, *நிரந்தரப் புரட்சி*, [http://www.wsws.org/தமிழ், நூலகம்]

சோவியத் ஒன்றியத்தின் தொடர்ச்சியான தனிமைப்பட்ட நிலை மற்றும் பின்தங்கிய நிலையில் இருந்து தோன்றி, தொழிலாள வர்க்கத்திடம் இருந்து அதிகாரத்தை அபகரித்துக்கொண்ட ஸ்ராலினின் தலைமையிலான சோவியத் அதிகாரத்துவமே எல்லாவற்றுக்கும் மேலாக சீனப் புரட்சியின் தோல்விக்கு பொறுப்பாளியாகும். "தனிநாட்டில் சோசலிசம்" என்ற பதாகையின் கீழ், ஸ்ராலினிச அதிகாரத்துவம், மூன்றாவது அகிலத்தை உலக சோசலிசப் புரட்சியின் ஒழுங்கமைப்பு மையம் என்ற நிலையில் இருந்து, சோவியத் வெளிநாட்டுக் கொள்கையின் ஒத்திசைந்துபோகும் அமைப்பாக மேலும் மேலும் மாற்றியதோடு, முதலாளித்துவக் கட்சிகள் மற்றும் அரசாங்கங்களோடு சூழ்ச்சித்திட்டங்களை மேற்கொள்வதற்காக கம்யூனிஸ்ட் கட்சிகளையும் பயன்படுத்திக்கொண்டது. ஏகாதிபத்திய ஒடுக்குமுறை தேசிய முதலாளித்துவத்தை ஒரு புரட்சிகரப் பாத்திரத்தை வகிக்க கட்டாயப்படுத்துகிறது என வலியுறுத்திய ஸ்ராலின், சீனாவில் மென்ஷிவிக்குகளின் இரண்டு-கட்ட தத்துவத்தை உயிர்ப்பித்தார். அவர், சீனப் புரட்சியின் முன்னணிப் படையாக தன்னால் போற்றப்பட்ட முதலாளித்துவ கோமின்டாங்கிற்கு இளம் சீனக் கம்யூனிஸ்ட் கட்சியை [Chinese Communist Party (CCP)] அடிபணியச் செய்ததன் விளைவாக, முதலில் 1927 ஏப்பிரலில் ஷங்ஹாயில் கோமின்டாங்கின் தலைவர் சியாங் கேய்-ஷேக்கின் கைகளிலும், பின்னர் 1927 ஜூலையில் வுஹானில் "இடது" கோமின்டாங் அரசாங்கத்தினாலும் புரட்சிகர இயக்கம் நசுக்கித் தோற்கடிக்கப்பட்டது.

2-7. ஸ்ராலினிச அதிகாரத்துவத்தை அரசியல்ரீதியில் எதிர்த்துப் போராட 1923ல் ஸ்தாபிக்கப்பட்ட இடது எதிர்ப்பும், ட்ரொட்ஸ்கியும், ஸ்ராலினின் கொள்கைகளை கடும் விமர்சனத்துக்கு உள்ளாக்கியதோடு, அவ்வாறு செய்ததன் மூலம் நிரந்தரப் புரட்சி தத்துவத்தை செழுமைப்படுத்தினர். கோமின்டாங்கில் இருந்து சீனக் கம்யூனிஸ்ட் கட்சியை அரசியல் ரீதியாக சுயாதீனமடையச் செய்வதற்காக ஊக்கமுடன் போராடிய ட்ரொட்ஸ்கி, ஸ்ராலின் கூறிக்கொண்டது போல், ஏகாதிபத்தியமானது தேசிய முதலாளித்துவத்தை பாட்டாளி வர்க்கத்துடனும், விவசாயிகளுடனும் மற்றும் புத்திஜீவிகளுடனும் "நான்கு வர்க்கங்களின்" ஒரு புரட்சிகர "கூட்டாக" இணைக்கவில்லை என விளக்கினார். ட்ரொட்ஸ்கி விளக்கியதாவது: "ஒடுக்குமுறைக்கும் சுரண்டலுக்கும் உள்ளாகும் உழைக்கும் வெகுஜனங்களை கிளர்ந்தெழவைக்கும் அனைத்து விடயங்களும், தவிர்க்க முடியாமல் தேசிய முதலாளித்துவத்தை ஏகாதிபத்தியத்துடனான ஒரு பகிரங்கமான கூட்டுக்கு தள்ளிச்செல்லும். முதலாளித்துவத்திற்கும் தொழிலாளர் மற்றும் விவசாய வெகுஜனங்களுக்கும் இடையிலான வர்க்கப்

போராட்டம் பலவீனமடையவில்லை, அதற்கு நேரெதிராய், அது ஒவ்வொரு புள்ளியிலும் ஏகாதிபத்திய ஒடுக்குமுறையால் இரத்தக்களரி மிக்க உள்நாட்டு யுத்தத்தின் நிலைக்கு கூர்மைப்படுத்தப்படுகின்றது."[2] 1927ல் புரட்சிகர அலை தணிந்த நிலையில், தோல்விக்குத் தயாராக இருந்த கன்டோன் மற்றும் ஏனைய பெரு நகரங்களிலும், முன்தயாரிப்பற்ற கிளர்ச்சியை நடத்துமாறு முடமாகிப் போயிருந்த சீனக் கம்யூனிஸ்ட் கட்சிக்கு (சி.சி.பீ.) ஸ்ராலின் கட்டளையிட்டது குற்றத்தன்மைகொண்டதாகும். சோவியத் ஒன்றியத்தின் கம்யூனிஸ்ட் கட்சியின் 15வது மாநாட்டுச் சமயத்திலேயே கன்டோன் கம்யூனும் அமைக்கப்பட வேண்டுமென கால நிர்ணயம் செய்யப்பட்டிருந்தது - இடது எதிர்ப்பை முழுமையாக கட்சியில் இருந்து வெளியேற்றி, ட்ரொட்ஸ்கி நாடுகடத்தப்பட்டிருந்த நிலையில், ஸ்ராலினின் "புரட்சிகர" நம்பகத் தன்மையை எடுத்துக்காட்டவே இது மேற்கொள்ளப்பட்டது.

2-8. 20ம் நூற்றாண்டின் பாதையில், "இரண்டு-கட்ட தத்துவம்" மற்றும் "நான்கு வர்க்கங்களின் கூட்டு" என்ற பதாதையின் கீழ், "முற்போக்கு" முதலாளித்துவம் எனச் சொல்லப்படுகின்ற ஒன்றிற்கு தொழிலாள வர்க்கத்தை அடிபணியச் செய்தமை, மாற்ற இயலாதவாறு அழிவுகரமான தோல்வியில் முடிவடைந்தது. அதே சமயம், ஸ்ராலினிஸ்டுகளும் அவர்களுக்கு வக்காலத்து வாங்குபவர்களும், பொதுவில் ட்ரொட்ஸ்கிசத்துக்கும், விசேடமாக நிரந்தரப் புரட்சித் தத்துவத்துக்கும் எதிராக ஒரு இடைவிடாத அவதூறுப் பிரச்சாரத்தை முன்னெடுத்தனர். ஆயினும், ஒரு நூற்றாண்டுக்கும் முன்னர் தொடங்கி ட்ரொட்ஸ்கிக்கு இருந்த அசாதாரணமான தத்துவார்த்த நுண்ணறிவு, இப்போது ஒரு புரட்சிகர முன்னணிப் பாதையை எதிர்பார்க்கும் தொழிலாளர்களுக்கும் இளைஞர்களுக்கும் இன்றியமையாத வழிகாட்டியாக உள்ளது. இலங்கையில் போன்று வேறெந்த நாட்டிலும் நிரந்தரப் புரட்சி தத்துவத்திற்காக அந்தளவு உறுதியான போராட்டம் முன்னெடுக்கப்பட்டிருக்கவில்லை. இந்த சிறிய தீவில் ட்ரொட்ஸ்கிசத்துக்காக முன்னெடுக்கப்பட்ட போராட்டத்தின் வளமான மூலோபாய அனுபவங்கள் சோசலிச சமத்துவக் கட்சியில் உருவடிவம் பெற்று, ஆசியா, ஆபிரிக்கா, இலத்தின் அமெரிக்கா மற்றும் உலகம் பூராவும் புரட்சிகர வெகுஜனக் கட்சிகளை கட்டியெழுப்ப இன்றியமையாத படிப்பினைகளை வழங்குகிறது.

---

2. சீனா பற்றி லியோன் ட்ரொட்ஸ்கி எழுதியவற்றில், "சீனப் புரட்சியும் தோழர். ஸ்ராலினின் ஆய்வுகளும்", மொனாட் அச்சகம், பக்கம் 161.

3. லங்கா சமசமாஜக் கட்சியின் (ல.ச.ச.க.) ஸ்தாபிதம்

3-1. லங்கா சமசமாஜக் கட்சி (ல.ச.ச.க.) 1935 டிசம்பரில் இலங்கையில் (அப்போது சிலோன்) இளைஞர் கழகங்களின் உறுப்பினர்களால் ஸ்தாபிக்கப்பட்டது. பிரிட்டிஷ் காலனியாதிக்க நிர்வாகத்துக்கு ஆலோசனை வழங்குவதற்காக ஒரு தேர்வு செய்யப்பட்ட அரச சபையை உருவாக்கும் 1931 இன் மட்டுப்படுத்தப்பட்ட அரசியலமைப்புச் சீர்திருத்தத்தை அந்த இளைஞர் கழகங்கள் எதிர்த்திருந்தன. இந்தியாவில் வெகுஜன சுதந்திர இயக்கத்தால் ஈர்க்கப்பட்ட இளைஞர் கழகங்கள், பிரிட்டிஷ் ஆட்சிக்கு முடிவுகட்டுமாறு கோரியதோடு மட்டுமன்றி, பெருமந்த நிலையினால் தோற்றுவிக்கப்பட்ட சமூக துன்பங்களின் மத்தியில், சோசலிசத்தை நோக்கியும் திரும்பின.

3-2. இந்த இளைஞர் கழகங்கள், தொழிலாளர்கள் மற்றும் கிராமப்புற வறியவர்கள் மத்தியில் வேரூன்றியிருந்தன. அவர்கள் மிகவும் திறமையான வகையில் வெள்ளவத்தை கைத்தறி மற்றும் நெசவு ஆலைகளில் 1933ல் நடந்த வேலை நிறுத்தங்களின் போது, கொழும்பில் தொழிற்சங்க இயக்கத்தின் மீதான ஏ.இ. குணசிங்கவின் கட்டுப்பாட்டை சவால் செய்தனர். 1920களில் குறிப்பிடத்தக்க தொழிற்சங்க போராட்டங்களுக்கு தலைமை வகித்த குணசிங்க, 1930களில் பெரும் வேலையின்மை நிலைமைகளின் கீழ், வேலை நிறுத்தங்களை குழப்புபவராகவும் மற்றும் குடியேற்ற-விரோத இனவாதத்தைத் தூண்டுபவராகவும் செயற்பட்டார். 1934ல், இந்த இளைஞர் கழகங்கள் மலேரியா தொற்றினால் பாதிக்கப்பட்டவர்களுக்கு உதவும் ஒரு பரந்த பிரச்சாரத்தை முன்னெடுத்தன. வருமான வீழ்ச்சி மற்றும் குறைந்த அறுவடையினால் ஏற்பட்ட ஊட்டச்சத்தின்மையால் மேலும் உக்கிரமடைந்த மலேரியா தொற்று, குறைந்தபட்சம் 100,000 உயிர்களைப் பலிகொண்டது.

3-3. ஆரம்பத்தில் இருந்தே, லங்கா சமசமாஜக் கட்சி (ல.ச.ச.க.) மாறுபட்ட கூறுகளைக் கொண்டிருந்தது. ஐரோப்பாவை மையமாகக் கொண்டு வளர்ச்சிகண்ட பிற்போக்குத்தனத்திற்கு எதிராகவே அது ஸ்தாபிக்கப்பட்டது. அப்போதுதான், ஸ்ராலினதும் மற்றும் மூன்றாம் அகிலத்தினதும் குற்றவியல் கொள்கைகளின் விளைவாக, 1933ல் ஜேர்மனியில் ஹிட்லர் ஆட்சிக்கு வந்தார். 1928ல் மூன்றாம் அகிலத்தின் அதி-தீவிர இடது ஏற்றுக்கொண்ட "மூன்றாவது காலகட்டம்" (Third Period) என்ற கொள்கையினால், ஜேர்மன் தொழிலாள வர்க்கம் பிளவுபடுத்தப்பட்டு செயலற்றதாக்கப்பட்டது. சமூக ஜனநாயகக் கட்சியை "சமூக பாசிஸ்டுகள்" என கண்டனம்

செய்யும் ஸ்ராலினின் கொள்கைக்கு எதிராக, சமூக ஜனநாயகக் கட்சி மற்றும் ஜேர்மன் கம்யூனிஸ்ட் கட்சியின் ஒரு ஐக்கிய முன்னணிக்காக ட்ரொட்ஸ்கி போராடினார். இந்த ஐக்கிய முன்னணி தந்திரோபாயமானது தீர்க்கமான குறிக்கோள்களைச் சூழ ஐக்கியமாக செயற்படுவதை அடிப்படையாகக் கொண்டிருந்ததே அன்றி, அரசியல் வேலைத்திட்டம், சுலோகங்கள் அல்லது பதாகைகளை ஒன்றோடொன்று கலந்துகொள்வதை அடிப்படையாகக் கொண்டதல்ல. அதன் குறிக்கோள், நாஜிகளுக்கும் மற்றும் அவர்களின் அதிரடி துருப்புக்களுக்கும் எதிராக தொழிலாள வர்க்கத்தின் பலத்தை அணிதிரட்டுவதாக இருந்த அதேவேளை, சமூக ஜனநாயகத் தலைமைத்துவத்தின் துரோகத்தை அம்பலப்படுத்துவதாகவும் இருந்தது. நாஜிக்கள் ஆட்சிக்கு வந்த பின்னரும், ஸ்ராலினின் கொள்கைகள் சம்பந்தமாக மூன்றாம் அகிலத்தில் எந்தவொரு விமர்சனமும் முன்வைக்கப்படாமையினால், தொழிலாள வர்க்கம் ஒரு புதிய அகிலத்தை, அதாவது நான்காம் அகிலத்தை கட்டியெழுப்புவதை நோக்கித் திரும்ப வேண்டும் என ட்ரொட்ஸ்கி முடிவு செய்தார்.

3-4. ல.ச.ச.கட்சியின் தலைமைகளில், அமெரிக்கா மற்றும் பிரிட்டனில் கல்வி கற்ற ஒரு புத்திஜீவி இளைஞர் தட்டினரே முன்னணியில் இருந்தனர். ஐரோப்பாவிலும் சர்வதேச ரீதியிலும் அரசியல் எழுச்சிகளால் ஏற்படுத்தப்பட்ட அறிவார்ந்த கொந்தளிப்புக்கு மத்தியில், அவர்கள் ட்ரொட்ஸ்கியின் எழுத்துக்களால் பலமாக ஈர்க்கப்பட்டனர். இவர்களில் பிலிப் குணவர்த்தனா முதலாமவராக இருந்தார். அவர் 1928ல் பிரிட்டனுக்கு செல்வதற்கு முன்னதாக அமெரிக்காவில் கல்வி கற்றார். அவர் பிரிட்டிஷ் கம்யூனிஸ்ட் கட்சியில் இணைந்துகொண்ட போதும், இந்தியா மற்றும் சீனாவில் ஸ்ராலினின் கொள்கைகளை விமர்சித்ததை அடுத்து அதிலிருந்து வெளியேற்றப்பட்டார். அவருடன் இருந்தவர்களில் கொல்வின் ஆர். டி சில்வா, லெஸ்லி குணவர்த்தனா, என்.எம். பெரேரா மற்றும் வேர்னொன் குணசேகராவும் அடங்குவர்.

3-5. எவ்வாறெனினும், ஸ்ராலினிச அனுதாபிகளும் தீவிர முதலாளித்துவ தேசியவாதிகளும் ல.ச.ச.கட்சியில் உள்ளடங்கியிருந்தனர். கட்சியின் உறுப்பினர்களில் இவ்வாறு பலரும் கலந்திருந்தமை, அதன் ஒழுங்கற்ற வேலைத் திட்டத்தில் பிரதிபலித்தது. "உற்பத்திச் சாதனங்களின் சமுகமயமாக்கம், பண்டங்களின் விநியோகம் மற்றும் பரிவர்த்தனை" ஊடாக, ஒரு சோசலிச சமுதாயத்தை ஸ்தாபிப்பதே கட்சியின் அடிப்படை

இலக்கு என அதன் வேலைத்திட்ட அறிக்கை பிரகடனம் செய்தது. அது "தேசிய சுதந்திரத்தைப் பெறுவதற்கும்" மற்றும் "பொருளாதார, அரசியல் சமத்துவமின்மையை மற்றும் வர்க்க, இன, சாதி, மத மற்றும் பால் வேறுபாட்டில் இருந்து எழும் ஒடுக்குமுறையை தூக்கி வீசுவதற்கும்" அழைப்பு விடுத்தது. ஆனால், அந்த வேலைத் திட்டம், ல.ச.ச.கட்சியை ஒரு தொழிலாள வர்க்க கட்சியாக அடையாளப்படுத்தாததோடு, சோசலிசத்தை அடைவதற்கான ஒரு புரட்சிகர வேலைத்திட்டத்தையும் விவரிக்கவில்லை. அது சர்வதேச தொழிலாள வர்க்கம் எதிர்கொண்டிருந்த எந்தவொரு பிரச்சினையையும், எல்லாவற்றுக்கும் மேலாக ஸ்ராலினிசத்தின் தோற்றம் மற்றும் அதன் காட்டிக்கொடுப்புகளையும் பற்றி ஆராய முயற்சி எடுக்கவில்லை.

3-6. ல.ச.ச.க. உழைப்பாளிகளை நோக்கிய ஒரு தீவிரமான மற்றும் காலனித்துவ-எதிர்ப்பு கட்சியாக தோன்றியமை, இலங்கை முதலாளித்துவ வர்க்கத்தின் பொருளாதார பின்தங்கிய நிலமையினதும் மற்றும் அது பிரிட்டிஷ் காலனித்துவ ஆட்சிக்கு அரசியல் சேவகம் செய்ததன் ஒரு விளைவுமாகும். ஜவுளி, சணல், நிலக்கரி மற்றும் உருக்கு தொழிற்துறைகளில் பிரபல்யமாக இந்தியாவில் இருந்த உள்நாட்டு முதலாளிகளுடன் ஒப்பிட்டு பார்த்தாலும் கூட இலங்கையில் இருந்த அவர்களது சகாக்கள் ஒரு சிறிய பொருளாதாரப் பாத்திரத்தையே ஆற்றினர். பொருளாதாரத்தில் ஆதிக்கம் செலுத்திய மற்றும் மிகவும் இலாபகரமான தொழிற்துறையான தேயிலை பெருந்தோட்டங்கள் பிரிட்டனுக்கு சொந்தமாக இருந்தன. துறைமுகம் மற்றும் புகையிரதம் போன்ற பிரதான போக்குவரத்து உட்கட்டமைப்பு, பிரிட்டிஷ் முதலீட்டிலேயே கட்டப்பட்டன. இலங்கை முதலாளித்துவ வர்க்கம், காலனித்துவ அரசின் சேவகர்களாக சேவையாற்றியதன் மூலம், மதுபானம் உற்பத்தி செய்யும் பண்ணைகளை வாடகைக்கு விடுவதன் மூலம், மற்றும் இறப்பர், தென்னந் தோட்டங்கள் மற்றும் காரிய சுரங்கங்களை சொந்தமாக வைத்திருந்ததன் மூலமாகவும் காலனித்துவ பொருளாதார மூலதன திரட்சியில் குறைந்த இலாபமீட்டிய இடங்களை நிரப்பியது.

3-7. பொருளாதாரத்தை அரசியல் பின்தொடர்ந்தது. 1919ல் ஸ்தாபிக்கப்பட்ட இலங்கை தேசிய காங்கிரஸ் (Ceylon National Congress -CNC), 1885ல் இந்திய முதலாளித்துவத்தால் ஸ்தாபிக்கப்பட்ட இந்திய தேசிய காங்கிரஸின் (Indian National Congress -INC) ஒரு மங்கலான பிரதிபலிப்பாகவே இருந்தது. 1907ம் ஆண்டிலேயே சுய-ராஜ்ஜியத்துக்கு அழைப்பு விட்ட இந்திய தேசிய காங்கிரஸ், முதலாம் உலக யுத்தத்தின் பின்னர், சுயாட்சிக்கான

வெகுஜனப் பிரச்சாரத்தை முன்னெடுத்த அதே சமயம், இலங்கை தேசிய காங்கிரஸ் அரசியலமைப்பு மாற்றத்துக்காக கொஞ்சமும் துணிவற்ற வேண்டுகோள்களை விடுக்க மட்டுமே இலாயக்காக இருந்தது. 1907ல் அமைக்கப்பட்ட முஸ்லிம் லீக், 1915ல் அமைக்கப்பட்ட அனைத்து இந்திய இந்து மஹாசபை ஆகிய இந்தியாவின் வகுப்புவாத அமைப்புக்களின் பிற்போக்கு நோக்கங்களுடன் இலங்கை தேசிய காங்கிரஸ் மிகவும் பொதுவான தன்மையைக் கொண்டிருந்தது. இந்த அமைப்புக்கள் ஏதாவதொரு அடிப்படையில் பிரிட்டிஷ் ஆட்சியை எதிர்த்திருக்குமானால், அவை பாரம்பரிய இந்து மற்றும் முஸ்லிம் பிரபுக்களின் நலன்களை பாதுகாத்துக்கொள்ளும் நிலைப்பாட்டிலேயே அவ்வாறு செய்தன. இலங்கையில் இலங்கை தேசிய காங்கிரஸ், தீவில் உள்ள தமிழ் மற்றும் முஸ்லிம் சிறுபான்மையினருக்கு விரோதமான, சிங்கள எஜமானர்களின் பௌத்த மறுமலர்ச்சியில் தங்கியிருந்தது. 1921ல் தமிழ் பிரதிநிதித்துவம் சம்பந்தமாக இலங்கை தேசிய காங்கிரஸ் தலைவரும், பிரசித்தி பெற்ற தமிழ் தலைவருமான பொன்னம்பலம் அருணாசலத்தின் கோரிக்கைகளுக்கு இலங்கை தேசிய காங்கிரஸ் தலைமைத்துவம் இணங்க மறுத்ததை அடுத்து அது பிளவுபட்டது. இலங்கையில் தமிழ் மற்றும் முஸ்லிம் உயர்தட்டுக்களின் அமைப்புகள் பிரிட்டிஷ் ஆட்சிக்கு தங்களது இன்னும் மிக அதிகமான அடிபணிவின் மூலமே தங்களை இலங்கை தேசிய காங்கிரஸ் கட்சியில் இருந்து வேறுபடுத்திக்கொண்டன.

3-8. சக்திவாய்ந்த, போர்க்குணமிக்க தொழிலாள வர்க்கத்தின் தோற்றத்தையிட்டு இலங்கை முதலாளித்துவத்தின் சகல தட்டுக்களும் எல்லையற்ற பீதியில் இருந்தன. தமிழ் பேசும் தொழிலாளர்கள் தென்னிந்தியாவில் இருந்து ஒப்பந்தக் கூலிகளாக கொண்டுவரப்பட்ட தேயிலைப் பெருந்தோட்டங்களிலேயே பாட்டாளி வர்க்கம் ஒன்றுகுவிந்திருந்தது. 1921 அளவில், தீவின் மொத்த 4.5 மில்லியன் ஜனத்தொகையில் தோட்டத் தொழிலாளர்களும் அவர்களது குடும்பங்களும் சுமார் 500,000 பேராக இருந்தனர். கொழும்பிலும் விசேடமாக துறைமுகம், புகையிரத வேலைத் தளங்கள் மற்றும் உருவாகிக்கொண்டிருந்த தொழிற்துறைகளில் இருந்தும் நகர்ப்புற பாட்டாளி வர்க்கம் வளர்ந்தது. இந்தியாவில் இந்திய தேசிய காங்கிரஸ் மோகன்தாஸ் கரம்சந்த் காந்தியின் கீழ், பிரிட்டனுக்கு அழுத்தம் கொடுத்து சலுகைகளை பெறுவதற்காக, வெகுஜனங்களின் காலனித்துவ-எதிர்ப்பு உணர்வுகளுக்கும் மற்றும் அவர்களது சமூகப் பொருளாதார துன்பங்களுக்கும் வரம்பிற்குட்பட்ட மற்றும் இறுக்கமான கட்டுப்பாட்டைக் கொண்ட முறையில் அழைப்பு விடுக்க

முயற்சித்தது. இலங்கையில் பிரிட்டிஷ் ஆட்சியிடம் இருந்து சுதந்திரத்தை கோராத இலங்கை தேசிய காங்கிரஸ், அரசியல் அல்லது சமூக சீர்திருத்தங்களுக்காகப் பகிரங்கப் பிரச்சாரம் எதனையும் முன்னெடுக்கவில்லை. 1931 அரசியலமைப்புத் திருத்தத்தின் பாகமாக, பிரிட்டிஷ் அரசாங்கத்தின் டொனமூர் ஆணைக்குழுவின் சிபாரிசில் சர்வஜன வாக்குரிமை அறிமுகப்படுத்தப்பட்டதை இலங்கை தேசிய காங்கிரஸ் தீவிரமாக எதிர்த்தமை, வெகுஜனங்கள் மீதான அதனது இயல்பான பகைமையைப் பிரதிபலித்தது.

3-9. இவ்வாறாக 1930களில், இலங்கையின் ஒடுக்குமுறை நிலைமைகளாலும், ஐரோப்பாவின் அரசியல் எழுச்சிகளாலும் மற்றும் அதிகரித்து வந்த யுத்த ஆபத்துக்களாலும் தீவிரமடைந்த புத்திஜீவித் தட்டுக்களின் கருத்துக்களுக்கு கொழும்பு அரசியல் ஸ்தாபனத்திற்குள் இடம் கிடைக்கவில்லை. இந்தியாவில் போன்று இலங்கையில் கம்யூனிஸ்ட் கட்சி ஸ்தாபிக்கப்பட்டிருக்கவில்லை. பிரிட்டிஷ் தொழிற் கட்சியின் அரவணைப்பின் கீழ் கொழும்பு தொழிற்சங்க தலைவராயிருந்த குணசிங்காவால் 1928ல் ஸ்தாபிக்கப்பட்ட தொழிற் கட்சி மட்டுமே தொழிலாள வர்க்கத்தைத் தளமாகக் கொண்ட ஒரே கட்சியாக இருந்தது. அது சுதந்திரத்துக்கு ஆதரவளிக்கவோ அல்லது சோசலிசத்தை பரிந்துரைக்கவோ இல்லை என்பதோடு மார்க்சிசத்துக்கு கடும் விரோதமாக இருந்தது. இதனால் ல.ச.ச.க. பல்வேறு அரசியல் போக்குகளின் உறைவிடமாகியது. ட்ரொட்ஸ்கிசத்தை நோக்கி ஈர்க்கப்பட்டவர்கள், அதேபோல் வெகுஜனங்களை அணுகுவதற்காக சோசலிச அல்லது மார்க்சிச சாயம் ஒன்று அவசியம் எனக் கருதிய போர்க்குணம் மிக்க முதலாளித்துவ தேசியவாதிகள் மற்றும் சீர்திருத்தவாதிகளும் இதில் அடங்கியிருந்தனர்.

3-10. தொழிலாள வர்க்கத்தை நோக்கி நோக்குநிலை கொண்டிருந்த மிகவும் துணிகரமானதும் புரட்சிகரமானதுமான கூறுகளாய் இருந்த ட்ரொட்ஸ்கிச குழு அல்லது T-குழு என்று அழைக்கப்பட்டவர்கள் ல.ச.ச.கட்சியின் தலைமைக்கு உந்தப்பட்டமையானது இலங்கையிலும் சர்வதேச அளவிலும் அந்த நேரத்தில் நிலவிய அதீத வர்க்கப் பதட்டங்களின் ஒரு அளவீடாக இருந்தது. ல.ச.ச.கட்சியின் முதலாவது தலைவராக கொல்வின் ஆர். டி சில்வாவும், லெஸ்லி குணவர்தனா அதன் முதலாவது செயலாளராகவும் ஆயினர். பிலிப் குணவர்தனாவும் என்.எம். பெரேராவும் 1936 பெப்பிரவரியில் அரச சபைக்கு தெரிவானதோடு, அச்சுறுத்திக்கொண்டிருந்த உலக யுத்தத்தில் பிரிட்டனுக்கு எந்தவொரு ஆதரவும் வழங்குவதற்கு ல.ச.ச.கட்சியின் எதிர்ப்பை

உறுதியாகப் பிரகடனப்படுத்த தமது பதவிகளை அவர்கள் பயன்படுத்தினர். குணசிங்கா மற்றும் அவரது தொழிற்சங்க அமைப்பின் வன்முறையான எதிர்ப்பின் மத்தியில், அடிப்படை உரிமைகள் மற்றும் நிலைமைகளை உறுதியாகப் பாதுகாத்தமையினால் ல.ச.ச.க. கொழும்பு தொழிலாள வர்க்கத்தின் மத்தியில் ஆதரவை வென்றது. காலனித்துவ ஆட்சியிலிருந்தான விடுதலை உள்ளிட மட்டுப்படுத்தப்பட்ட சமூக சீர்திருத்தங்களுக்காக அல்லது ஜனநாயக உரிமைகளுக்காகப் போராடுவது ஒரு புறம் இருக்க, முதலாளித்துவக் கட்சிகள் அவற்றுக்காக வாதாடக் கூட தவறின. இதன் அர்த்தம் அந்தப் பணிகளை நிறைவேற்றுவது தோன்றிவரும் பாட்டாளி வர்க்க பிரதிநிதிகள் மீது வீழ்ந்தது. ஒடுக்குமுறையான கிராமத் தலைவர் முறையில் மாற்றங்கள், நீதிமன்றங்களில் உள்ளூர் மொழியைப் பயன்படுத்துவது மற்றும் வேலையற்றவர்களுக்கு நிவாரணம் உட்பட ஒரு தொடர் முழுமையற்ற சீர்திருத்தங்களுக்காக ல.ச.ச.க. பிரச்சாரம் செய்து வெற்றி பெற்றது.

3-11. 1937ல், இந்தியாவில் இருந்து காங்கிரஸ் சோசலிஸ்ட் கட்சியின் முன்னணித் தலைவர்களில் ஒருவரான கமலாதேவி சடோபத்யாயாவின் வருகைக்கு ல.ச.ச.க. ஏற்பாடு செய்தது. அவர் கொழும்பு காலிமுகத் திடலில் 35,000 பேர் பங்குபற்றிய கூட்டமொன்றில் உரையாற்றினார். ல.ச.ச.கட்சியில் இணைந்திருந்தவரும் பெருந்தோட்ட உரிமையாளர் ஒருவரிடம் பயிற்சிப் பணியாளராக இருந்தவருமான மார்க் பிரேஸ்கேடல் என்ற இளம் ஆஸ்திரேலியர் பெருந்தோட்ட பிரதேசங்களில் கமலாதேவியுடன் இணைந்து உரையாற்றினார். அப்போது தேயிலைத் தோட்டத் தொழிலாளர்கள் சுரண்டப்படுவதை கண்டனம் செய்தார். பிரேஸ்கேடலை நாடுகடத்த காலனித்துவ நிர்வாகம் எடுத்த முயற்சி அதற்கும் ல.ச.ச.கட்சிக்கும் இடையில் டேவிட்டுக்கும் கோலியாத்துக்கும் இடையிலான மோதலைப் போல மாறி தீவையே அதிர்வுக்குள்ளாக்கியது. கட்டுமீறிய மக்கள் எதிர்ப்பு, அரச சபையில் ஆளுனர் மீது கண்டனம் வெளியிடப்பட்டமை மற்றும் பிரேஸ்கேடல் நாடு கடத்தப்படுவதற்கு எதிராக உயர் நீதிமன்றம் தீர்ப்பளித்தது ஆகியவற்றுக்கு முகம் கொடுத்த நிலையில் காலனியாதிக்க அதிகாரிகள் பின்வாங்கத் தள்ளப்பட்டனர். இது ல.ச.ச.கட்சியின் அரசியல் அந்தஸ்தை பெருமளவில் உயர்த்தியது.

3-12. எவ்வாறெனினும், ல.ச.ச.க. எதிர்கொண்ட மிகவும் அடிப்படையான பிரச்சினைகள் சர்வதேச நிகழ்வுகளுடன் பிணைந்திருந்தன. 1935ல் ல.ச.ச.க. ஸ்தாபிக்கப்பட்டதில் இருந்தே, ட்ரொட்ஸ்கியும் அவரது சக-சிந்தனையாளர்களும் ஸ்ராலினிசத்துக்கு

எதிராகவும் நான்காம் அகிலத்தைக் கட்டியெழுப்புவதற்காகவும் முன்னெடுத்துவந்த ஜீவமரண அரசியல் போராட்டத்தைப் பற்றி அது பகிரங்கமான நிலைப்பாடு எதனையும் எடுத்திருக்கவில்லை. அதற்கிருந்த சர்வதேசத் தொடர்பு 1934ல் இந்திய தேசிய காங்கிரசினுள் உருவாக்கப்பட்ட ஒரு தளர்ந்த சோசலிச பிரிவு மட்டுமே. ஆயினும், 1935 மற்றும் 1939க்கு இடையில், ல.ச.ச.க. தலைமை மேலும் மேலும் ஸ்ராலினிச மூன்றாம் அகிலத்துடனான மோதலுக்குள் இழுபட்டதோடு அந்தக் காலத்தின் தீர்க்கமான சர்வதேச பிரச்சினைகளில் சிக்கிக்கொள்ளத் தள்ளப்பட்டது. T-குழு என்றழைக்கப்பட்டது, ஸ்ராலினால் பரிந்துரைக்கப்பட்ட மக்கள் முன்னணி அரசியலினால் - இந்த மக்கள் முன்னணி அரசியலின் விளைவாக, 1930களில் பிரான்சில் அரை-கிளர்ச்சி வேலை நிறுத்த இயக்கமும் ஸ்பானியப் புரட்சியும் அழிவுகரமாக தோற்கடிக்கப்பட்டன - பெரிதும் குழப்பத்துக்குள்ளானது. இந்த "மக்கள் முன்னணியானது" ஜேர்மனியில் ட்ரொட்ஸ்கி பரிந்துரைத்த ஐக்கிய முன்னணிக்கு முற்றிலும் எதிர்மாறானதாகும். பாசிசத்துக்கு எதிராக நடத்தும் போராட்டம் மற்றும் ஜனநாயகத்தை பாதுகாத்தல் என்ற பெயரில், அது சந்தர்ப்பவாதிகளுடனும் முதலாளித்துவக் கட்சிகளுடனும் வெளிப்படையாக ஒரு பொது அரசியல் களத்தில் தன்னை ஈடுபடுத்திக்கொண்டது. இது தொழிலாள வர்க்கத்தை முதலாளித்துவத்துடனும் தனிச்சொத்துடமையுடனும் மற்றும் அரசுடனும் கட்டிப்போட்டதோடு தொழிலாள வர்க்கத்தின் சுயாதீன புரட்சிகர நடவடிக்கையையும் தடுத்தது. ஸ்ராலினிச அதிகாரத்துவமானது மக்கள் முன்னணி கொள்கையினதும் பிரான்ஸ் மற்றும் பிரிட்டனில் "ஜனநாயகவாத" சக்திகளுடனான அதன் சூழ்ச்சி நடவடிக்கைகளதும் பாகமாக, அந்த நாடுகளின் கீழ் காலனிகளாக இருந்தவற்றின் முழு சுதந்திரத்துக்காக முன்னர் மூன்றாம் அகிலம் கொடுத்த முழு ஆதரவையும் கைவிட்டது. அவ்வாறு செய்ததன் மூலம், அபிவிருத்தியடைந்து வந்த காலனித்துவ-எதிர்ப்புப் புரட்சியை அது காட்டிக்கொடுத்தது.

3-13. 1936 மற்றும் 1938க்கு இடையில் நடந்த கொடூரமான மாஸ்கோ போலி வழக்கு விசாரணைகளை ல.ச.ச.க. தலைமை தனிப்பட்ட முறையில் எதிர்த்தது. இந்த விசாரணைகள், எல்லாவற்றுக்கும் மேலாக ட்ரொட்ஸ்கிச இயக்கத்தை இலக்கு வைத்திருந்தாலும், ரஷ்யப் புரட்சியை முன்னெடுத்த தலைமுறையின் மிகச் சிறந்த பிரதிநிதிகளான போல்ஷிவிக் தலைவர்கள், செஞ்சேனை தளபதிகள், விஞ்ஞானிகள் மற்றும் கலைஞர்கள் உட்பட, நூறாயிரக்கணக்கான சோசலிஸ்டுகளை திட்டமிட்டு படுகொலை செய்வதையும் உள்ளடக்கியிருந்தது. ல.ச.ச.க. தலைவர்கள், 1938ல்

முதல்முறையாக ஆங்கிலத்தில் கிடைத்த காட்டிக்கொடுக்கப்பட்ட புரட்சி: சோவியத் ஒன்றியம் என்றால் என்ன? அது எங்கே செல்கின்றது? என்ற நூலில் ஸ்ராலினிசம் பற்றிய ட்ரொட்ஸ்கியின் ஆழமான ஆய்வுகளால் பலமாக ஈர்க்கப்பட்டிருந்தனர். எவ்வாறெனினும், இரண்டாம் உலக யுத்தத்தின் வெடிப்பு, ல.ச.ச.க. ட்ரொட்ஸ்கிசத்தை நோக்கி திரும்புவதற்கும் இலங்கையிலும் இந்தியாவிலும் நான்காம் அகிலத்தின் பகுதியொன்றை ஸ்தாபிக்கவும் தீர்க்கரமாக இருந்ததை நிரூபித்தது.

4. லங்கா சமசமாஜக் கட்சி (ல.ச.ச.க.) நான்காம் அகிலத்தின் பக்கம் திரும்பியது

4-1. நான்காம் அகிலமானது 11 நாடுகளைச் சேர்ந்த 30 பிரதிநிதிகளால் பாரிசில் நடந்த ஒரு இரகசிய கூட்டத்தில் ஸ்தாபிக்கப்பட்டது. சீனா, பிரெஞ்சு-இந்தோசீனா, ஆஸ்திரேலியாவில் இருந்து மூன்று ஆசியக் கட்சிகள் பிரதிநிதிகளை அனுப்ப முடியாவிட்டாலும், அவை தம்மை நான்காம் அகிலத்தின் பகுதிகளாக இணைத்துக்கொண்டன. ட்ரொட்ஸ்கியால் எழுதப்பட்டு மாநாட்டில் ஏற்றுக்கொள்ளப்பட்ட "*இடைமருவு வேலைத் திட்டம்: முதலாளித்துவத்தின் மரண ஓலமும் நான்காம் அகிலத்தின் பணிகளும்*", என்ற அறிக்கை பிரகடனம் செய்ததாவது: "சோசலிசத்துக்கான வரலாற்று நிலைமைகள் இன்னமும் 'பக்குவம்' அடையவில்லை என்ற சகல கதையளப்புக்களும் அலட்சியம் அல்லது நனவான மோசடியின் வெளிப்பாடுகளாகும். தொழிலாள வர்க்கப் புரட்சிக்கான புறநிலை முன்நிபந்தனைகள் 'பக்குவம்' அடைந்தது மட்டுமன்றி; அவை கொஞ்சம் அழுகிப்போகவும் தொடங்கிவிட்டன. அடுத்த வரலாற்றுக் காலப் பகுதியில் ஒரு சோசலிசப் புரட்சி இல்லாது போகின், மனித இனத்தின் முழுக் கலாச்சாரத்தையும் ஒரு பேரழிவு அச்சுறுத்திக்கொண்டிருக்கின்றது. இது பாட்டாளி வர்க்கத்தின், பிரதானமாக அதன் புரட்சிகர முன்னணிப் படையின் முறையாகும். மனித குலத்தின் வரலாற்று நெருக்கடி, புரட்சிகரத் தலைமை நெருக்கடியாகக் குறைந்து விட்டுள்ளது."[3] "தொழிலாள வர்க்கத்தின் பரந்த தட்டினரின் இன்றைய நிலைமைகள் மற்றும் இன்றைய நனவில் இருந்து தோன்றி, தொழிலாள வர்க்கம் ஆட்சி அதிகாரத்தைக் கைப்பற்ற வேண்டும் என்ற ஒரு மாற்ற முடியாத இறுதித் தீர்மானத்துக்கு இட்டுச் செல்லும் இடைமருவு கோரிக்கைகளின் முறைமை ஒன்றை" இந்த வேலைத் திட்டம் வரைந்தது.[4] இந்த

---

3. லியோன் ட்ரொட்ஸ்கி, இடைமருவு வேலைத் திட்டம்: முதலாளித்துவத்தின் மரண ஓலமும் நான்காம் அகிலத்தின் பணிகளும். பக்கம் 3.

4. அதே நூல், பக்கம் 7.

இடைமருவு கோரிக்கைகள், தொழிலாள வர்க்கத்தின் புரட்சிகர முன்னெடுப்புகளையும் நனவையும் அபிவிருத்தி செய்வதற்கே அன்றி, வேலைத் திட்டத்தை தொழிலாள வர்க்கத்தின் தற்போதைய நனவுக்குள் கரைத்துவிடுவதற்கல்ல.

4-2. இந்த ஸ்தாபக ஆவணம் முதலாளித்துவத்தின் இணைந்த (combined) மற்றும் சமனற்ற (uneven) அபிவிருத்தியின் அடிப்படையில் நிரந்தரப் புரட்சி முன்னோக்கினை இரத்தினச் சுருக்கமாய் கூறியது: "காலனித்துவ மற்றும் அரைக்காலனித்துவ நாடுகள் அவற்றின் வெகு இயல்பிலேயே பின்தங்கிய நாடுகளாகும். ஆனாலும் பின்தங்கிய நாடுகள் ஏகாதிபத்தியத்தால் மேலாதிக்கம் செலுத்தப்படுகின்ற உலகத்தின் ஒரு பகுதியே. எனவே அவற்றின் அபிவிருத்தி ஒரு இணைந்த (combined) பண்பினைக் கொண்டுள்ளது: மிக ஆதி காலத்தின் பொருளாதார வடிவங்கள் முதலாளித்துவ தொழில்நுட்பம் மற்றும் கலாச்சாரத்தின் மிக சமீபத்திய அம்சங்களுடன் இணைந்துள்ளன. இதேவகையிலேயே பின்தங்கிய நாடுகளில் பாட்டாளி வர்க்கத்தின் அரசியல் போராட்டங்களும் வரையறுக்கப்படுகின்றன: தேசிய சுதந்திரம் மற்றும் முதலாளித்துவ ஜனநாயகத்தின் மிக ஆரம்பநிலை சாதனைகளுக்கான போராட்டம் உலக ஏகாதிபத்தியத்திற்கு எதிரான சோசலிசப் போராட்டத்துடன் இணைந்திருக்கிறது. இந்தப் போராட்டத்தில் ஜனநாயக சுலோகங்கள், இடைமருவல் கோரிக்கைகள், மற்றும் சோசலிசப் புரட்சியின் பிரச்சினைகள் எல்லாம் தனித்தனி வரலாற்று சகாப்தங்களாய் பிரிக்கப்படுவதில்லை, மாறாக நேரடியாய் ஒன்றிலிருந்து மற்றொன்று எழுகிறது."[5]

4-3. 1939 ஜூலையில் இந்திய தொழிலாளர்களுக்கு எழுதிய கடிதத்தில், நெருங்கிக்கொண்டிருந்த யுத்தத்தில் அவர்கள் எதிர்கொண்ட அரசியல் பிரச்சினைகளை ட்ரொட்ஸ்கி மேலும் விளக்கினார். "பிரிட்டிஷ் அரசாங்கத்தின் முகவர்கள், 'ஜனநாயகத்தின்' அடிப்படைகளுக்காகவே யுத்தம் முன்னெடுக்கப்படவுள்ளதாகவும், பாசிசத்திடம் இருந்து 'ஜனநாயகத்தின்' அடிப்படைகளை பாதுகாக்க வேண்டும் என்பது போலவும் சித்தரிக்கின்றனர். அதன்படி பாசிச ஆக்கிரமிப்பாளர்களை விரட்டுவதற்காக அனைத்து வர்க்கங்களும் மக்களும் 'சமாதானமான', 'ஜனநாயகபூர்வமான' அரசாங்கங்களை சூழ அணிதிரள வேண்டும். இவ்வாறாக நிரந்தரமாக 'ஜனநாயகம்' பாதுகாக்கப்படுவதோடு சமாதானம் நிலைநாட்டப்படும், எனக்கூறுகின்றனர். இந்த போதனை வேண்டுமென்றே கூறப்படும்

---

5. அதே நூல். பக்கம் 50-51

பொய்யாகும். பிரிட்டிஷ் அரசாங்கம் ஜனநாயகம் பூத்துக்குலுங்குவதையிட்டு உண்மையில் அக்கறைகாட்டுமெனில், அதை வெளிப்படுத்துவதற்கு மிகவும் இலகுவான சந்தர்ப்பம் உள்ளது: அது பிரிட்டிஷ் அரசாங்கம் இந்தியாவுக்கு முழு சுதந்திரம் கொடுப்பதாகும்."[6] பாசிசத்தின் ஆபத்தை குறைத்து மதிப்பிடாத அதேவேளை, ட்ரொட்ஸ்கி, ஒடுக்கப்பட்ட வர்க்கத்தினதும் மக்களதும் பிரதான எதிரி உள்நாட்டிலேயே இருப்பதாக வலியுறுத்தினார். இந்தியாவில், அந்த எதிரி பிரிட்டிஷ் ஏகாதிபத்தியமே ஆகும். அதை தூக்கிவீசுவது பாசிச சர்வாதிகாரிகள் உட்பட சகல ஒடுக்குமுறையாளர்களுக்கும் ஒரு மிகப்பெரும் அடியாக இருக்கும்.

4-4. இந்திய முதலாளித்துவ வர்க்கம் பற்றிய தனது மதிப்பீட்டில் ட்ரொட்ஸ்கி மிகவும் கூர்மையுடன் இருந்தார்: "அவர்கள் பிரித்தானிய முதலாளித்துவத்துடன் நெருக்கமாக கட்டுண்டிருந்ததோடு அதில் தங்கியுமிருக்கிறார்கள். அவர்கள் தமது சொந்த சொத்துக்களை நினைத்து நடுக்கம் கொண்டுள்ளார்கள். அவர்கள் வெகுஜனங்களைப் பற்றி பீதியடைந்துள்ளார்கள். அவர்கள் என்ன விலை கொடுத்தாவது பிரிட்டிஷ் ஏகாதிபத்தியத்துடன் சமசரசம் செய்துகொள்ள முயற்சிப்பதோடு மேலிருந்து கிடைக்கும் சீர்திருத்தங்கள் பற்றிய எதிர்பார்ப்பை பயன்படுத்தி இந்திய வெகுஜனங்களை சாந்தப்படுத்த முயற்சிக்கின்றனர். காந்தி இந்த முதலாளித்துவத்தின் தலைவராகவும் போதகராகவும் இருக்கின்றார். அவர் ஒரு ஏமாற்றுத் தலைவரும் ஒரு போலி போதகருமாவார்! காந்தியும் அவரது கூட்டாளிகளும், இந்தியாவின் நிலைமை இடைவிடாது முன்னேறும், அதனது விடுதலை தொடர்ந்தும் விரிவடையும், மற்றும் இந்தியா சிறிது சிறிதாக அமைதியான சீர்திருத்தப் பாதையில் ஒரு டொமினியனாக (பிரித்தானியாவிற்குட்பட்ட தன்னாட்சிப் பிரதேசமாக) மாறும் என்ற கருத்தை அபிவிருத்தி செய்கின்றனர். இந்த முழு முன்னோக்கும் அதன் உட்கருவிலேயே தவறானதாகும்."[7]

4-5. ஸ்ராலினிசம் வகிக்கும் பாத்திரத்தைப் பற்றி குறிப்பிடும் போது, ஏனைய நாடுகளில் போல், சோவியத் அதிகாரத்துவம் "ஜனநாயக சக்திகளுடனான" அதன் இராஜதந்திர சூழ்ச்சி நடவடிக்கைகளுக்கு இந்திய மக்களின் நலன்களை அடிபணியச் செய்தது என ட்ரொட்ஸ்கி விளக்கினார் - ஸ்ராலினிச அதிகாரத்துவம்,

6. *லியோன் ட்ரொட்ஸ்கியின் கட்டுரைகள்* (Writings of Leon Trotsky-1939-40, நியூ யோர்க்: பாத்பைன்டர் அச்சகம், 2001. பக்கம் 29-30.
7. அதே நூல், பக்கம் 30-31

பாசிஸ்டுகளின் ஆதிக்கத்தின் கீழ் இருந்த மக்களின் சுயநிர்ணய உரிமைக்காக வாதாடிய போதிலும், பிரிட்டன், பிரான்ஸ் மற்றும் அமெரிக்காவின் காலனிகளில் ஆக்கிரமிப்பைத் தொடர அனுமதித்தது. பிரிட்டிஷ் ஏகாதிபத்தியத்துக்கும் நெருங்கிவரும் யுத்தத்துக்கும் எதிரான ஒரு போராட்டத்தை முன்னெடுப்பது என்பது, ஸ்ராலினிசத்திடம் இருந்து முழுமையாக பிரிந்துசெல்வதை அர்த்தப்படுத்துகிறது. மிகச் சரியாக இந்தப் பிரச்சினைகளையே நான்காம் அகிலத்தை நோக்கித் திரும்பிய ல.ச.ச.க. தலைவர்கள் எதிர்கொண்டனர். பிரிட்டன் மற்றும் வட அமெரிக்காவில் ட்ரொட்ஸ்கிச தலைவர்களுடன் தொடர்புகொள்வதற்காக 1939ல் செலினா பெரேரா பிரிட்டனுக்கும் வட அமெரிக்காவுக்கும் அனுப்பப்பட்ட போதிலும், ட்ரொட்ஸ்கியை சந்திக்கும் முயற்சி தோல்விகண்டது.

4-6. 1939 டிசம்பரில், ட்ரொட்ஸ்கிச பிரிவு, ல.ச.ச.க. செயற் குழுவில் பின்வரும் பிரேரணையை முன்கொணர்ந்ததன் மூலம், ல.ச.ச.கட்சிக்குள் இருந்த ஸ்ராலினிச ஆதரவாளர்களை சவாலுக்கு அழைத்தது. "முதலாவது தொழிலாளர் அரசான சோவியத் ஒன்றியத்துடன் தனது ஒற்றுமையை வெளிப்படுத்தும் அதேவேளை, ல.ச.ச.க., மூன்றாம் அகிலம் அனைத்துலக புரட்சிகர தொழிலாள வர்க்க இயக்கத்தின் நலன்களுக்காக செயற்படாதமையினால், அதன் மீது தனக்கு நம்பிக்கை இல்லை என அறிவிக்கின்றது." 29 க்கு 5 என்ற எண்ணிக்கையில் இந்தப் பிரேரணை நிறைவேற்றப்பட்டது. கட்சியில் இருந்து விலகிய ஸ்ராலினிஸ்டுகளும் அவர்களின் ஆதரவாளர்களும், 1940 நவம்பரில் ஐக்கிய சோசலிசக் கட்சியையும் மற்றும் பின்னர் 1943 ஜூலையில் இலங்கை கம்யூனிஸ்ட் கட்சியையும் ஸ்தாபித்தனர்.

4-7. "மூன்றாம் அகிலம் கண்டிக்கப்பட்டது" என்ற தலைப்பில் லெஸ்லி குணவர்த்தனா ஸ்ராலினிசம் பற்றி விமர்சனம் ஒன்றை எழுதினார். அதில், ஏகாதிபத்திய யுத்தத்தை ஆதரித்த பிரிட்டன் மற்றும் பிரான்சில் உள்ள கம்யூனிஸ்ட் கட்சிகள், 1939ல் யுத்தத்துக்கு எதிரானவையாக சந்தர்ப்பவாத மாற்றம் எடுத்ததை வெளிச்சம்போட்டு காட்டினார். "ஜனநாயக சக்திகளுடன்" -பிரிட்டன் மற்றும் பிரான்ஸ்- கொள்கையற்ற சூழ்ச்சி நடவடிக்கைகளில் தொடங்கி, 1939 ஆகஸ்ட்டில் ஸ்ராலின்-ஹிட்லர் ஒப்பந்தத்தை கைச்சாத்திடுவது வரை, கிரெம்ளினின் தலைகீழ் மாற்றங்களே இந்த கட்டுபாடற்ற அரசியல் ஊசலாட்டங்களை தூண்டுகின்றன என அவர் சுட்டிக்காட்டினார். "1914-18 யுத்தத்தில் இரண்டாம் அகிலம்

தொழிலாள வர்க்கத்தை காட்டிக்கொடுத்தது. இன்று மூன்றாம் அகிலம், சோவியத் ஒன்றியத்தின் வெளியுறவுக் கொள்கைக்கு அனைத்துலக புரட்சிகர இயக்கத்தை அடிபணியச் செய்வதன் மூலம், இன்னுமொரு காட்டிக்கொடுப்பைச் செய்கின்றது. இந்த உண்மையை சுட்டிக்காட்ட வேண்டியது எமது கடமை," என அவர் முடித்தார்.[8]

4-8. ஸ்ராலினிஸ்டுகளின் வெளியேற்றமும் ல.ச.ச.க. நான்காம் அகிலத்தின் பக்கம் திரும்பியமையும், அதன் வர்க்க அச்சில் ஒரு தீர்க்கமான மாற்றத்தையும் கட்சி நிரந்தரப் புரட்சிக் கோட்பாட்டின் அடிப்படையில் அரசியல் மறுநோக்கு நிலைப்படுத்தப்பட்டதையும் குறித்தது. எல்லாவற்றுக்கும் மேலாக, இலங்கையில் சோசலிசத்துக்கான போராட்டம், இந்தியாவிலும் சர்வதேசரீதியாகவும் உள்ள தொழிலாள வர்க்கத்தின் போராட்டங்களுடன் பிரிக்கமுடியாதபடி பிணைந்துள்ளது என்பதை ல.ச.ச.க. தலைவர்கள் அடையாளங்கண்டு கொண்டனர். தொலைநோக்குடன் அடியெடுத்து வைத்த ல.ச.ச.க., பிரிட்டிஷ் ஏகாதிபத்தியத்துக்கு எதிராக துணைக்கண்டம் பூராவும் தொழிலாள வர்க்கம் நடத்தும் போராட்டத்தை ஒருங்கிணைப்பதற்கு, நான்காம் அகிலத்தின் ஒரு பகுதியாக அனைத்து இந்தியக் கட்சியொன்று ஸ்தாபிக்கப்பட வேண்டும் என அழைப்பு விடுத்தது. இந்த மூலோபாய மாற்றத்தின்படி, 1942ல் இந்திய போல்ஷிவிக் லெனினிஸ்ட் கட்சி [Bolshevik Leninist Party of India -(BLPI)] ஸ்தாபிக்கப்பட்டது. கிடைக்கத்தக்க ல.ச.ச.கட்சியின் வரலாறுகள், 1950களில் அடுத்துவந்த அதன் சீரழிவுகளை பிரதிபலிக்கின்ற முகமாக ஒன்று அது இந்திய போல்ஷிவிக் லெனினிஸ்ட் கட்சி (பி.எல்.பீ.ஐ.) அனுபவங்களை அலட்சியம் செய்துள்ளது, அல்லது புரட்சிகர கற்பனைமகிழ்வாதத்தின் ஒரு நம்பிக்கையற்ற சாகசமாக அதைக் கணித்தது. ஆனால், மிகவும் சரியாக, சமசமாஜவாதம் என்ற தீவிரவாத, தேசியவாத வரம்பில் இருந்து பிரிந்து, பாட்டாளி வர்க்க சர்வதேசியவாதத்தின் அடிப்படையில் தன்னை திசையமைவுபடுத்திக் கொண்டதனாலேயே, பி.எல்.பீ.ஐ. தெற்காசியாவிலும் அனைத்துலகிலும் மார்க்சிசத்துக்கான போராட்டத்துக்கு அழிக்கமுடியாத பங்களிப்பை செய்ய முடிந்தது. அவை இன்றைய தொழிலாளர்கள் மற்றும் இளைஞர்களுக்கு தீர்க்கமான அரசியல் மற்றும் தத்துவார்த்த படிப்பினைகளை தொடர்ந்து தம்மகத்தே கொண்டிருக்கின்றன.

---

8. [*Blows against the Empire; Trotskyism in Ceylon the Lanka Sama Samaja Party*, 1935-1964 (ஏகாதிபத்தியத்துக்கு எதிரான அடி: இலங்கையில் ட்ரொட்ஸ்கிசம்; லங்கா சமசமாஜக் கட்சி, 1935-1964) :(London: Porcupine Press: Socialist Platform, 1997) பக்கங்கள் 64-67]

4-9. யுத்தம் நெருங்கி வந்த நிலையில், ஸ்ராலின் புதிதாக ஸ்தாபிக்கப்பட்ட நான்காம் அகிலத்தை அழிக்கவும், எல்லாவற்றுக்கும் மேலாக ட்ரொட்ஸ்கியையே ஒழித்துக் கட்டவும் முயற்சித்தார். யுத்தத்தினால் நிச்சயமாக ஏற்படக்கூடிய புரட்சிகர எழுச்சிகள், சோவியத் ஒன்றியம் உட்பட ட்ரொட்ஸ்கிச இயக்கத்தை பெருமளவில் பலப்படுத்தும், அது சோவியத் அதிகாரத்துவத்தை நேரடியாக சவால் செய்யும் என ஸ்ராலின் அச்சமடைந்தார். நான்காம் அகிலம் ஸ்தாபிக்கப்படுவதற்கு முன்னதாக, ஜி.பீ.யூ., ட்ரொட்ஸ்கிச இயக்கத்துக்குள் ஊடுருவியிருந்த முகவர் வலையமைப்பின் உதவியுடன், ட்ரொட்ஸ்கியின் செயலாளர்களில் ஒருவரான எர்வின் வொல்ஃப், ஜி.பீ.யூ. வில் இருந்து பிரிந்து சென்று ட்ரொட்ஸ்கியை ஆதரிப்பதாக அறிவித்த இக்னாஸ் ரெய்ஸ், ட்ரொட்ஸ்கியுடன் நெருக்கமாக வேலை செய்து வந்த அவரது மகன் லியோன் செடொவ், நான்காம் அகிலத்தின் செயலாளர் ருடொல்ஃப் கிளெமென்ட் ஆகியோரைக் கொன்றது. 1940 மே மாதம் மேற்கொள்ளப்பட்ட கொலை முயற்சி தோல்வியடைந்ததை அடுத்து, 1940 ஆகஸ்ட் 20 அன்று, மெக்சிக்கோ, கொயோகானில் அவரது வீட்டில் வைத்து ஜி.பீ.யூ. முகவரான ராமொன் மெர்க்காடர் ட்ரொட்ஸ்கியை தாக்கினார். மறுநாள் ட்ரொட்ஸ்கி உயிரிழந்தார். ட்ரொட்ஸ்கி படுகொலை செய்யப்பட்டமை, அந்த நூற்றாண்டின் அரசியல் குற்றமாக இருந்ததோடு சர்வதேசத் தொழிலாள வர்க்கத்துக்கு ஒரு கடும் அடியாக விழுந்தது. அவர், ரஷ்யப் புரட்சியில் லெனினுடன் இணைத் தலைவராகவும், ஸ்ராலினிசத்தின் சமரசமற்ற எதிரியாகவும், மற்றும் 19ம் நூற்றாண்டின் கடைப்பகுதியிலும் 20ம் நூற்றாண்டின் முற்பகுதியிலும் பெரும் புரட்சிகர தொழிலாளர் இயக்கங்களால் ஈர்க்கப்பட்ட உன்னத மார்க்சிச பாரம்பரியங்களின் கடைசி மற்றும் மிக உயர்ந்த பிரதிநிதியாகவும் இருந்தார்.

5. இந்திய போல்ஷிவிக் லெனினிஸ்ட் கட்சியின் (பி.எல்.பீ.ஐ.) ஸ்தாபிதம்

5-1. 1939 செப்டெம்பரில், ஒரு பக்கம் பிரிட்டனுக்கும் பிரான்சுக்கும் இடையிலும் மறுபக்கம் நாஜி ஜேர்மனிக்கும் அதன் பங்காளிகளுக்கும் இடையிலும் மோதல்கள் வெடித்ததில் இருந்தே, ல.ச.ச.க. யுத்தத்திற்கு எந்தவொரு ஆதரவும் கொடுப்பதை உறுதியாக எதிர்த்து வந்தது. இலங்கை தேசிய காங்கிரஸின் தலைவர் டி.எஸ். சேனாநாயக்க, பிரிட்டிஷ் அரசாங்கத்துக்கு "மனப்பூர்வமான முழு ஆதரவை" கொடுத்து அரச சபையில் தீர்மானமொன்றை கொண்டுவந்தபோது, இரு ஏகாதிபத்திய முகாங்களுக்கு இடையிலான யுத்தத்தை கண்டனம் செய்த பிலிப் குணவர்த்தனா, "எந்தவொரு

ஏகாதிபத்திய யுத்தத்தினதும் பங்காளியாக இருக்க நாம் மறுக்கின்றோம். நாம் சகல ஏகாதிபத்திய யுத்தங்களையும் சுரண்டல்களையும் எதிர்க்கின்றோம். ஒரு நாடு யுத்தத்தினுள் இருப்பதனால் வர்க்கப் போராட்டம் நின்றுவிடாது," எனப் பிரகடனம் செய்தார்.[9] 1939 டிசம்பரில் முல்லோயா தோட்டத்தில் தொடங்கிய பெருந்தோட்டத் தொழிலாளர்கள் மத்தியிலான வேலைநிறுத்த அலைகளில் ல.ச.ச.க. முன்னணிப் பாத்திரம் வகித்தது. அந்தத் தோட்டத்தில் தேயிலைத் தொழிற்சாலையில் வேலை செய்த ஒரு தொழிலாளியான கோவிந்தன் பொலிசாரால் சுட்டுக் கொல்லப்பட்டார். வேலைநிறுத்தம் விரிவடைந்து, 1940 மே மாதம் வேவெஸ்ஸ தோட்டத்தில் தொழிலாளர் சபை ஒன்றை அமைத்ததுடன் அது உச்சகட்டத்தை அடைந்த நிலையில், முன்னணி தோட்ட உரிமையாளர்கள் ல.ச.ச.கட்சிக்கு எதிராக நடவடிக்கை எடுக்குமாறு கோரினர். "இலங்கையில் நிலைமை மோசமடைந்து வருவதானது, இந்தியாவில் சந்தேகத்துக்கிடமற்ற முறையில் மிகப்பெருமளவு எதிர்விளைவுகளையும் தரக்கூடியவாறு, இரத்தக்களரி மற்றும் வன்முறையை நோக்கி வழியமைக்கக் கூடும்" என அவர்கள் எச்சரித்தனர். பொலிசார் தேயிலைத் தோட்டங்கள் பூராவும் ஒரு அச்ச சூழ்நிலையை கட்டவிழ்த்துவிட்டனர். பாரிஸ் நகரம், நாஜி இராணுவத்திடம் தோல்வியடைந்து சில நாட்களே ஆகியிருந்த ஜூன் 18 அன்று, ல.ச.ச.க. தடை செய்யப்பட்டதோடு பிலிப் குணவர்த்தனா, என்.எம். பெரேரா, கொல்வின் ஆர். டி சில்வா, எட்மன்ட் சமரக்கொடி ஆகிய நான்கு தலைவர்கள் கைது செய்யப்பட்டனர். இராணுவச்சட்டம் பிறப்பிக்கப்பட்டிருந்த போதும், யுத்த காலம் பூராவும் இலங்கையில் சட்டவிரோதமாக தொடர்ந்தும் செயற்படுவதற்குரிய தயாரிப்புகளை கட்சி ஏற்கனவே மேற்கொண்டிருந்தது.

5-2. 1940 மே மாதத்தில், இந்தியாவில் ட்ரொட்ஸ்கிசக் குழுக்களை தொடர்புகொண்டு அனைத்து-இந்திய கட்சியொன்றுக்கான அடித்தள வேலைகளைத் தொடங்குவதற்காக ல.ச.ச.க. இந்தியாவுக்கு உறுப்பினர்களை அனுப்பத் தொடங்கியது. அஜித் குமார் முகர்ஜி ரோய் மற்றும் கமலேஷ் பனர்ஜி தலைமையில் கல்கத்தாவிலும், ஒன்கர்நாத் வர்ம சாஸ்திரி தலைமையில் கான்பூர் தொழிற்துறை நகரிலும் மற்றும் சந்திரவதன் ஷுக்லா தலைமையில் மும்பையிலுமாக மூன்று குழுக்களின் ஆதரவை ல.ச.ச.க. வென்றது. சாஸ்திரி, ஷுக்லா இருவரும் இந்தியக் கம்யூனிஸ்ட் கட்சியின் (Communist Party of India

---

9. [ஜோர்ஜ் ஜான் லெர்ஸ்கியின் இலங்கையில் ட்ரொட்ஸ்கிஸத்தின் தோற்றம்: லங்கா சமசமாஜக் கட்சி பற்றி ஒரு வரலாற்று ஆவணம்,1935-1942, என்ற நூலில் இருந்து மேற்கோள் காட்டப்பட்டுள்ளது, ஹூவர் நிறுவன வெளியீடு. பக்கம் 206]

-CPI) உறுப்பினர்களாக இருந்த போதிலும், கட்சி மக்கள் முன்னணிவாதத்தின் பக்கம் திரும்பியதை எதிர்த்த அவர்கள், 1930களின் கடைப்பகுதியில் கட்சியில் இருந்து வெளியேறினர். தடை செய்யப்பட்டிருந்த நிலைமையின் கீழும் இந்தியா, பர்மா மற்றும் இலங்கைக்கும் ஒரே ட்ரொட்ஸ்கிசக் கட்சிக்கான அடித்தளத்தை இடுவதற்காக 1940 டிசம்பரிலும் 1941 மார்ச்சிலும் கண்டியில் இரு இரகசியக் கூட்டங்களை ல.ச.ச.க. தலைவர்கள் நடத்தியிருந்தனர். சிறையில் இருந்த ல.ச.ச.க. தலைவர்கள் தமது சிறைக்காவலரை வென்றெடுத்திருந்த காரணத்தால் இரு கூட்டங்களிலும் அவர்களும் பங்குபற்றியிருந்தனர். இரண்டாவது கூட்டத்தில் இந்தியாவில் இருந்தும் பிரதிநிதிகள் பங்குபற்றியிருந்தனர். இந்தியாவில் ஆழமான புரட்சிகர தாக்கங்களைக் கொண்ட வெடிப்பு நிலைமை அபிவிருத்தியடைவதை உணர்ந்த அநேக ல.ச.ச.க. தலைவர்கள், இந்தியாவுக்கு இடம்பெயர்ந்தனர். 1942 ஏப்பிரல் 7 அன்று, தாமிருந்த கண்டி சிறைச்சாலையில் இருந்த தமது சிறைக் காவலருடன் வெளியேறிய நான்கு ல.ச.ச.க. தலைவர்கள், பொலிஸ் சுற்றிவளைப்புக்களையும் கடந்து வெற்றிகரமாக இந்தியாவுக்குச் சென்றனர். 1942 மே மாதம், ல.ச.ச.க. மற்றும் இந்திய ட்ரொட்ஸ்கிசத் தலைவர்களுக்கு இடையிலான கூட்டமொன்றில் இந்திய போல்ஷிவிக்-லெனினிஸ்ட் கட்சி (பி.எல்.பீ.ஐ.) உத்தியோகபூர்வமாக ஸ்தாபிக்கப்பட்டு வேலைத் திட்டமொன்று நிறைவேற்றப்பட்டதோடு நான்காம் அகிலத்தில் இணைந்துகொள்ளவும் கோரப்பட்டது.

5-3. பி.எல்.பீ.ஐ. ஸ்தாபிக்கப்பட்டமை, இந்தியத் துணைக்கண்டத்தில் புரட்சிகர மார்க்சிசத்துக்கான போராட்டத்தில் ஒரு மைல் கல்லை பிரதிநிதித்துவம் செய்தது. இந்திய துணைக் கண்டத்தினுள் ட்ரொட்ஸ்கிசத்தை அறிமுகப்படுத்துவதில் பி.எல்.பீ.ஐ. தலைவர்கள் செய்த சாதனைகளில் இருந்து, அதைத் தொடர்ந்து அவர்கள் செய்த எதுவொன்றும் கூட, பிரித்து விட முடியாது. இலங்கையில் சோசலிசத்துக்காக மட்டுப்படுத்தப்பட்ட அழைப்பு விடுத்து, 1935இல் ல.ச.ச.க. நிறைவேற்றிய மேலெழுந்தவாரியான அழைப்பிற்கு மாறாக பி.எல்.பீ.ஐ.யின் வேலைத் திட்டமானது பாட்டாளி வர்க்க சர்வதேசியவாதத்தில் உறுதியாக வேரூன்றியிருந்தது. அது, இலங்கையில் ஏகாதிபத்திய ஒடுக்குமுறைக்கு எதிரான போராட்டமும் மற்றும் சோசலிசத்துக்கான போராட்டமும், இந்தியாவிலும் சர்வதேச அளவிலுமான சோசலிசப் புரட்சியுடன் முழுமையாகப் பிணைந்துள்ளது என்பதைக் கண்டுணர்ந்து அதை அடிப்படையாகக் கொண்டிருந்தது. அந்த வேலைத் திட்டமானது இந்தியாவில் பிரிட்டிஷ் ஆட்சி, முதலாளித்துவத்தின் தோற்றம், பல்வேறு வர்க்கங்களதும் மற்றும் சகல அரசியல் கட்சிகளதும்

பாத்திரம் பற்றி பூரணமான ஆய்வினைச் செய்ததோடு நான்காம் அகிலத்தின் ஸ்தாபக வேலைத்திட்டத்தை அடிப்படையாகக் கொண்டு இடைமருவுக் கோரிக்கைகளின் ஒரு வரிசையை விரிவுபடுத்தியிருந்தது.

5-4. இந்திய தேசிய காங்கிரஸின் (ஐ.என்.சி.) சமரச அரசியலையும், நிலப் பிரபுக்களுடன் அது கொண்டுள்ள நெருங்கிய உறவையும் மற்றும் 1920களின் முற்பகுதியிலும் 1930களிலும் பெரும் வெகுஜன ஒத்துழையாமை இயக்கத்தை அது காட்டிக்கொடுத்ததையும் பி.எல்.பீ.ஐ. அம்பலப்படுத்தியது. காந்தியின் "அகிம்சையின்" பக்கம் கவனத்தை திருப்பிய அது, இந்தக் கொள்கையின் ஊடாக "முதலாளித்துவமானது போராட்டத்தின் வடிவத்தையும் சீற்றத்தையும் கட்டுப்படுத்தி, அது புரட்சிகர நீரோட்டத்தில் கலந்துவிடாமல் இருப்பதை உறுதிப்படுத்துவதன் மூலம், தேசிய இயக்கங்கள் மீதான தனது கட்டுப்பாட்டை உறுதிப்படுத்த முயற்சிக்கின்றது" என விளக்கியது. இந்திய தேசிய காங்கிரஸ் ஒரு பல-வர்க்கக் கட்சியாக இருப்பதாக அறிவிப்பதன் மூலம், அதனுடன் தமக்குள்ள உறவை நியாயப்படுத்த ஸ்ராலினிஸ்டுகள் எடுத்த முயற்சிகளை "வெளிப்படையான மோசடி" என பி.எல்.பீ.ஐ. கண்டனம் செய்தது. காங்கிரஸ், எல்லாவற்றுக்கும் மேலாக அதன் அரசியல் தலைமை, 1925-27 புரட்சியை நசுக்கிய சீனாவின் முதலாளித்துவ கோமின்டாங்கிற்கு எல்லா வகையிலும் ஒத்த இயல்பைக் கொண்டுள்ளது என அது எச்சரித்தது.

5-5. இந்திய முதலாளித்துவம் நிலப்பிரபுக்களுடன் கொண்டிருந்த நெருங்கிய தொடர்பு விவசாயிகளின் மிகவும் அடிப்படையான தேவைகளைக் கூட இட்டு நிரப்ப அது இயல்பிலேயே இலாயக்கற்றுள்ளதை வெளிப்படுத்தியது. "விவசாயிகள் தமக்குத்தாமே வழங்கிக்கொள்ள முடியாத புரட்சிகரத் தலைமை, நகர்ப்புற வர்க்கங்களில் இருந்தே தோன்ற முடியும். முதலாவதாக, இந்திய முதலாளித்துவம் அத்தகைய தலைமையை வழங்குவது சாத்தியமற்றது. ஏனென்றால் விவசாயிகளை ஒட்டுண்ணித்தனமாக சுரண்டுவதில் பெருமளவில் அதுவும் பங்கு பெறுகின்ற நிலையில், நிலப் பிரச்சினையிலேயே அது முற்றிலுமாக பிற்போக்கானதாக இருக்கிறது,. எல்லாவற்றுக்கும் மேலாக, முதலாளித்துவத்தின் உள்ளார்ந்த பலவீனத்தையும் ஏகாதிபத்தியத்திலேயே அது தங்கியிருப்பதையும் கணக்கிட்டுப் பார்க்கும் போது, அது ஆட்சிக்கான எதிர்வரும் போராட்டத்தில் ஒரு எதிர்ப் புரட்சி பாத்திரத்தை ஆற்றுவதற்கான விதியைக் கொண்டிருக்கிறது."[10]

10. சார்ல்ஸ் வெஸ்லி எர்வின் எழுதிய, *Tomorrow is Ours: The Trotskyist Movement in India and Ceylon,* 1935-48 பக்கம் 300.

அதிகாரத்துக்கான போராட்டத்தில் தொழிலாள வர்க்கத்தின் பின்னால் விவசாயிகளை, குறிப்பாக அதன் மிகவும் ஒடுக்கப்பட்ட தட்டுக்களை அணிதிரட்டுவதற்கான ஒரு வழிமுறையாக, "இழப்பீடு தராமல் நிலப்பிரபுத்துவத்தை ஒழிப்பது" என்பதில் தொடங்கி "உழுபவருக்கே நிலம் சொந்தம்", "விவசாயத்துக்காக பெற்றுள்ள கடன்களை இரத்து செய்தல்" போன்ற சுலோகங்கள் உட்பட்ட கோரிக்கைகளின் ஒரு வரிசையை பி.எல்.பீ.ஐ. விரிவுபடுத்தியது.

5-6. 1920ல் ஸ்தாபிக்கப்பட்ட, ஸ்ராலினிசத்தால் முற்றிலுமாக சீரழிக்கப்பட்ட இந்திய கம்யூனிஸ்ட் கட்சி (சி.பீ.ஐ.) ஆற்றும் பாத்திரத்தை பி.எல்.பீ.ஐ. அம்பலப்படுத்தியது. சீனாவில் போல், இந்திய தேசியக் காங்கிரஸில் உருவாகியிருந்த முதலாளித்துவத்தின் "புரட்சிகர" பகுதி என்றழைக்கப்பட்டதுடன் ஒரு கூட்டை ஏற்படுத்திக்கொள்ளுமாறு கொமின்டேர்ன் (மூன்றாவது அகிலம்) 1920களில் சி.பீ.ஐ.க்கு அறிவுறுத்தியது. காங்கிரஸை இடதுபக்கம் உந்தித்தள்ளும் நோக்குடன், சி.பீ.ஐ. தனது சக்தியை ஒரு முதலாளித்துவ ஜனநாயக வேலைத்திட்டத்துடனான தொழிலாளர் மற்றும் விவசாயிகளைக் கொண்ட "இரு வர்க்க"க் கட்சிகளை கட்டியெழுப்புவதை நோக்கி மேலும் குவிமையப்படுத்தப்பட்டது. அதன் மூலம், அதன் வர்க்க சுயாதீனத்தை மேலும் அழித்துக்கொண்டதோடு தொழிலாள வர்க்கத்தின் தலைமைத்துவத்துக்காக காத்திரமாக நின்று போராட இலாயக்கற்றதாக குன்றிப் போனது. 1930களின் முற்பகுதியில், மூன்றாவது காலகட்ட வழியைப் பின்பற்றிய சி.பீ.ஐ., ஸ்ராலினிச-மென்ஷிவிக்குகளின் இரண்டு-கட்ட புரட்சி தத்துவத்திற்கு தொடர்ந்து வக்காலத்துவாங்குவதுடன் சேர்த்து இந்திய தேசியக் காங்கிரஸ் மீதான வெற்று வாய்ச்சவடால் கண்டனங்களைச் சேர்த்துக் கொண்டது. இரண்டாவதாக நடந்த பெரும் வெகுஜன அடிபணியாமை இயக்கத்தில் இருந்து மிகவும் தொலைவில் நின்ற அது, காங்கிரஸ் தலைமைத்துவத்தை நேரடியாக சவால் செய்ய மறுத்தது. சி.பீ.ஐ. 1930களில் மக்கள் முன்னணி பக்கம் திரும்பிய நிலையில், பிரிட்டிஷ் ஆட்சிக்கு எதிரான போராட்டத்தில் இந்திய தேசியக் காங்கிரஸ் முன்னணியில் இருப்பதாக மிகவும் பகிரங்கமாக பண்பற்ற முறையில் புகழ்பாடியது. காங்கிரஸ் 1935 அரசியலமைப்புத் திருத்தத்தை ஏற்றுக்கொண்டு, பிரிட்டிஷ் இந்தியாவில் பெரும்பாலான மாகாணங்களில் அமைச்சரவைகளை ஸ்தாபித்ததன் மூலம் காலனித்துவ ஆட்சியின் ஒரு பங்காளியாக ஆனபிறகும் கூட இந்திய கம்யூனிஸ்ட் கட்சி இவ்வாறு செய்தது. 1930களின் பிற்பகுதி, காங்கிரஸ் அமைச்சரவைகளுடன் நேரடியாக மோதலுக்கு வந்த தொழிலாள வர்க்கத்தின் போர்க்குணம் மிக்க எழுச்சியையும் மற்றும்

விவசாயிகள் சபைகள் (கிஸான் சபா) வேகமாக வளர்ச்சியடைந்தது உட்பட விவசாயிகளின் போராட்ட அலைகளையும் சந்தித்தது. ஸ்ராலினிஸ்டுகள் இத்தகைய இயக்கங்களை இந்திய தேசிய காங்கிரசிற்கு பின்னால் பிணைத்துவிடுவதற்கும், தொழிலாள வர்க்கத்தின் போராட்டங்களை பொருளாதார கோரிக்கைகளுடன் மட்டுப்படுத்துவதற்கும், காங்கிரஸ் தலைமையுடன் மோதலுக்கு வழிவகுக்கும் என்று அஞ்சி ஜமீன்தார் நிலப்பிரபுத்துவ முறையைத் தூக்கிவீச அழைப்புவிடுப்பதைக் கைவிடவும் முனைந்தனர்.

5-7. 1939 ஆகஸ்ட்டில் ஹிட்லர்-ஸ்ராலின் உடன்படிக்கை கையெழுத்தானதை அடுத்து, சி.பீ.ஐ. பாசிசத்துக்கு எதிராக "ஜனநாயக" சக்திகளை ஆதரிப்பதில் இருந்து, யுத்தத்தை எதிர்ப்பதற்கு மாறிக்கொண்டது. 1941 ஜூனில், சோவியத் ஒன்றியத்தின் மீது நாஜிக்கள் படையெடுத்ததை அடுத்து இன்னுமொரு முறை தலைகீழாக மாறிய சி.பீ.ஐ., பிரிட்டனுக்கு தனது முழு ஆதரவையும் கொடுத்ததோடு தொழிலாள வர்க்கத்தினுள் வேலை நிறுத்தங்களை கலைப்பதில் பிரதானமாக செயற்பட்டதுடன், ஏகாதிபத்திய யுத்தத்துக்காக வக்காலத்து வாங்கியது. சி.பீ.ஐ. துரோகத்தை சாராம்சப்படுத்தி பி.எல்.பீ.ஐ. பிரகடனம் செய்ததாவது: "இன்று இந்த நடத்தை, மிகவும் வெட்கக்கேடானதும், எல்லாவற்றையும் விட கொடூரமானதுமாகும். எதிர்ப்புரட்சிகர கிரேம்ளின் கும்பலுக்கு அடிமைத்தனமாக கீழ்ப்படிகின்ற காரணத்தால், அவர்கள் ஏகாதிபத்திய யுத்தத்துக்கு நிபந்தனையற்ற மற்றும் செயலூக்கமான ஆதரவைக் கொடுக்க பகிரங்கமாக வக்காலத்து வாங்குகிறார்கள். தேசிய முன்னணி என்ற தன் போலிக் கோட்பாட்டைக் கொண்டு, சி.பீ.ஐ. புரட்சிகரப் போராட்டத்தின் தலைமையை துரோகத்தனமான முதலாளித்துவ வர்க்கத்திடம் கையளிப்பதன் மூலம் சீனப் புரட்சியின் காட்டிக்கொடுப்பை மீண்டும் அரங்கேற்றுவதற்கு தயாராக உள்ளது. சி.பீ.ஐ., அது ரஷ்ய புரட்சி மற்றும் சோவியத் ஒன்றியத்தில் இருந்தான நன்மதிப்பை சுவீகரித்துக் கொள்ள முயற்சிக்கின்ற நிலையில், இன்று இந்திய தொழிலாள வர்க்கத்தினுள் அது மிக மிக ஆபத்தான செல்வாக்கினைக் கொண்டுள்ளது."[11]

5-8. காங்கிரஸ் சோசலிஸ்ட் கட்சியின் (Congress Socialist Party - CSP) பக்கம் திரும்பிய பி.எல்.பீ.ஐ. அறிவித்ததாவது: "ஆரம்பத்தில் இருந்தே காங்கிரஸ் முதலாளித்துவத்துக்கு முற்றுமுழுதாய் கீழ்ப்படிகின்ற ஒரு கொள்கையைப் பின்பற்றி வந்திருக்கின்ற இக்கட்சி இன்று தொழிலாள வர்க்கத்தின் மத்தியில் அதற்கு எந்தவொரு அடித்தளமும் இல்லாத நிலையை எட்டியிருக்கிறது. சுயாதீனமாக

11. அதே நூல், பிற்சேர்க்கை, பக்கம் 304.

இருப்பதாக கூறிக்கொண்டதையும் கைவிட்டிருக்கின்ற காங்கிரஸ் சோசலிஸ்ட் கட்சி, அதற்குள் செயற்பட்ட கம்யூனிஸ்டுகளால் பெரிதாக பிளவுபட்டு, இன்று அரசியல் சாரம் எதுவுமில்லாத ஒரு வெற்று கூடாக இருக்கிறது." அது வலியுறுத்தியது: "தான் திரட்டிக்கொண்டுள்ள வரலாற்று அனுபவங்களை, குறிப்பாக நிரந்தரப் புரட்சித் தத்துவத்தை, அடிப்படையாகக் கொண்ட ஒரு புரட்சிகர மூலோபாயத்தைக் கொண்டு பி.எல்.பீ.ஐ.க்கு மட்டுமே புரட்சிகர வெற்றியை நோக்கி தொழிலாள வர்க்கத்தை வழிநடத்த முடியும்."[12]

5-9. நான்காம் அகிலம், ஏகாதிபத்திய சதிக்கும் தாக்குதலுக்கும் எதிராக சோவியத் ஒன்றியத்தை பாதுகாத்தமைக்கு பி.எல்.பீ.ஐ. உறுதியான ஆதரவைக் கொடுத்தது. இரண்டாம் உலக யுத்தத்தின் வெடிப்புடன், அமெரிக்க பகுதியான சோசலிசத் தொழிலாளர் கட்சியில் (Socialist Workers Party) மக்ஸ் ஷட்மான், ஜேம்ஸ் பேர்ன்ஹாம், மார்டின் எபெர்ன் ஆகியோர் தலைமையிலான ஒரு பகுதியினருக்கு எதிராக ஒரு அரசியல் போராட்டத்தை ட்ரொட்ஸ்கி முன்னெடுத்தார். அவர்கள், சோவியத் ஒன்றியம் யுத்தத்துக்குள் இழுபட்டுச் செல்லும் ஒரு நிகழ்வில் அதை தொடர்ந்தும் ஒரு தொழிலாளர்களின் அரசாக அதைக் கருத முடியாது, அதைப் பாதுகாப்பதற்காக நான்காம் அகிலம் அழைப்பு விடுக்கக் கூடாது என வாதிட்டனர். ஆயினும், சோவியத் ஒன்றியத்தின் மீது, ஸ்ராலினிச அதிகாரத்துவத்தினதும் அதன் காட்டிக்கொடுப்புகளதும் தாக்கம் இருந்தபோதும், அது ரஷ்யப் புரட்சியினால் ஸ்தாபிக்கப்பட்ட தேசியமயப்படுத்தப்பட்ட சொத்து உறவுகளிலேயே இன்னமும் தங்கியிருந்தது. சோவியத் ஒன்றியம் ஒரு "அதிகாரத்துவ கூட்டாண்மை" என்ற பேர்ன்ஹம்மின் மறுவரையறைக்குப் பின்னால், சோவியத் ஒன்றியம் மார்க்சிசத்தால் முன்கணிக்கப்படாத, ஒரு நிர்வாக உயர்தட்டினால் மேலாதிக்கம் செய்யப்படுகின்ற மற்றும் இயக்கப்படுகின்ற ஒரு புதிய வடிவிலான சமுதாயத்தை பிரதிநிதித்துவம் செய்கின்றது என்கிற அவநம்பிக்கையான முடிவு இருந்தது. ஸ்ராலினிச அதிகாரத்துவத்தை தொழிலாளர் அரசின் ஒரு தற்காலிகமான புற்றுநோய் போன்ற மிகைவளர்ச்சியாகக் கருதுவதற்குப் பதிலாக சமூகத்தின் ஒரு நிரந்தரமான அம்சம் போல இவ்வாறு ஏற்றுக் கொள்வதென்பது தொழிலாள வர்க்கத்தின் புரட்சிகரப் பாத்திரத்தையும் ஏகாதிபத்திய சகாப்தத்தின் இயல்பு முதலாளித்துவத்தின் மரண ஓலமாக ஆகியிருப்பதை நிராகரிப்பதில் இருந்தும் தோன்றியிருந்தது. பேர்ன்ஹாம் மற்றும் ஷட்மன் அபிவிருத்தி செய்த வாதங்கள், இரண்டாம் உலக யுத்தத்தின் பின்னர் தோன்றிய

12. அதே நூல், பக்கம் 305.

மார்க்சிசத்துக்கு எதிரான நெடிய தாக்குதல்களுக்கு கட்டியம் கூறுவதாக இருந்தது. இவர்களது முடிவுகள் வேறுபட்டதாக இருந்தாலும் இந்த சகல திருத்தல்வாத குழுக்களும், அது "அரச முதலாளித்துவத்தின்" பல்வேறு தத்துவார்த்த வடிவங்கள் என்றாலும் சரி, அல்லது, மிஷேல் பப்லோவின் "அடுத்த பல நூற்றாண்டுகளுக்கு உருக்குலைந்த தொழிலாள அரசுகள்" என்ற தத்துவமென்றாலும் சரி, அவை ஸ்ராலினிச அரசுகள் வரலாற்று ஏற்புடைமையை கொண்டிருப்பதாகக் கருதியதோடு தொழிலாள வர்க்கம் ஒரு புரட்சிகர சக்தி என்பதையும் நிராகரித்தன.

6. இந்தியாவை விட்டு வெளியேறு இயக்கம்

6-1. இந்தியாவில் ஒரு அரசியல் எழுச்சி பற்றிய இந்திய பி.எல்.பீ.ஐ.யின் முன்னறிவிப்பு சரியானது என நிரூபணமானது. கொந்தளிப்பு மிகுந்த இந்தியாவை விட்டு வெளியேறு இயக்கமானது அது உருவாக்கப்பட்ட ஒரு சில மாதங்களுக்குள்ளேயே 1942 ஆகஸ்டில் வெடித்தது. காங்கிரஸ் உத்தியோகபூர்வமாக யுத்தத்தை எதிர்த்ததோடு, 1939 இலையுதிர் காலத்தில் அதன் அமைச்சர்கள் தமது பதவிகளில் இருந்து விலகினர். ஆனால் அதன் எதிர்ப்பு, குடிமக்களின் தனிநபர் அடையாள ஒத்துழையாமையாக மட்டுப்படுத்தப்பட்டது. பசுபிக்கில் யுத்தம் வெடித்ததை அடுத்து, இந்தியா மீது ஜப்பான் உடனடியாக படையெடுக்கக் கூடிய ஆபத்தானது பிரிட்டனை நெருக்குவதற்கு தங்களுக்கு ஒரு பெரும் நெம்புகோலைக் கொடுத்திருக்கின்றது என காந்தியும் காங்கிரஸ் தலைவர்களும் கணக்கிட்டனர். பிரிட்டனின் யுத்த முயற்சிகளுக்கு இந்தியா அடிபணிந்தமையால் உருவான சமூக-பொருளாதாரக் குழப்பம் பெருகி வந்த நிலைமையின் கீழ், காங்கிரஸ் வெகுஜன அமைதியின்மை தோன்றுவதை முன்கூட்டியே கட்டுப்பாட்டில் கொள்ள முயற்சித்தது. ஆகஸ்ட் 7 அன்று, காங்கிரஸ் செயற் குழு, மத்திய பம்பாயின் ஒரு மிகப்பெரும் திறந்தவெளிப் பிரதேசமான கொவாலியா டேங்க் மைதானத்தில் பிரமாண்டமான கூட்டத்தின் முன்னிலையில், "பிரிட்டனை முறையாக வெளியேறக்" கோரும் ஒரு வெகுஜன அஹிம்சைப் போராட்டத்துக்கு அழைப்பு விடுக்கும் தீர்மானமொன்றை பற்றி ஆராய்ந்தது. அந்த செயற்குழுவில் இருந்த ஸ்ராலினிச உறுப்பினர்கள் தீர்மானத்தை பகிரங்கமாக எதிர்த்தமை, சி.பீ.ஐ.க்கு ஒரு பெரும் அரசியல் அடியாக விழுந்தது.

6-2. காங்கிரசால் முன்னெடுக்கப்படும் எந்தவொரு ஏகாதிபத்திய-எதிர்ப்புப் போராட்டத்துக்கும் ஆதரவு தெரிவித்து பம்பாய் கூட்டத்தில் பி.எல்.பீ.ஐ. விநியோகித்த அதன் துண்டுப் பிரசுரம், விவசாயிகள் குழுக்கள் மூலம் நிலங்களைக் கைப்பற்ற வழிவகுக்கும்

கிராமப்புற வரி-செலுத்தாமை மற்றும் வாடகை-செலுத்தாமை என்ற பிரச்சாரத்தின் ஆதரவுடன், "பிரிட்டிஷ் ஏகாதிபத்தியத்துக்கு எதிரான ஒரு பிரமாண்டமான பொது அரசியல் தாக்குதலுக்கு" அழைப்பு விடுத்தது. அவ்வாறு செய்ததன் மூலம், இந்தியத் தொழிலாளர்களுக்கு ட்ரொட்ஸ்கி எழுதிய கடிதத்தில் உள்ளடங்கியிருந்த ஆலோசனையை பி.எல்.பீ.ஐ. பின்பற்றியது: பெரிய பிரித்தானியாவின் எதேச்சதிகார ஆட்சிக்கு எதிரான போராட்டப் பாதையில், ஒரு சிறிய அடியையாவது முன் எடுத்து வைப்பதற்கு இந்திய முதலாளித்துவம் நெருக்கப்படும் நிலையில், அத்தகைய ஒரு நடவடிக்கைக்கு தொழிலாளர்கள் இயற்கையாகவே ஆதரவளிப்பர். ஆனால், அவர்கள் தமது சொந்த வழிமுறையிலேயே அதை ஆதரிப்பர்: பெரும் கூட்டங்கள், துணிவான சுலோகங்கள், வேலை நிறுத்தங்கள் மற்றும் ஆர்ப்பாட்டங்களையும் ஒழுங்கு செய்வதோடு, சக்திகளின் உறவு மற்றும் சூழ்நிலையைப் பொறுத்து அவர்கள் மேலும் தீர்க்கமான போராட்ட நடவடிக்கைகளுக்கு செல்வர். இதைச் சரியாக செய்வதற்கு பாட்டாளிகளின் கைகள் சுதந்திரமாக இருக்க வேண்டும். எல்லாவற்றுக்கும் மேலாக, இந்திய ஜனத்தொகையில் ஆதிக்கம் செலுத்தும் விவசாயிகளை தம்பின்னால் அணிதிரட்டிக்கொள்வதற்கு, தொழிலாளர்கள் முதலாளித்துவத்திடம் இருந்து முற்றிலும் சுயாதீனமாக இருப்பது இன்றியமையாததாகும்."[13]

6-3. ஆகஸ்ட் 8 அன்று, "செய் அல்லது செத்து மடி!" என்று கிளர்ச்சியூட்டும் வகையில் உரையாற்றிய போதும், அந்தத் தீர்மானம் வைஸ்ராயை பேச்சுவார்த்தைக்குக் கொண்டுவரும் என்பதே காந்தியின் எதிர்பார்ப்பாக இருந்தது. ஆயினும், பிரிட்டிஷ் அரசு முழு காங்கிரஸ் தலைமையையும் கைது செய்து பதிலளித்தது. இந்த நடவடிக்கை நாட்டின் பல பாகங்களிலும் சீற்றம் கொண்ட எதிர்ப்புப் போராட்டங்கள் மற்றும் வேலைநிறுத்த அலைகளை கட்டவிழ்த்துவிட்டது. இந்த எதிர்ப்புக்களை நசுக்குவதற்கு ஆதரவளிப்பதில் சி.பீ.ஐ. உடன் முஸ்லிம் லீக்கும் இந்து மஹா சபையும் இணைந்துகொண்டன. காந்தி உட்பட்ட காங்கிரஸ் தலைவர்கள் சிறையில் இருக்க, இயக்கத்தின் தலைமையை காங்கிரஸ் சோசலிஸ்டுகள் பெற்றனர். ஆனால் அதிகாரத்தைக் கைப்பற்றுவதற்கு அவர்களிடம் எந்தவொரு முன்னோக்கும் இருக்கவில்லை. அவர்கள் தொழிலாள வர்க்கத்துக்கு ஒரு நிலைநோக்கை வகுக்காததோடு, அதற்கு மாறாக நாசவேலை மற்றும் விவசாய கெரில்லாவாதம் போன்ற நடவடிக்கைகளால் அதைப் பயனற்றதாக்கினர். ஆர்ப்பாட்டங்களுக்குள் தன்னை செலுத்திக் கொண்ட பி.எல்.பீ.ஐ.

---

13. [(லியோன் ட்ரொட்ஸ்கியின் கட்டுரைகள்) Writings of Leon Trotsky (1939-40) பாத்பைன்டர், பக்கம் 33]

தொழிலாளர் மற்றும் மாணவர்களின் பக்கம் திரும்பியதோடு மும்பை, கல்கத்தா, சென்னை மற்றும் ஏனைய பெருநகரங்களிலான ஆர்ப்பாட்டங்களிலும் அல்லது அவற்றை ஏற்பாடு செய்வதிலும் பங்கெடுத்தது. அதனால் அது பெரும் விலைகொடுக்க நேரிட்டது. "பாசிஸ்டுகளுக்கு உதவி செய்யும் கிரிமினல்கள் மற்றும் ரவுடிகள்" என்று பி.எல்.பீ.ஐ.க்கு முத்திரை குத்திய ஸ்ராலினிஸ்டுகளின் உதவியுடன், பொலிசார் பல பி.எல்.பீ.ஐ. உறுப்பினர்களையும் மூத்த தலைவர்களையும் கைது செய்தனர். கொடூரமான பொலிஸ் அடக்குமுறைக்கு மத்தியிலும் இந்தியாவை விட்டு வெளியேறு இயக்கத்தில் பல மில்லியன் மக்கள் ஈடுபட்டதோடு இப்போராட்டம் பல மாதங்கள் தொடர்ந்தது. உத்தியோகபூர்வ புள்ளி விபரங்களின் படி, 1942 ஆகஸ்ட் முதல் 1943 மார்ச் வரையான காலப்பகுதியினுள் ஆயிரத்துக்கும் மேற்பட்டவர்கள் கொல்லப்பட்டதோடு 60,000 பேர் சிறை வைக்கப்பட்டனர். இந்த இயக்கம் பின்னடைவு கண்டதோடு, பிரிட்டன் ஜப்பானிய இராணுவத்தை தோற்கடித்த பின்னர், காங்கிரஸ் எஞ்சிய யுத்தகாலம்வரை தனது இந்தியாவை விட்டு வெளியேறு கோரிக்கையை கிட்டத்தட்ட முற்றாக கைவிட்டுவிட்டது.

6-4. பி.எல்.பீ.ஐ. முன்னெடுத்த இடைவிடாத போராட்டம் பிராந்தியம் முழுக்க ட்ரொட்ஸ்கிசத்தின் சிறப்பை பரவச் செய்தது. தடை செய்யப்பட்ட நிலைமை, பொலிஸ் சட்ட நடவடிக்கை மற்றும் யுத்த காலத்தில் நான்காம் அகிலத்தில் இருந்து தனிமைப்பட்டிருந்தமை போன்ற கடினமான நிலைமைகளின் கீழும், காங்கிரசுக்கோ அல்லது காங்கிரஸ் சோசலிஸ்டுகளுக்கோ இம்மியளவும் அரசியல் சலுகை வழங்காமல், அது தனது கவனத்தை இந்தியாவை விட்டு வெளியேறு இயக்கத்தில், எல்லாவற்றுக்கும் மேலாக தொழிலாள வர்க்கத்தின் பக்கம் குவியச்செய்திருந்தது. எவ்வாறெனினும், புரட்சிகர அலை பின்னடைவைக் கண்ட நிலையில், பி.எல்.பீ.ஐ.க்கு உள்ளேயே கூர்மையான அரசியல் வேறுபாடுகள் தோன்றின. ல.ச.ச.கட்சியை பி.எல்.பீ.ஐ.யாக மாற்றுவதிலேயே இந்த வேறுபாடுகளின் மூலத் தோற்றம் காணப்பட்டது. இந்த மாற்றமானது ஒரு புதிய பாட்டாளி வர்க்க சர்வதேசியவாத அச்சை நோக்கிய ஒரு அடிப்படை நகர்வைக் குறித்ததோடு தவிர்க்க முடியாமல் உட்கட்சி பதட்டங்களை உருவாக்கியது. இந்திய போல்ஷிவிக்-லெனினிஸ்ட் கட்சியை ஒரு லெனினிசக் கட்சியாக மீள்வடிவமைக்கும் டொரிக் டி சொய்ஸாவின் முயற்சிகளை பிலிப் குணவர்த்தனா எதிர்த்ததைச் சூழவே ஆரம்ப முரண்பாடுகள் தோன்றின. கொழும்பில் உள்ள "குட்டி முதலாளித்துவ புத்திஜீவிகள்" "வெகுஜனங்களில் இருந்து முழுமையாக துண்டித்துக்கொள்ளும் ஒரு குறுகிய சதிகாரக் கும்பலுக்குள்" கட்சியைத் திருப்பிவிட்டதாக பம்பாயில் இருந்த பிலிப்

குணவர்த்தனா கண்டனம் செய்தார். 1942ல், அவரும் என்.எம். பெரேராவும் ஸ்தாபித்த தொழிலாளரது எதிர்ப்புப் பிரிவு, தொழிற்சங்கவாதிகளின் ஒரு தட்டை ஒன்றுதிரட்டியது. யுத்தத்தின் போது இலங்கையில், பி.எல்.பீ.ஐ.யின் தலைமறைவு வேலைகளுக்கு தலைமை வகித்த டி சொய்ஸா, போல்ஷிவிக் லெனினிச பிரிவொன்றை அமைப்பதன் மூலம் பதிலிறுத்தார்.

6-5. இத்தகைய குழுக்களுக்கிடையிலான வேறுபாடுகள் முதலில் தெளிவற்றதாக இருந்த அதே வேளை, இந்தியாவை விட்டு வெளியேறு இயக்கத்தின் முடிவு மிகவும் அடிப்படையான முரண்பாடுகளை வெளிச்சத்துக்குக் கொண்டுவந்தது. பி.எல்.பீ.ஐ.யின் அளவு மற்றும் அபிவிருத்தியையிட்டு பொறுமையிழந்த பிலிப் குணவர்த்தனாவும் என்.எம். பெரேராவும், 1943ல் சிறையில் இருந்தவாறே ஆவணம் ஒன்றை வெளியிட்டனர். "இந்தியப் போராட்டம் - அடுத்த கட்டம்" என்று தலைப்பிடப்பட்டிருந்த அந்த ஆவணம், தெளிவின்றி வரையறுக்கப்பட்ட ஒரு "ஐக்கிய புரட்சிகர முன்னணியில்" காங்கிரஸ் சோசலிஸ்ட் கட்சி உட்பட பல்வேறு குட்டி முதலாளித்துவ அமைப்புக்களுடன் ஒரு கொள்கையற்ற கூட்டிணைவுக்காக வாதிட்டது. இந்தத் திட்டமானது பி.எல்.பீ.ஐ. கைவிட்ட சமசமாஜவாதத்தை நோக்கி மீண்டும் குறிப்பிடத்தக்க வகையில் பின்வாங்குவதாய் இருந்தது. சென்னையில் 1944ல் நடந்த மாநாட்டில் பி.எல்.பீ.ஐ., பிலிப் குணவர்த்தனா- என்.எம். பெரேரா ஆவணத்தை திட்டவட்டமாக நிராகரித்தது. "இந்தப் பிரேரணை நடைமுறைப்படுத்தப்பட்டால், ஒரு தெளிவான புரட்சிகர வேலைத்திட்டத்துடன் இன்று இந்தியாவில் இருக்கின்ற ஒரே கட்சியை (அது சிறியதாக இருந்தாலும்) கலைத்துவிடுவதையும், மற்றும் அதன் இடத்தில் ஒரு பரந்த மத்தியவாதக் கட்சியை உருவாக்குவதையுமே விளைவாக்கும் என நாம் நம்புகிறோம்" என அங்கு ஏற்றுக்கொள்ளப்பட்ட தீர்மானம் பிரகடனப்படுத்தியது.[14] எவ்வாறெனினும், இந்த முரண்பாடுகள் தீர்க்கப்படாமல் இருந்ததோடு, யுத்தம் முடிந்த பின்னர் பெரும் பலத்துடன் வெளிப்படவிருந்த அரசியல் பிரச்சினைகளின் முன்னோடியாகவும் இருந்தன.

6-6. பி.எல்.பீ.ஐ. காங்கிரஸில் எடுக்கப்பட்ட பிரதான தீர்மானம், இந்தியவை விட்டு வெளியேறு இயக்கத்தின் தோல்விக்கான காரணங்களை விவரமாக ஆராய்ந்தது. "எந்தவொரு குறிப்பிடத்தக்க வகையிலும், ஆகஸ்ட் இயக்கம் முதலாளித்துவ முன்னோக்குகளின் வரம்புகளை கடந்துசெல்லாமல் இருந்ததற்கான அடிப்படை காரணம், தொழிலாள வர்க்கம் ஒரு தீர்க்கமான அளவில் போர்க்குணம் மிக்க

14. *Tomorrow is Ours* நூலில் இருந்து மேற்கோளிடப்பட்டுள்ளது. பக். 170-171

வர்க்க நடவடிக்கையை நோக்கி நகரத் தவறியமையே ஆகும்," என அது தெரிவித்தது. இந்தப் போராட்டங்களை தொழிலாளர்கள் ஆதரித்ததோடு ஆங்காங்கே நடந்த வேலை நிறுத்தங்களிலும் பங்குபற்றிய போதிலும், தொழிற்சங்க இயந்திரங்களின் மீது அது கொண்டிருந்த கட்டுப்பாட்டின் ஊடாக சி.பீ.ஐ.யினாலும் மற்றும் விவசாயிகளை இலக்காகக் கொண்டிருந்த காங்கிரஸ் ஸ்ராலினிஸ்டுகளாலும் தொழிலாள வர்க்கம் பின்தள்ளி வைக்கப்பட்டது. இந்த தீர்மானம், குறிப்பாக யுத்தத்தின் முடிவின் பின்னர், தொழிலாள வர்க்கத்தினுள் கட்சியின் தலையீட்டை ஆழப்படுத்துவதற்கு அடித்தளம் அமைத்தது.

7. யுத்தத்துக்குப் பிந்திய புரட்சிகர எழுச்சிகளை ஸ்ராலினிசம் காட்டிக்கொடுத்தது

7-1. யுத்தத்தின் இரத்தக்களரி பயங்கரங்கள் யுத்தத்துக்குப் பிந்திய புரட்சிகர எழுச்சிகளை ஏற்படுத்தும் என்ற ட்ரொட்ஸ்கியின் முன்கணிப்பு, ஆசியா பூராவும் நிரூபிக்கப்பட்டது. ஜப்பானிய ஏகாதிபத்தியமானது சீனா, கொரியா மற்றும் அதன் ஆதிக்கத்தின் கீழ் இருந்த ஏனைய நாடுகளில் முன்னெடுத்த படுகொலைகள், அமெரிக்க ஏகாதிபத்தியம் யுத்தத்தை முடிவுக்குக் கொண்டுவந்த குற்றவியல் வழிமுறையுடன் சமாந்தரமாக இருந்தது. அப்பாவிப் பொதுமக்கள் உயிரிழப்புக்களை அதிகப்படுத்துவதற்காக வடிவமைக்கப்பட்ட தீ பரவச்செய்யும் குண்டுகளை அதிகளவில் பயன்படுத்துவது உட்பட, ஜப்பானிய நகரங்கள் மீதான அமெரிக்காவின் உக்கிரமான குண்டுத் தாக்குதல்கள், 1945 ஆகஸ்ட்டில் ஹிரோஷிமா மற்றும் நாகசாகியில் அணுகுண்டுகளை வீசுவதுடன் உச்சகட்டத்தை அடைந்தது. இந்தக் கடைசி இரு அட்டூழியங்களதும் பிரதான குறிக்கோள், புதிய ஆயுதத்தின் அழிவுகரமான பலத்தை சோவியத் ஒன்றியத்துக்கு எடுத்துக்காட்டுவதுடன், சோவியத் இராணுவங்கள் சீனா மற்றும் கொரியாவுக்குள் துரிதமாக முன்னேறிக்கொண்டிருந்த நிலையில், பசுபிக்கில் இடம்பெற்ற யுத்தத்தை திடீரென முடிவுக்குக் கொண்டுவருவதுமாகும். பெருமந்தநிலையின் தீவிரமான சுமைகளைத் தொடர்ந்து, ஆறு வருடகால ஏகாதிபத்திய காட்டுமிராண்டித்தனம், மனித குலத்தின் கண்களின் எதிரில் முதலாளித்துவத்தை அம்பலப்படுத்தியது. மதிப்பிழந்த ஆளும் வர்க்கங்கள் மீண்டும் தமது கட்டுப்பாட்டைத் தக்கவைக்க எடுத்த முயற்சிகள், தொழிலாள வர்க்கத்திடமிருந்து உறுதியான எதிர்ப்பையும் உலகம் பூராவும் புரட்சிகர எழுச்சிகளையும் தூண்டிவிட்டன.

7-2. இடைமருவு வேலைத்திட்டம் விளக்கியது போன்று, புரட்சிகரத் தலைமையே மையப் பிரச்சினையாக இருந்தது. யுத்தத்துக்கு எதிராக தொழிலாள வர்க்கத்தை ஐக்கியப்படுத்தவும் அணிதிரட்டவும் ட்ரொட்ஸ்கிஸ்டுகள் உத்வேகத்துடன் போராடிய அதேவேளை, ஜனநாயக சக்திகள் என சொல்லப்படுபவர்கள், பாசிஸ்டுகள் மற்றும் ஸ்ராலினிஸ்டுகளாலும் நான்காம் அகிலத்தின் பகுதிகளுக்கு எதிராக முன்னெடுக்கப்பட்ட சளைக்காத ஒடுக்குமுறைகளால் நான்காம் அகிலம் கடுமையாக பலவீனமடைந்திருந்தது. மேலும், நாஜிக்கள் மீதான செஞ்சேனையின் வெற்றிகளால் யுத்தத்தில் இருந்து சோவியத் அதிகாரத்துவம் பெருமிதம் பொங்க வெளிவந்தது. ஆயினும், மேற்கில் வெற்றிகரமான புரட்சிகள், தனது ஆட்சிக்கு எதிராக சோவியத் தொழிலாள வர்க்கத்தின் இயக்கங்களுக்கு செயலூக்கம் கொடுக்கும் என ஸ்ராலின் அச்சம் கொண்டார். கிழக்கு ஐரோப்பாவில் ஒரு மட்டுப்படுத்தப்பட்ட சோவியத் செல்வாக்கை அனுமதிப்பதற்கு பிரதியுபகாரமாக முதலாளித்துவத்தை பேணிக்காப்பதற்கு உதவுவதன் பேரில், ஸ்ராலின் தெஹ்ரானிலும் (1943) யால்டாவிலும் (1945 பெப்பிரவரி) மற்றும் போஸ்ட்டாமிலும் (ஜூலை 1945) வைத்து, ரூஸ்வெல்ட் மற்றும் சேர்ச்சிலுடனும் ஒரு தொகை உடன்படிக்கைகளை ஏற்படுத்திக்கொண்டார். பிரான்ஸ் மற்றும் இத்தாலியில் முதலாளித்துவக் கட்சிகள் பாசிசத்துக்கு மறைமுக ஆதரவு கொடுத்தும் வெளிப்படையாக ஒத்துழைத்தும் முழு சமரசம் செய்து கொண்டதோடு, இந்த நாடுகளில் இருந்த கம்யூனிஸ்ட் கட்சிகள், மொஸ்கோவின் கட்டளைகளைப் பின்பற்றி, எதிர்ப்புப் போராளிகளை நிராயுதபாணிகளாக்கி, முதலாளித்துவ அரசாங்கங்களில் அமைச்சுப் பொறுப்புகளோடு இணைந்து கொண்டதோடு தொழிலாள வர்க்கத்தின் எந்தவொரு சுயாதீன நடவடிக்கையையும் ஒடுக்கின. பிரான்சில் முதலாளித்துவ அரசாங்கத்தின் பாகமாக இருந்த பிரெஞ்சுக் கம்யூனிஸ்ட் கட்சி, அல்ஜீரியா மற்றும் இந்தோசீனா உட்பட பிரான்சின் காலனிகளின் மீதான கட்டுப்பாட்டை மீண்டும் பெறுவதற்கான பிரெஞ்சு ஏகாதிபத்தியத்தின் முயற்சிகளுக்கு ஆதரவளித்தது. ஜப்பானில், இதற்குச் சளைக்காத துரோகத்தனத்தை தொழிலாள வர்க்கத்தின் பிரமாண்டமான எழுச்சியைத் தணிப்பதற்காக கம்யூனிஸ்ட் கட்சி ஆற்றியது. ஸ்ராலினிச இரண்டு-கட்ட தத்துவத்தின் விபரீதமான வடிவத்தின் அடிப்படையில், ஜப்பானிய கம்யூனிஸ்ட் கட்சி, அமெரிக்க ஆக்கிரமிப்பானது "ஜனநாயகப் புரட்சியை" முன்னெடுக்கின்றது எனக் கூறிக்கொண்டதோடு, இந்த அடிப்படையில், ஜெனரல் டக்ளஸ் மெக்ஆர்தரின் கட்டளைகளுக்கு

தொழிலாள வர்க்கத்தின் வேலை நிறுத்த இயக்கத்தை அடிபணியச் செய்தது. இதன் விளைவாக, முதலாளித்துவ ஆட்சி காப்பாற்றப்பட்டதோடு ஜப்பான் ஆசியாவில் அமெரிக்க ஏகாதிபத்தியத்தின் முக்கியமான பங்காளியாக மாறியது.

7-3. ஆசியாவில் காலனித்துவ-எதிர்ப்பு இயக்கங்களை காட்டிக்கொடுப்பதில் ஸ்ராலினிசத்தின் பாத்திரம் முதலாளித்துவத்தை பூகோள ரீதியில் மீண்டும் ஸ்திரப்படுத்துவதற்கு இன்றியமையாததாக இருந்தது. யுத்தத்தின் முடிவானது பிராந்தியம் பூராவும் வெகுஜனங்களின் ஏகாதிபத்திய-எதிர்ப்பு இயக்கங்களை நிகரற்ற அளவில் உக்கிரமாக தூண்டிவிட்டது. இந்த மோதல்களில் பழைய ஐரோப்பிய சக்திகள் ஜப்பானால் நசுக்கித் தோற்கடிக்கப்பட்டமை, அவர்களது ஆசிய பேரரசுக்கான அடித்தளத்தை நொருக்கி விட்டிருந்தது. ஒவ்வொரு விடயத்திலும், அது இந்தோசீனாவில் பிரான்ஸ் என்றாலும் சரி, இந்தோனேஷியாவில் டச்சு என்றாலும் சரி, அல்லது மலேசியாவில் மற்றும் இந்திய உபகண்டத்தில் பிரிட்டன் என்றாலும் சரி, தமது நிலைகளில் கட்டுப்பாட்டை புதுப்பிக்க முன்னாள் காலனித்துவ ஆட்சிகள் எடுத்த முயற்சிகள், வெகுஜன எதிர்ப்பைச் சந்தித்தன. சீனா மற்றும் கொரியாவில் ஜப்பானிய ஆட்சியின் வீழ்ச்சியானது அமெரிக்க ஏகாதிபத்தியம் பதவியிருத்த முயன்ற சர்வாதிகார ஆட்சிகளுக்கு எதிரான பரந்த இயக்கங்களுக்கு எழுச்சியூட்டியது.

7-4. 1934ல் எழுதப்பட்ட யுத்தமும் நான்காம் அகிலமும் என்ற நூலில், கிழக்கில் காலனித்துவ மற்றும் அரைக் காலனித்துவ நாடுகள் சம்பந்தமாக விசேட கவனம் செலுத்திய ட்ரொட்ஸ்கி விளக்கியதாவது: "அவர்களது போராட்டம் இரு மடங்கு முற்போக்கானது: பின்தங்கிய மக்களை ஆசியவாதம், பிரிவுவாதம் மற்றும் வெளிநாட்டு அடிமைத்தனத்தில் இருந்து பிரிக்கிறது, அவர்கள் ஏகாதிபத்திய அரசுகளுக்கு எதிராக சக்திவாய்ந்த அடிகளைக் கொடுக்கிறார்கள். ஆனால், ஆசியாவிலும் ஆபிரிக்காவிலும் காலதாமதமான புரட்சிகள், தேசிய அரசுகள் புத்துயிர்பெறும் ஒரு புதிய சகாப்தத்தைத் திறந்துவிட இலாயக்கற்றவை என்பதை முன்கூட்டியே தெளிவாகப் புரிந்துகொள்ள வேண்டும். ஒரு அரைக் காலனித்துவ நாடாகவும் இருந்த ரஷ்யாவில், காலங்கடந்து வந்த ஜனநாயகத் திருப்பம், சோசலிசப் புரட்சிக்கான அறிமுகமாக மட்டுமே இருந்தது போல், காலனிகளின் விடுதலையும் உலக சோசலிசப் புரட்சியின் ஒரு மிகப்பெரிய அத்தியாயமாக மட்டுமே இருக்கும்." அந்த வகையில், யுத்தத்துக்குப் பிந்திய காலனித்துவ எதிர்ப்புப் போராட்டத்தின் ஜனநாயகக் கடமைகள், அனைத்துலக சோசலிசத்துக்கான பரந்த

போராட்டத்தின் பாகமாக தொழிலாள வர்க்கத்தின் தலைமையின் கீழ் மட்டுமே அடையப்பட முடியும். ஆனால், அந்தப் பாதை ஸ்ராலினிசத்தால் தடுக்கப்பட்டுவிட்டது.

7-5. தென்கிழக்கு ஆசியா பூராவும், யுத்தத்துக்குப் பிந்திய காலனித்துவ எதிர்ப்புப் போராட்டங்களை தடம்புரளச் செய்வதில் ஸ்ராலினிசக் கட்சிகள் கருவிகளாக பயன்பட்டுள்ளன. இதன் நீண்ட விளைவுகளுக்கு தொழிலாள வர்க்கம் இன்னமும் விலை கொடுத்துக்கொண்டிருக்கின்றது. இரண்டாம் உலக யுத்தத்தின் பின்னர் பிராந்தியத்தில் ஸ்தாபிக்கப்பட்ட அரசுகளில் எதுவும், அடிப்படை ஜனநாயக உரிமைகள் மற்றும் சிறந்த வாழ்க்கைத்தரத்துக்கான உழைக்கும் மக்களின் அபிலாசைகளை இட்டு நிரப்ப முடியாதவையாக இருக்கின்றன. இந்தோனேஷியாவில், இந்தோனேஷிய கம்யூனிஸ்ட் கட்சி (Indonesian Communist Party - PKI), சுகார்னோ முதலில் டச்சுக்காரர்களுடனும் பின்னர் அமெரிக்காவுடனும் சூழ்ச்சித் திட்டங்களில் ஈடுபட்டிருந்த போதிலும், அவர் தலைமையிலான தேசிய இயக்கத்துக்கு தொழிலாள வர்க்கத்தை அடிபணியச் செய்தது. சுதந்திரத்துக்கு அமெரிக்கா கொடுத்த ஆதரவுக்கு பிரதியுபகாரமாக, சுகார்னோ 1948ல் இந்தோனேஷிய கம்யூனிஸ்ட் கட்சியை இரத்தத்தில் மூழ்கடித்தார். இதில் ஆயிரக்கணக்கான இந்தோனேஷிய கம்யூனிஸ்ட் கட்சி உறுப்பினர்கள் கொல்லப்பட்டனர். ஆயினும் கூட இந்தோனேஷிய கம்யூனிஸ்ட் கட்சி சுகார்னோவுடன் கூட்டணியை புதுப்பித்துக்கொள்வதை நிறுத்தவில்லை. அது 1965-66ல் சி.ஐ.ஏ. ஆதரவிலான இராணுவ சதிக் கவிழ்ப்புக்கும் பாதை அமைத்தது. இந்த சதிக் கவிழ்ப்பு நடவடிக்கையில் இந்தோனேஷிய கம்யூனிஸ்ட் கட்சி உறுப்பினர்கள், தொழிலாளர்கள் மற்றும் விவசாயிகளுமாக குறைந்தபட்சம் 500,000 பேர் உயிரிழந்ததோடு மூன்று தசாப்த கால சர்வாதிகாரம் நிலவியது. மலாயாவில், மலாயா கம்யூனிஸ்ட் கட்சியும் (Malayan Communist Party - MCP) ஜப்பான்-விரோத மலாயன் மக்கள் இராணுவமும் பிரிட்டிஷ் படைகள் மீண்டும் வருவதை பகிரங்கமாக வரவேற்றதோடு, புதிய பிரிட்டிஷ் நிர்வாகம் தன்னை மீண்டும் ஸ்தாபித்துக்கொள்ள முயற்சித்த போது அதனுடன் ஒத்துழைத்தன. 1948ல் தனது கட்டுப்பாட்டை மீண்டும் பலப்படுத்திக்கொண்ட பிரிட்டன், மலாயா கம்யூனிஸ்ட் கட்சி மீது திரும்பியதோடு அடுத்த தசாப்தம் பூராவும் அதன் கெரில்லாப் படைகளை ஈவிரக்கமின்றி நசுக்கியது. அதன் பின்னரே பழமைவாத மலாய் இனவாதக் கட்சியான ஐக்கிய மலாயா தேசிய அமைப்பிடம் ஆட்சியை கையளித்தது. அதிலிருந்து இக்கட்சியே மலேசியாவை மேலாதிக்கம் செய்துவந்தது. லீ குவன் யூவுக்கும் மற்றும் அவரது மக்கள் நடவடிக்கைக் கட்சிக்கும்

மலாயா கம்யூனிஸ்ட் கட்சி ஆதரவளித்தமையே, சிங்கப்பூரில் இன்றைய ஒரே-கட்சி பொலிஸ் அரசுக்கு அடித்தளம் அமைத்தது.

7-6. பிரான்ஸ் அதன் காலனிகள் மீதான கட்டுப்பாட்டை மீண்டும் நிலைநாட்ட செய்துகொள்வதற்கு ஹோ சி மின் தலைமையிலான இந்தோசீனா கம்யூனிஸ்ட் கட்சி (Indochinese Communist Party -ICP), குறிப்பான ஒரு குற்றவியல் பாத்திரத்தை ஆற்றியது. 1945 ஆகஸ்டில் ஜப்பான் சரணடைந்ததற்குப் பின்னர், ஸ்ராலினிஸ்டுகள் முதலாளித்துவக் கட்சிகளுடன் ஒரு தற்காலிக அரசாங்கத்தை அமைத்ததோடு பிரிட்டன் மற்றும் பிரெஞ்சுப் படைகள் வந்திறங்கிய நிலையில் அந்த நாடுகளுடன் பேரம் பேசலுக்கு முயற்சித்தனர். தேசிய சுதந்திர இயக்கத்தின் வளர்ச்சியின் மத்தியில், லா லூட் குழு (La Lutte) மற்றும் சர்வதேச கம்யூனிஸ்ட் கழகத்தில் இருந்த ட்ரொட்ஸ்கிஸ்டுகள், தொழிலாள வர்க்கத்தையும் நகர்ப்புற மற்றும் கிராமப்புற வறியவர்களையும் சுயாதீனமாக அணிதிரட்டப் போராடினர். சைகோனில் வெகுஜன ஆர்ப்பாட்டங்கள் வெடித்தன; மக்கள் குழுக்கள் பெருகத் தொடங்கின; ஒரு தற்காலிக மத்திய குழுவும் ஸ்தாபிக்கப்பட்டது. 1945 செப்டெம்பரில் பதட்ட நிலைமைகள் கூர்மையடைந்த நிலையில், மக்கள் குழுக்களை கலைத்த ஸ்ராலினிஸ்டுகள், தற்காலிக மத்திய குழுவையும் நசுக்கியதோடு லா லூட் தலைவர் டா து தௌ (Ta Thu Thau) உட்பட பெருந்தொகையான ட்ரொட்ஸ்கிஸ்டுகளையும் கொன்றனர். சுதந்திரத்தைப் பாதுகாப்பதென்பதற்கு வெகுதூரத்தில், பிரான்சுடனான இந்தோசீனா கம்யூனிஸ்ட் கட்சியின் ஒத்துழைப்பு, தெற்கில் காலனித்துவ ஆட்சியை மீண்டும் ஸ்தாபிப்பதற்கு மட்டுமே உதவியது. யுத்தத்துக்குப் பிந்திய புரட்சிகர எழுச்சி காட்டிக்கொடுக்கப்பட்டதற்கும் அதைத் தொடர்ந்து பிரெஞ்சு மற்றும் பின்னர் அமெரிக்க ஏகாதிபத்தியத்துடனும் ஸ்ராலினிஸ்டுகள் செய்த சூழ்ச்சித்திட்டங்களுக்கும், வியட்னாம் மக்கள் துன்பகரமாக விலைகொடுக்கத் தள்ளப்பட்டனர். முப்பது ஆண்டுகால யுத்தம் நாட்டை அழித்ததோடு மில்லியன்கணக்கானவர்கள் கொல்லப்பட்டனர்.

7-7. ஐரோப்பா மற்றும் ஆசியாவில் ஸ்ராலினிஸ்டுகளின் காட்டிக்கொடுப்பு, மேலாதிக்க ஏகாதிபத்திய சக்தியாக யுத்தத்தில் இருந்து எழுந்த அமெரிக்காவுக்கு, உலக முதலாளித்துவ பொருளாதாரத்தை ஸ்திரப்படுத்த ஒரு தொடர் நடவடிக்கைகளை அமுல்படுத்த இயலுமையைக் கொடுத்தது. பிரெட்டன் வூட்ஸ் ஒப்பந்தம், டாலரை தங்கத்துக்கு நிகராக ஒரு நிலையான வீதத்தில் நிறுத்துவதன் மூலம், டாலரை ஒரு உறுதியான பூகோள நாணயமாக

ஸ்தாபித்தது; காப்புவரி மற்றும் வாணிபம் சம்பந்தமான பொது உடன்படிக்கை வர்த்தகத்தை விரிவாக்குவதையும் 1930களின் உள்நாட்டுத் தொழிலுக்கு பாதுகாப்பளிக்கும் அழிவுகரமான கொள்கைகள் மீண்டும் திரும்பிவருவதைத் தடுப்பதையும் இலக்காகக் கொண்டிருந்தது; அத்துடன் மேற்கு ஐரோப்பாவிலும் ஜப்பானிலும் சேதமடைந்திருந்த பொருளாதாரங்களை மீளக் கட்டியெழுப்ப அமெரிக்கா கணிசமானளவு நிதியுதவி செய்தது. ஓரளவு முதலாளித்துவ ஸ்திரத்தன்மையை பெற்றுக்கொண்ட அமெரிக்க ஏகாதிபத்தியம், "கம்யூனிசத்துக்கு" எதிராக அதன் "பனிப் போர்" எதிர்த் தாக்குதலை முன்னெடுத்தது. கிரேக்க மற்றும் துருக்கியின் வலதுசாரி ஆட்சிகளுக்கான அமெரிக்க ஆதரவு, மற்றும் மேற்கு ஐரோப்பாவை சோவியத்-எதிர்ப்பு கூட்டாக மாற்றிய மார்ஷல் திட்டத்தை முன்னெடுப்பது போன்றவை ஆரம்ப தாக்குதல்களாக இருந்தபோதிலும், அவை விரைவில் உலகமோதலாக விரிவடைந்தன. 1949 சீனப் புரட்சிக்கு பதிலிறுத்த அமெரிக்கா, சியோலில் அதன் வலதுசாரி எதேச்சதிகார ஆட்சியை தூக்கி நிறுத்த கொரியாவில் பிரம்மாண்டமாக இராணுவத் தலையீடு செய்தது. 1950-53ல் கொரிய யுத்தத்தில் மில்லியன் கணக்கான உயிர்கள் பலியெடுக்கப்பட்டதோடு தீவு நிரந்தரமாக பிளவுபட்டதாகவும் தழும்புபட்டதாகவும் ஆக்கப்பட்டது.

8. சீனப் புரட்சி

8-1. சீனாவில், யுத்தத்துக்குப் பிந்திய உடனடி காலகட்டத்தில் தொழிலாள வர்க்கம் முகங்கொடுத்த அரசியல் சிக்கல்கள் மிக அப்பட்டமானவையாக இருந்தன. 1925-27 புரட்சி தோல்வியடைந்தவுடன், சீனக் கம்யூனிஸ்ட் கட்சி [Chinese Communist Party (CCP)] கிராமப்புற உட்பகுதிகளுக்குள் பின்வாங்கியதோடு மேலும் மேலும் விவசாயிகளை தனது அடித்தளமாகக் கொண்டது. மூன்றாம் அகிலம் மற்றும் சோவியத் ஒன்றியத்தில் ஸ்ராலினிச அதிகாரத்துவத்துடனுமான தனது தொடர்புகளை சீனக் கம்யூனிஸ்ட் கட்சி (சி.சி.பீ.) தொடர்ந்தும் பேணி வந்த அதேவேளை, அது விவசாயிகள் பக்கம் திரும்பியமையானது கட்சியின் வர்க்க அச்சை தொழிலாள வர்க்கத்தில் இருந்து விலகச் செய்தது. இரண்டு கட்டத் தத்துவம் மற்றும் தேசிய முதலாளித்துவத்துடனான வர்க்க ஒத்துழைப்பை அடிப்படையாகக் கொண்ட சி.சி.பீ.யின் ஸ்ராலினிசக் கருத்தியலானது, விவசாய ஜனரஞ்சகவாதம் மற்றும் கெரில்லா யுத்த தந்திரோபாயங்கள் மற்றும் மூலோபாயத்தாலும் ஊக்குவிக்கப்பட்டது. கட்சியினுள் எப்பொழுதும் வலதுபக்கத்துக்கே சென்றுகொண்டிருந்த மாவோ

சேதுங், 1935ல் சி.சி.பீ.யின் தலைமையைப் பெற்றதோடு கட்சியின் நோக்குநிலையை விவசாயிகள் பக்கம் நகர்த்தினார். 1927ன் பின்னர் ஸ்தாபிக்கப்பட்ட சீன இடது எதிர்ப்பு இயக்கத்தின் மீது ஸ்ராலினிஸ்டுகளின் உதவியுடன் கோமின்டாங்கால் பரந்தளவு ஒடுக்குமுறைகள் மேற்கொள்ளப்பட்ட போதிலும், அது நகர்ப்புற மையங்களில் எஞ்சியிருந்ததோடு தொழிலாள வர்க்கத்தின் பக்கம் நோக்குநிலைப்படுத்தி இருந்தது.

8-2. 1932ல் சீன ஆதரவாளர்களுக்கு ட்ரொட்ஸ்கி எழுதிய தொலைபார்வை கொண்ட கடிதமொன்றில், மாவோ சேதுங்கின் விவசாய இராணுவத்திடமிருந்து தொழிலாள வர்க்கம் எதிர்கொள்ளும் ஆபத்துக்களைப் பற்றி எச்சரித்தார். விவசாயிகளின் வர்க்க நிலைநோக்கின் அடிப்படை வேறுபாட்டை விளக்கிய ட்ரொட்ஸ்கி எழுதியதாவது: விவசாயிகள் இயக்கமானது பிரமாண்டமான நில உரிமையாளர்கள், இராணுவவாதிகள், நிலப்பிரபுக்கள் மற்றும் அதிக வட்டிக்காரர்களுக்கு எதிரானதாக செலுத்தப்படுகின்ற வரை அது ஒரு வல்லமை மிக்க புரட்சிகரக் காரணியாக இருக்கின்றது. ஆனால், விவசாயிகள் இயக்கத்தினுள்ளேயே மிகவும் சக்திவாய்ந்த சொத்துரிமை மற்றும் பிற்போக்கு நிலைப்பாடுகள் இருப்பதோடு, ஒரு குறிப்பிட்ட கட்டத்தில் அது தொழிலாளர்களுக்கு விரோதமானதாக ஆகி அந்தப் பகைமையை தனது கைகளில் கிடைத்துள்ள ஆயுதங்கள் மூலம் அதை வெளிப்படுத்தக் கூடும். விவசாயிகளின் இரட்டைப் பண்பை மறப்பவர் ஒரு மார்க்சிஸ்ட் அல்ல. முன்னேறிய தொழிலாளர்களுக்கு 'கம்யூனிச' முத்திரைகள் மற்றும் பதாகைகளில் இருந்து உண்மையான சமூக நிகழ்வுப்போக்கை பிரித்தறிவதற்கு கற்பிக்கப்பட வேண்டும்."[15]

8-3. ட்ரொட்ஸ்கி மேலும் விளக்கியதாவது: "உண்மையான கம்யூனிஸ்ட் கட்சி என்பது, பாட்டாளி வர்க்க முன்னணிப் படையின் அமைப்பாகும். ஆனால், சீனத் தொழிலாள வர்க்கம் கடந்த நான்கு ஆண்டுகளாக ஒரு ஒடுக்குமுறை மற்றும் ஒழுங்கற்ற நிலைமையில் வைக்கப்பட்டிருந்ததோடு அண்மையிலேயே அது தனது மறுமலர்ச்சிக்கான அறிகுறியை புலப்படுத்தியது என்பதை மறந்துவிடக்கூடாது. ஒரு கம்யூனிஸ்ட் கட்சி நகர்ப்புற தொழிலாளர்களின் மலர்ச்சியில் உறுதியாகத் தங்கியிருக்கின்றபோது, அது தொழிலாளர்கள் ஊடாக விவசாயிகளின் யுத்தமொன்றுக்கு தலைமை வகிக்க முயற்சிப்பது ஒரு விடயம். உண்மையான கம்யூனிஸ்டுகளாக அல்லது பெயரை மட்டுமே

15. Leon Trotsky on China (சீனாவைப் பற்றி லியோன் ட்ரொட்ஸ்கி), மொனாட், பக்கம் 528

கொண்டுள்ளவர்களாக இருக்கும், சில ஆயிரம் அல்லது பத்தாயிரக்கணக்கான புரட்சியாளர்கள், பாட்டாளிகளிடமிருந்து எந்தவொரு அக்கறைமிக்க ஆதரவையும் பெறாமல் விவசாயிகளின் யுத்தமொன்றில் தலைமையேற்பது என்பது முற்றிலும் மற்றொரு விடயமாகும். இதுதான் சீனாவின் உண்மையான நிலைமையாகும். இது தொழிலாளர்களுக்கும் மற்றும் ஆயுதபாணிகளான விவசாயிகளுக்கும் இடையிலான முரண்பாடுகளின் ஆபத்துக்களை அதிதீவிர மட்டத்துக்கு கூர்மைப்படுத்த செயற்படுகின்றது.[16]

8-4. மாஸ்கோவின் கட்டளைகளைப் பின்பற்றிய சி.சி.பீ. 1937ல் சீனா மீது படையெடுத்த ஜப்பானிய இராணுவங்களுக்கு எதிராக, சியாங் கேய் ஷேக்கின் ஆட்சியுடன் ஒரு மக்கள் முன்னணி கூட்டை அமைத்துக்கொண்டது. ஒரு ஒடுக்கப்பட்ட நாடான சீனா, ஜப்பானிய ஏகாதிபத்தியத்துக்கு எதிராகச் செய்யும் யுத்தம், ஒரு முற்போக்கு உள்ளடக்கத்தைக் கொண்டுள்ளது என வலியுறுத்திய ட்ரொட்ஸ்கி, தனது நிலைப்பாட்டை "சமூக தேசபக்தி" மற்றும் "சியாங் கேய் சேக்கிடம் சரணடைதல்" என வகைப்படுத்திய உட்குழு போக்குகளை எதிர்த்தார். எவ்வாறெனினும், தொழிலாள வர்க்கம் யுத்தத்துக்கு ஆதரவளிப்பதில் அதனது அரசியல் சுயாதீனத்தை தக்கவைத்துக்கொள்ள வேண்டும் என அவர் வலியுறுத்தினார். மாறாக, கோமின்டாங்குடனான ஒரு கூட்டணியை ஸ்தாபித்துக்கொண்டதில், சி.சி.பீ. வெகுஜனங்களின் நலன்களை முதலாளித்துவத்துக்கு அடிபணியச் செய்தது - அது தனது சொந்த நிலச் சீர்திருத்த வேலைத் திட்டத்தை கைவிட்டதோடு கோமின்டாங் நிலப்பிரபுக்கள் மற்றும் முதலாளித்துவவாதிகளை தொந்தரவு செய்யக் கூடாது என்று தொழிலாளர்களின் நலன்களை வெளிப்படையாகக் கைவிட்டது. ஜப்பானிய தோல்விக்குப் பின்னர், சி.சி.பீ. ஐரோப்பா மற்றும் ஆசியாவில் முதலாளித்துவக் கட்சிகள் மற்றும் அரசாங்கங்களுடன் ஒத்துழைக்கும் ஸ்ராலினின் கொள்கையின் வழியில், கோமின்டாங் உடனான அதன் யுத்தகால கூட்டணியை தொடர்ந்தும் பேணுவதற்கு முயற்சித்தது.

8-5. சியாங் கேய் சேக், அமெரிக்காவின் உதவியுடன் சி.சி.பீ.க்கு எதிரான யுத்தத்துக்கு தயாரானதற்கு தெளிவான அறிகுறிகள் இருந்தபோதிலும், பனிப் போர் எழுந்து கொண்டிருந்த 1947 அக்டோபர் வரை கோமின்டாங் ஆட்சியை தூக்கி வீசுவதற்கு மாவோ இறுதி அழைப்பு விடுக்கவில்லை. மஞ்சூரியாவில் கோமின்டாங் எதிர்த்தாக்குதலில் இராணுவ ரீதியில் நிர்மூலமாக்கப்படும் நிலைமையை எதிர்கொண்ட சீனக் கம்யூனிஸ்ட் கட்சி, விவசாயிகள்

16. Leon Trotsky on China, மொனாட், பக்கம் 525

மத்தியிலான பரந்தளவு கொந்தளிப்பை சுரண்டிக்கொள்ளும் நோக்கில் தனது நிலச்சீர்திருத்தக் கொள்கையை புதுப்பித்தது. சியாங் கேய் ஷேக்கின் தோல்வியில், மாவோவின் மூலோபாய மேதமை என்று சொல்லப்படுவதைக் காட்டிலும் குறிப்பிடத்தக்க எந்தவொரு அரசியல் அடித்தளமும் இல்லாத, நிதிய நெருக்கடியால் முற்றுகைக்குள்ளாகியிருந்த, தொழிலாள வர்க்கத்தினதும் விவசாயிகளதும் பிரமாண்டமான புரட்சிகர எழுச்சிகளுக்கு முகங்கொடுத்திருந்த, முற்றிலும் ஊழலால் நிறைந்த மற்றும் ஒடுக்குமுறையான கோமின்டாங்கின் உள்ளார்ந்த பலவீனம் தான், அதிகமான பங்களிப்பு செய்தது. சோவியத் இராணுவம் வழங்கிய கைப்பற்றப்பட்ட ஜப்பான் ஆயுதங்களின் உதவியுடன் மஞ்சூரியாவில் கோமின்டாங் படைகளை தோற்கடித்த மாவோவின் இராணுவங்கள், தெற்கைக் கைப்பற்றும் போது பெரும் எதிர்த்தாக்குதல்களை சந்திக்கவே இல்லை. 1949 அக்டோபரில் சீன மக்கள் குடியரசு பிரகடனம் செய்யப்பட்டது.

8-6. சி.சி.பீ., அதன் புதிய ஆட்சியை, தாய்வானுக்கு தப்பிச் செல்லாத முதலாளித்துவ தட்டுக்களும் உள்ளடங்கிய "நான்கு வர்க்கங்களின் கூட்டை" அடிப்படையாகக் கொண்டு வடிவமைத்ததுடன், ஆரம்பத்தில் அது நிலச் சீர்திருத்தம் மற்றும் தொழிற்துறை தேசியமயமாக்கலின் அளவை மட்டுப்படுத்தியது. எவ்வாறெனினும் புரட்சிகர இயக்கத்தின் மற்றும் பலர் ரஷ்யப் புரட்சியின் பாரம்பரியத்துடன் தவறாக அடையாளம் கண்ட சி.சி.பீ.யின் மீதான வெகுஜன எதிர்பார்ப்புகளின் அத்தகைய நீடித்த தாக்கத்தினால் ஸ்ராலினிஸ்டுகளை அவர்கள் எண்ணியதை விட அதிகமாய் முன்செல்லத் தள்ளப்பட்டனர். கொரிய யுத்தத்தின் விளைவாக, ஏகாதிபத்தியத் தலையீட்டின் ஆபத்தை எதிர்கொண்ட ஆட்சி, யுத்தத்துக்காக மக்களை அணிதிரட்டிய நிலையில், தொழிலாளர்களுக்கும் விவசாயிகளுக்கும் சலுகைகள் வழங்கத் தள்ளப்பட்டது. கிராமப்புறப் பிரதேசங்களில் நிலப்பிரபுத்துவ வர்க்கத்திடம் இருந்து நிலங்களைப் பறிமுதல் செய்வது பூர்த்தி செய்யப்பட்டது. 1951-52ல் சி.சி.பீ. அதன் "மூவிரோத" மற்றும் "ஐவிரோத" (Three anti and five anti) பிரச்சாரத்தின் பாகமாக, கட்சி மற்றும் அரசு மீதான தொழிற்துறையாளர்களதும் வணிகர்களதும் "மோசடி அழுத்தங்களுக்கு" எதிராக அவர்களை இலக்கு வைத்தது. 1953ல் முதலாவது ஐந்தாண்டு திட்டம் வரையப்பட்டதோடு அதையடுத்து அநேகமாக எஞ்சியிருந்த தனியார் வர்த்தகங்களும் தேசியமயமாக்கப்பட்டன. ஆயினும், அரசாங்கம் எதிர்கொண்டிருந்த சிக்கலான பொருளாதார மற்றும் சமூகப் பிரச்சினைகள் எவற்றையும், "தனிநாட்டில் சோசலிசம்" என்ற பிற்போக்கு ஸ்ராலினிச தத்துவத்தின்

அடிப்படையில் தீர்க்க முடியாமல் போனது. ஒரு நடைமுறைவாத தேசியவாதக் கொள்கையில் இருந்து இன்னொன்றுக்கு என மாறி மாறித் தத்தளித்ததன் மூலம் சி.சி.பீ. 1950களின் கடைப் பகுதியில் 'முன்நோக்கிய பெருந்தாவல்' (Great Leap Forward) வேலைத்திட்டத்தால் ஏற்பட்ட அழிவுகரமான பஞ்சம் உட்பட ஒரு தொடர்ச்சியான அழிவுகளை உருவாக்கியது.

8-7. அதிகாரத்துவ சி.சி.பீ. ஆட்சி, ஒவ்வொரு சமயத்திலும் வெகுஜன புரட்சிகர இயக்கத்துக்கு, குறிப்பாக தொழிலாள வர்க்கத்துக்கு ஒரு தடையாகவே செயற்பட்டு வந்தது. 1949ல் மாவோவின் துருப்புக்கள் மாநகரங்கள் மற்றும் சிறு நகரங்களுக்குள் நுழைந்த நிலையில், சி.சி.பீ. தொழிலாளர்களின் எந்தவொரு நடவடிக்கைக்கும் கடும் கட்டுப்பாடுகளைத் திணித்தது. தொழிலாளர்கள், துருப்புக்களால் சுட்டுக் கொல்லப்பட்டமை அல்லது கைது செய்யப்பட்டு கொலை செய்யப்பட்டமை போன்ற சம்பவங்களுடன் வேலை நிறுத்தங்கள் பலாத்காரமாக நசுக்கப்பட்டன. தொழிலாளர்களை சுயாதீனமாக அரசியல் ரீதியில் அணிதிரட்டுவதற்கு எதிரான சி.சி.பீ.யின் இயல்பான விரோதம், அதன் உச்சகட்ட வெளிப்பாட்டை சீன ட்ரொட்ஸ்கிஸ்டுகள் மீதான ஈவிரக்கமற்ற ஒடுக்குமுறையில் கண்டது, அது 1949ல் தொடங்கி 1952 வரையிலான பாரிய கைதுகள் வரை தொடர்ந்தது.

8-8. அனைத்துலக அரங்கில், சி.சி.பீ. சோவியத் ஒன்றியத்துடனான தனது கூட்டைத் தொடர்ந்ததோடு 1950களில் பொருளாதாரத்தை விரிவாக்குவதற்காக, குறிப்பாக கனரக தொழிற்துறையை அபிவிருத்தி செய்வதற்காக, சோவியத் நிபுணர்களிலும் உதவியிலும் பெருமளவில் தங்கியிருந்தது. சி.சி.பீ.யின் தேசியமயமாக்கப்பட்ட தொழிற்துறையின் பொருளாதார மேலாண்மை, சோவியத் ஒன்றியத்தில் ஸ்ராலினிச அதிகாரத்துவ திட்டமிடலுடன் நெருக்கமாக ஒத்ததாக வடிவமைக்கப்பட்டிருந்தது. 1962ல் சீன-சோவியத் பிளவு, இரு ஸ்ராலினிச அதிகாரத்துவங்களின் தேசிய நலன்கள் போட்டியிடுவதை பிரதிபலித்தது. 1962ல் சீன-இந்திய எல்லை யுத்தத்தில் சோவியத் ஒன்றியம் இந்தியாவை ஆதரித்தது. குருஷ்சேவ், 1956ல் தனது இரகசிய உரையில் ஸ்ராலினின் குற்றங்களை அம்பலப்படுத்தியதை விமர்சித்த சி.சி.பீ. ஸ்ராலினிசத்தின் அடிப்படைக் கருத்துக்களில் இருந்து வேறுபடாததோடு அதன் காட்டிக்கொடுப்புக்கள் அனைத்தையும் தொடர்ந்தும் நியாயப்படுத்தியது. இரண்டு-கட்ட தத்துவத்துக்கு சி.சி.பீ. ஆதரவு கொடுத்ததும் மற்றும் பின்தங்கிய நாடுகளில் முதலாளித்துவத்துடன் அது கூட்டணி வைத்திருந்ததும், 1965-66ன் இரத்தகளரி மிக்க இந்தோனேஷிய சதிக் கவிழ்ப்பு உட்பட,

ஆசியாவில் வெகுஜனங்களுக்கு பேரழிவுகளை ஏற்படுத்தியது.

9. இந்தியப் பிரிவினை

9-1. இந்தியாவில், யுத்தத்தின் பின்னர் உடனடியாகத் தோன்றிய ஏகாதிபத்திய-எதிர்ப்பு வெகுஜன இயக்கத்தை கருவறுப்பதிலும் மற்றும் தெற்காசியா பூராவும் முதலாளித்துவ ஆட்சியை மீள ஸ்தாபிப்பதிலும் ஸ்ராலினிச இந்திய கம்யூனிஸ்ட் கட்சி (சி.பீ.ஐ.) கொடுத்த ஆதரவுடன் காங்கிரஸ் மையமான பாத்திரத்தை ஆற்றியது. காங்கிரஸ் தலைமையானது, புதுப்பிக்கப்பட்ட இந்தியாவை விட்டு வெளியேறு இயக்கம் தமது கட்டுப்பாட்டிலிருந்து நழுவி விடும் என மிரட்சியுற்றும், தொழிலாள வர்க்கத்தின் மற்றும் விவசாயிகளின் வளர்ச்சிகண்டுவரும் போராட்ட அலையாலும் மற்றும் மன்னராட்சி நிலவிய மாநிலங்களில் வளர்ச்சியடைந்துகொண்டிருந்த அமைதியின்மையினாலும் கவலை கொண்டும், இந்தியப் பேரரசின் மீதான தனது பிடி தளர்ந்து போயுள்ளதை ஏற்கனவே புரிந்துகொண்டிருந்த பிரிட்டனுடன் சாத்தியமானளவு விரைவில் ஒரு உடன்பாட்டுக்குச் சென்றது. அவ்வாறு செய்ததன் மூலம், காங்கிரஸ் தனது சொந்த வேலைத்திட்டத்தின் பிரதான அம்சங்களையே கைவிட்டது என்பதுடன் பிரிட்டனுடன் மட்டுமன்றி, முஸ்லிம் லீக் மற்றும் இந்து மஹாசபை போன்ற இனவாத கட்சிகளுடனும், காலனித்துவ அரசுக்கு பழமைவாத அடித்தளத்தை அமைத்தளித்த ஜமீன்தார்கள் மற்றும் மன்னர்களுடனும் ஒரு உடன்படிக்கைக்கு சென்றது.

9-2. இந்தியாவில் முஸ்லிம் நிலவுடமையாளர்களது நலன்களையும் முதலாளித்துவவாதிகளது நலன்களையும் பிரதிநிதித்துவம் செய்த முஸ்லிம் லீக், 1940ல் முஸ்லிம்கள் பெரும்பான்மையாக வாழும் மாகாணங்கள் உள்ளடங்கிய ஒரு தனி பாகிஸ்தானுக்கான கோரிக்கையை முன்வைத்தது. பிரிட்டன் தனது ஏகாதிபத்திய ஆட்சியின் பிரதான கருவியாக வகுப்புவாத பிரிவுகளை பயன்படுத்தியதன் காரணத்தால் முஸ்லீம் உயரடுக்கினை ஒரு தனியான அரசியல் சக்தியாக ஒழுங்கமைத்து வளர்த்தெடுத்திருந்தது. அந்த முஸ்லிம் உயரடுக்கு ஒரு ஐக்கியப்பட்ட இந்திய அரசுக்குள் தாம் ஓரங்கட்டப்படுவதையிட்டும் மற்றும் சமூக அமைதியின்மை வளர்ச்சியடைவதையிட்டும் அச்சமடைந்தது. தனியான முஸ்லிம் அரசுக்கான முஸ்லீம் உயரடுக்கின் கோரிக்கையானது, யுத்தத்துக்குப்-பின் தெற்காசியா மறு ஒழுங்கமைப்புக்கு உட்படும் என்பது ஏற்கனவே உறுதியாகியிருந்த நிலையில் அந்த மறுஒழுங்கமைப்பின் போது அரசியல் அதிகாரத்தில் தனக்கு கணிசமான பங்கினைக் கோருவதற்கும் அத்துடன் நாளுக்கு நாள் அமைதியின்மை பெருகி வந்த பரந்த மக்களை திசைதிருப்பி பிளவுபடுத்திப் பராமரிக்கும் பொருட்டு

வகுப்புவாதத்தைக் கிளறுவதற்கும் அது பயன்படுத்திய வழிமுறையாக இருந்தது. இந்து மன்னர்கள், நிலப்பிரபுக்கள் மற்றும் பெரும் வர்த்தகர்கள் மத்தியில் காலூன்றியிருந்த இந்து மகாசபை, பிரிட்டன் உடனான தனது ஒத்துழைப்பை, முஸ்லிம் "மேலாதிக்கத்தை" எதிர்க்கும் வழிமுறையாக இனவாத அடிப்படையில் நியாயப்படுத்தியது. காங்கிரஸ் முஸ்லிகளை "திருப்திப்படுத்துவதாக" கூறி அதற்கு எதிராக அணிதிரண்ட இந்து மகாசபையினர், முஸ்லிம்கள் "இந்து தேசிய இனத்தில்" இருந்து வேறுபட்டவர்களாக இருப்பதால் அவர்களுக்கு முழுக் குடியுரிமை மறுக்கப்பட வேண்டும் என்று வாதிட்டனர். தொழிலாளர்களையும் கிராமப்புற மக்களையும் அவர்களது பொது சமூகத் தேவைகளைச் சூழ அணிதிரட்டுவதை நோக்கித் திரும்புவது மட்டுமே இனவாதத்துக்கு எதிராக அரசியல் ரீதியில் போராடுவதற்கான ஒரே வழிமுறையாக இருந்தது. ஒட்டுமொத்த இந்திய முதலாளித்துவத்தினது அடிப்படை நலன்களுக்கும் அச்சுறுத்தல் விடுக்கின்ற அத்தகைய ஒரு மூலோபாயத்துக்கு இயல்பிலேயே பகைமைகொண்ட காங்கிரஸ், மேலும் மேலும் வகுப்புவாத்திற்கு அடிபணிந்த அதேவேளை, வகுப்புவாதப் பிரிவினையை வெகுஜனங்கள் பூரணமாக எதிர்த்த சமூகப் போராட்டங்களை கட்டுப்படுத்தி நசுக்கியது. 1945-46 தேர்தல்களில், வங்காளத்திலும் ஏனைய இடங்களிலும் இந்து மகாசபையுடன் தேர்தல் உடன்படிக்கைகளை ஏற்படுத்திக்கொள்ள விரைந்த காங்கிரஸ், இந்து மகாசபை உறுப்பினர்களை தமது உறுப்பினர்களாக வரவேற்றது.

9-3. யுத்தத்துக்குப் பிந்திய ஏகாதிபத்திய-எதிர்ப்பு எழுச்சியானது ஆரம்பத்தில், இந்தியாவை விட்டு வெளியேறு இயக்கத்தை கொடூரமாக நசுக்கியதையும் இந்திய தேசிய இராணுவத்தின் (ஐ.என்.ஏ.) தலைவர்களை விசாரணை செய்வதையும் எதிர்க்கும் வடிவத்திலேயே தோன்றியது. ஒரு போர்க்குணமிக்க காங்கிரஸ் தலைவரான சுபாஸ் சந்திர போஸ், காந்தியை எதிர்த்து, பிரிட்டிஷ் ஆட்சிக்கு எதிராகப் போராட முயற்சித்த போதிலும், அவர் தொழிலாள வர்க்கத்தின் பக்கம் திரும்பாமல், ஒரு எதிர் ஏகாதிபத்திய சக்தியின் பக்கமே திரும்பினார். ஜப்பானிய இராணுவத்தினரால் சிறைப்பிடிக்கப்பட்டிருந்த இந்தியச் சிப்பாய்களைக் கொண்டு உருவாக்கப்பட்டிருந்த இந்திய தேசிய இராணுவத்திற்கு (ஐ.என்.ஏ.) தலைமையேற்கவும் ஜப்பானியத் தலைமையின் கீழ் பிரிட்டிஷாருக்கு எதிராகச் சண்டையிடுவதற்கும் அவர் உடன்பட்டார். அவர்களது குறிக்கோள்கள் பிழையாக வழிநடத்தப்பட்ட போதிலும், இந்திய தேசிய இராணுவத்தின் தலைவர்கள் பரந்தளவில் வீரர்களாகவும் தேசாபிமானிகளாகவும் கருதப்பட்டதோடு, அவர்களுக்கு

பொதுமன்னிப்பு காட்டுமாறு அழைப்பு விடுத்து இந்தியா பூராவும் வெடித்தெழுந்த போராட்டங்கள் முஸ்லிம்கள், இந்துக்கள் மற்றும் சீக்கியர்களையும் ஐக்கியப்படுத்தின. 1945 நவம்பரிலும் மற்றும் மீண்டும் 1946 பெப்பிரவரியிலும் கல்கத்தாவில், இந்திய தேசிய இராணுவத்தின் மீதான விசாரணைகளுக்கு எதிரான மக்கள் ஆர்ப்பாட்டங்களில் மாணவர்கள் அமைப்புக்களுடன் பி.எல்.பீ.ஐ. நெருக்கமாகத் தலையிட்டது. கட்டுப்பாடின்மைக்கும் மற்றும் ஒழுங்கின்மைக்கும் எதிரான போராட்டம் என்ற பெயரில் கூட்டங்களை கலைத்து விடுவதில் காங்கிரசுடன் சி.பீ.ஐ. கைகோர்த்துக்கொண்ட அதேவேளை, இந்த ஆர்ப்பாட்டங்கள் பொலிஸ் மற்றும் இராணுவத்தின் வன்முறையால் நசுக்கப்பட்டன.

9-4. 1946 பெப்பிரவரியில், பம்பாயிலும் கராச்சியிலும் இந்தியக் கடற்படை பகுதியினர் சம்பளம் மற்றும் வேலைநிலைமைகள் தொடர்பாக கிளர்ச்சி செய்த அதே வேளை, அரசியல் கைதிகளை விடுதலை செய், இந்தோனேஷியாவில் இருந்து பிரிட்டிஷ் இந்திய துருப்புக்களை திருப்பி அழை மற்றும் "இந்தியாவில் இருந்து வெளியேறு" போன்றவை உட்பட ஒரு வரிசையான தீவிர அரசியல் கோரிக்கைகளை எழுப்பினர். அவர்களது நடவடிக்கை, ஏனைய இந்திய இராணுவப் படைப்பிரிவுகளின் ஒத்துழைப்பையும் கிளர்ச்சியையும் காட்சிக்குக் கொண்டுவந்ததோடு, இறுதியில் பம்பாயில் பெரும் தொழிலாளர் நடவடிக்கைகளுக்கும் வீதி மோதல்களுக்கும் தூண்டுதலளித்தது. அந்த எதிர்ப்பை கட்டுப்படுத்துவதற்காக படைகளைப் பயன்படுத்துவதற்கு காங்கிரசும் முஸ்லிம் லீக்கும் பிரிட்டனுக்கு ஆதரவளித்தன. குறிப்பாக காந்தி கடற்படை (Royal Indian Navy) கிளர்ச்சியாளர்களை கண்டனம் செய்வதிலும் மற்றும் அவர்களது போராட்டத்தின் பண்பாக இருந்த மதப்பாகுபாடு கடந்த ஐக்கியத்தின் பொருட்டும் கடும் வெறுப்புணர்ச்சியை வெளிப்படுத்தினார். "மந்தைக் கும்பலின்" வெற்றியைக் காண்பதை விட "தீயில் எரிந்து சாகவே விரும்புவேன்" எனக் கூறிய காந்தி, "வன்முறை நடவடிக்கைகளை முன்னெடுப்பதற்காக இந்துக்கள், முஸ்லிம்கள் மற்றும் ஏனையவர்களுக்கு இடையிலான ஏற்படக்கூடிய ஒருமைப்பாடு தூய்மையற்றது," எனப் பிரகடனம் செய்தார். கிளர்ச்சியாளர்களுக்கு ஆதரவாக போராட்டங்களுக்கும் பொது வேலைநிறுத்தத்துக்கும் பி.எல்.பீ.ஐ. அழைப்புவிடுத்த அதேவேளை, ஸ்ராலினிச சி.பீ.ஐ. "பெருந்திரள் வெறி" என அதைக் கண்டனம் செய்ததுடன் கிளர்ச்சிக்கு பரந்த ஆதரவு கிடைப்பதை தடுக்க முயற்சித்தது. காங்கிரஸ் வெகுஜன இயக்கங்களுக்கு கடிவாளமிட்ட ஏனைய ஒவ்வொரு சமயத்திலும் போலவே, இக்கிளர்ச்சியின் தோல்வியை அடுத்தும்

வகுப்புவாதம் தலைநீட்டியது. 1946 ஆகஸ்ட்டில் தனது "பாகிஸ்தான்" கோரிக்கைக்கு ஆதரவாக "நேரடி நடவடிக்கைக்கு" முஸ்லிம் லீக் விடுத்த ஒரு அழைப்பு, கல்கத்தாவில் இந்துக்களுடனான வன்முறை மோதல்களில் முடிவடைந்தது. இதில் 6,000 பேர் உயிரிழந்ததோடு அதற்குப் பதிலடியாக முஸ்லிம்கள் மீதான இந்து இனவாத அட்டூழியங்களும் தூண்டிவிடப்பட்டன.

9-5. யுத்தத்துக்குப் பிந்திய எழுச்சிகள் ஒரு தொழிற்சங்க நடவடிக்கைகளின் அலையையும் தூண்டிவிட்டன. இவற்றில் பி.எல்.பீ.ஐ. உக்கிரமாக தலையீடு செய்ததோடு கணிசமானளவு ஆதரவையும் பெற்றிருந்தது. 1946 ஜூனிலும் மற்றும் மீண்டும் 1947 மார்ச்-ஜூனிலும், மெட்ராஸ் லேபர் யூனியனின் (எம்.எல்.யூ.) தலைமையை வென்ற பி.எல்.பீ.ஐ., இந்தியாவிலேயே மிகப்பெரிய தொழிற்சாலைகளில் ஒன்றான, சென்னையில் இருக்கும் பக்கிங்ஹாம் அன்ட் கர்னாட்டிக் (பி அன்ட் சி) நெசவாலைகளில் பெரும் வேலைநிறுத்தங்களுக்கு தலைமை வகித்தது. 1947 வேலைநிறுத்தம் ஒரு கடுமையான மூன்று மாதகால போராட்டமாகும். இதன்போது பாரிய பேரணிகளும், 100,000 க்கும் மேற்பட்ட தொழிலாளர்கள் மற்றும் சிறிய வர்த்தகர்களும் பங்கெடுத்த வேலைநிறுத்தங்களும் நடந்தன. ஜூனில், தொழிற்சங்கம் சட்டவிரோதமாக்கப்பட்டு, அதன் நிதிகள் அபகரிக்கப்பட்டு, தலைவர்கள் கைது செய்யப்பட்ட போதும், பி அன்ட் சி ஆலைகளை திறக்க அரசாங்கம் எடுத்த முயற்சி தோல்விகண்டது. முடிவில் மெட்ராஸ் லேபர் யூனியன் வேலைநிறுத்தத்தை முடித்துக்கொண்ட போதிலும், முக்கியமான சலுகைகளை வழங்க நிர்வாகத்தை தள்ளியிருந்தது.

9-6. பி.எல்.பீ.ஐ. வகுப்புவாத அரசியலுக்கும் தனி முஸ்லிம் பாகிஸ்தானுக்கான கோரிக்கைக்கும் எதிராக ஒரு கொள்கைரீதியான நிலைப்பாட்டை எடுத்தது. 1944ல் நடந்த பி.எல்.பீ.ஐ. மாநாட்டின் தீர்மானமொன்று பிரகடனம் செய்ததாவது: "இந்த கோஷமானது அரசியல்ரீதியில் பிற்போக்கானதும் தத்துவார்த்தரீதியில் பிழையானதுமாகும். முஸ்லிம் வெகுஜனங்களின் வளர்ச்சியடைந்துவரும் அதிருப்தியை, அவர்களின் உண்மையான எதிரியான பிரிட்டிஷ் ஏகாதிபத்தியம் மற்றும் அதன் உள்நாட்டு பங்காளிகளுக்கு எதிராய் செலுத்தப்படுவதில் இருந்து திசைதிருப்பி இந்துக்களுக்கு எதிராகத் திருப்பிவிடுகின்ற நோக்குடன் வகுப்புவாத உணர்வுகளுக்கு அழைப்புவிடும் முயற்சியை உள்ளடக்கி இருக்கின்றது என்னும் வகையில் இது அரசியல்ரீதியில் பிற்போக்கானதாக அமைந்திருக்கிறது. இந்தியாவில் உள்ள முஸ்லீம்கள் ஒரு தேசிய இனம், அவர்கள் இந்து என்கிற தேசிய இன மக்களால்

ஒடுக்கப்படுகின்றனர் (இதுவும் அதே அளவுக்கு பிழையானது) என்கிற தாக்குப்பிடிக்கவியலாத ஒரு கருத்தில் இருந்து இது தோன்றுவதால் தத்துவார்த்தரீதியாகவும் போலியானது. பொது வரலாற்று பாரம்பரியம், மொழி, கலாச்சாரம், அல்லது இனம், அல்லது புவியியல்ரீதியான மற்றும் பொருளாதார காரணிகளைப் பொறுத்தளவில் எடுத்துக்கொண்டாலும், ஒரு தனித்துவமான முஸ்லிம் தேசிய இனமொன்று எழுவதற்கான அடிப்படை எதுவும் கிடையாது. மதம் மட்டுமே (அதனைச் சூழ அமைகின்ற எந்தவொரு கலாச்சார பொதுக் கூறையும் சேர்த்து) அவர்களை ஐக்கியப்படுத்துகின்ற ஒரே காரணியாகும். அனைத்து வரலாற்று அனுபவங்களையும் அடிப்படையாகக் கொண்டு பார்த்தால், ஒரு தேசிய நனவினை அடக்கிய எந்தவொரு உணர்ச்சியையும் உருவாக்க இந்த ஒரு காரணி மட்டுமே போதுமானதல்ல என்பது தெள்ளத்தெளிவான விடயமாகும்.[17]

9-7. எவ்வாறெனினும், பிரிட்டன் மற்றும் அதன் மன்னர்கள் மற்றும் நிலப்பிரபு பங்காளிகளுடன் ஒரு உடன்பாட்டுக்கு துரிதமாக காங்கிரஸ் நகர்ந்தது. காங்கிரஸ் தலைமை தனக்கு ஆதரவு திரட்டிக்கொள்வதற்காக இந்தியாவை விட்டு வெளியேறு இயக்கத்துடனான அதன் தொடர்பை சுரண்டிக்கொண்ட அதே வேளையில், காந்தியும் ஏனைய காங்கிரஸ் தலைவர்களும் கைது செய்யப்பட்டதை அடுத்தும் யுத்தத்துக்குப் பிந்திய சமூகப் போராட்டங்கள் வளர்ச்சியடைந்ததாலும் இந்தியாவை விட்டு வெளியேறு இயக்கம் தீவிரமய திருப்பத்தை எடுத்ததானது, காங்கிரஸ் தலைமையை, பிரிட்டிஷ் ஆட்சிக்கு சவால் விடுகின்றதான எந்தவொரு மக்கள் போராட்டத்துக்கும் தலைமை வகிக்க விரும்பாத நிலைக்கும் முதலாளித்துவ ஆட்சியை சாத்தியமானளவு விரைவில் ஸ்திரப்படுத்தும் பொருட்டு காலனித்துவ அரசில் பங்குபெறுவதற்கும் தீர்மானம் கொண்டதாக ஆக்கியது. இதன் விளைவாக, முழுமையான சுதந்திரத்துக்கான தமது கோரிக்கையை கைவிட்ட காங்கிரஸ் தலைவர்கள், பிரிட்டனுடனான பிணைப்பு தொடர்ந்தும் அப்படியே இருக்க, ஒரு டொமினியன் அந்தஸ்தை (Dominion status) ஏற்றுக்கொண்டனர். அவர்கள் முழுமையான சர்வஜன வாக்குரிமையை அடிப்படையாகக் கொண்ட அரசியலமைப்புச் சபைக்கான தமது கோரிக்கையையும் கைவிட்டதோடு மன்னர்களதும் நிலப்பிரப்புக்களதும் ஆட்சியை தீவிரமாக சவால்செய்வதை தவிர்க்க முயன்றனர். மிகவும் அடிப்படையாய், ஐக்கியப்பட்ட மற்றும் மதச்சார்பற்ற இந்தியா என்ற தனது வேலைத்திட்டத்தையும் கைவிட்ட காங்கிரஸ், துணைக்கண்டத்தை வகுப்புவாத முறையில் பிரிப்பதை

17. www.marxists.org

ஏற்றுக்கொண்டு அமுல்படுத்தியது. வங்காளத்தையும் பஞ்சாப்பையும் முழுமையாக பாகிஸ்தானுக்குள் உள்ளடக்குமாறு முஸ்லிம் லீக் நெருக்கிய அதேவேளை, காங்கிரஸ் இந்த இரு மாகாணங்களையும் வகுப்புவாத ரீதியில் பிரிப்பதற்கு பரிந்துரைத்ததுடன், இந்து மகாசபையின் முன்னாள் தலைவரும் ஜன சங்கத்தின் (பின்னர் அது பாரதீய ஜனதா கட்சி [பி.ஜே.பீ.]) எதிர்கால ஸ்தாபகருமான எஸ்.பீ. முகர்ஜீ உள்ளிட்ட, மோசமான வகுப்புவாத சக்திகளுடன் சேர்ந்து செயற்படுவதையிட்டு எந்தவித மனக்கிலேசமும் கொள்ளவில்லை. பஞ்சாப்பிலும் மற்றும் வங்காளத்திலும் முஸ்லிம் "மேலாதிக்கத்திடம்" இருந்து இந்துக்களையும் சீக்கியர்களையும் "பாதுகாப்பதற்கான" காங்கிரசின் பிரச்சாரம், 1947 பிரிவினையின் போது இடம்பெற்ற வகுப்புவாத வன்முறைகள் கட்டவிழ்த்து விடப்படுவதில் ஒரு பிரதான காரணியாக இருந்தது. இதில் இரண்டு மில்லியன் மக்கள் கொல்லப்பட்டதோடு மேலும் 12-14 மில்லியன் மக்கள் அகதிகளாக்கப்பட்டனர்.

9-8. இந்தக் காட்டிக்கொடுப்புக்கு ஸ்ராலினிச சி.பீ.ஐ. உதவியும் ஊக்குவிப்பும் கொடுத்தது. முதலில் காங்கிரஸ் வடிவத்திலும், பின்னர், பிரிட்டன் ஆட்சியின் கடைசி வருடங்களில் வகுப்புவாதத்தின் எழுச்சிக்கும், மேலும் முஸ்லிம் லீக்குக்கும் அடிபணிந்ததன் மூலம் காலனித்துவ எதிர்ப்புப் போராட்டத்தை இந்திய முதலாளித்துவத்துக்கு கீழ்ப்படியச் செய்தது. பாகிஸ்தான் சுலோகத்தை முஸ்லிம் சுயநிர்ணய உரிமையின் நியாயமான வெளிப்பாடாக அறிவித்து அதற்கு அரசியல் நியாயத்தன்மையை வழங்கிய சி.பீ.ஐ., முஸ்லிம் மக்களுக்கு மத்தியில் முஸ்லிம் லீக்குக்கு ஒரு சமூகத் தளத்தைக் கட்டியெழுப்புகின்ற வகையில் தன் உறுப்பினர்களை லீக்குக்குள் அனுப்பியது. 1945 மற்றும் 1947க்கு இடையில் காங்கிரசும் முஸ்லிம்லீக்கும் வகுப்புவாத தீயிற்கு எண்ணெய் வார்த்த நிலையில், அந்தப் போட்டி முதலாளித்துவ கட்சிகள் ஒன்றுபட்டு தேசியப் புரட்சிக்கு தலைமை கொடுக்கவேண்டும் என்று சி.பீ.ஐ. பிரயோசனமற்ற அழைப்புகளை விடுத்தது.

9-9. இந்தப் பிரிவினை முதலாளித்துவ இந்தியா மற்றும் முதலாளித்துவ பாகிஸ்தான் அவதாரங்களை "விடுதலை" மற்றும் "சுதந்திரம்" என்று வரையறுத்தது, வரையறுக்கின்றது. இந்தியா மற்றும் பாகிஸ்தானின் பிறப்புடன் சேர்ந்தே நடைபெற்ற இனப்படுகொலைகள், ஜனநாயகப் புரட்சி கருக்கலைக்கப்பட்டதன் மிகவும் இரத்தக்களரி மிக்க உடனடி வெளிப்படையான பின்விளைவு மட்டுமேயாகும். இந்த புதிய அரசுகள் ஜமீன்தார்களின், மன்னர்களின் மற்றும் பெரும் வர்த்தகர்களின் சொத்துக்களைப் பாதுகாத்தன;

முதலாளித்துவ அபிவிருத்திக்கு வழிவகை செய்கின்ற நோக்கத்துடன் கையளவேயான அற்ப, துண்டு துண்டான சீர்திருத்தங்களில் அநேகமானவற்றை ஏற்றுக்கொண்டன; பிரிட்டன் காலனித்துவ அரசின் பிரதான ஸ்தாபகங்களையும் சட்டங்களையும் தொடர்ந்தும் வைத்துக் கொண்டன. ஆறு தசாப்தங்கள் கடந்த பின்னும், வெகுஜனங்களின் உடனடி ஜனநாயக மற்றும் சமூகப் பிரச்சினைகள் எதுவும் தீர்க்கப்படவில்லை. அதற்கு மாறாக நிலவுடமை, சாதிய ஒடுக்குமுறை மற்றும் ஏனைய நிலப்பிரபுத்துவ எச்சங்கள் முதலாளித்துவ சுரண்டலுடன் மேலும் மேலும் பின்னிப்பிணைந்துள்ள நிலையில், அந்தப் பிரச்சனைகள் மேலும் ஆபத்தான முறையில் வளர்ச்சி கண்டுள்ளன.

9-10. இந்தப் பிரிவினை "வகுப்புவாதப் பிரச்சினைகளை" தீர்ப்பதற்கெல்லாம் தூரத்தில், தெற்காசியாவின் அரச கட்டமைப்பினுள் வகுப்புவாதப் பிளவுகளை புனிதப்படுத்தியதன் மூலம் அதை மேலும் சிக்கலாக்கியுள்ளது. இந்துத்துவ கருத்தியல்வாதியான வி.டி. சவார்கரின் விசுவாசி ஒருவரால் 1948 ஜனவரியில் காந்தி கொலைசெய்யப்பட்ட பின்னர், கல்கத்தாவில் மாணவர்கள் மத்தியில் உரையாற்றிய பி.எல்.பீ.ஐ. தலைவர் கொல்வின் ஆர். டி சில்வா விளக்கியதாவது: "பிரிவினையின் துன்பமானது குறிப்பாக அதனை வடிவமைத்தவர்களது பிரகடனப்படுத்தப்பட்ட குறிக்கோளில் இருந்து ஊற்றெடுக்கின்றது. ஒருபுறம் இந்தியாவின் உயிருள்ள சரீரத்தை துண்டுபோட்டமை இன்னொருபுறம் இரு உயிருள்ள "தேசிய இனங்களை" (பஞ்சாப் மற்றும் வங்காள மக்கள்) துண்டுபோட்டமை, ஒருபக்கத்தில் வகுப்புவாதப் பிரச்சினைக்கான ஒரு தீர்வாகவும் மறுபக்கத்தில் சுதந்திரத்துக்கான பாதையை திறப்பதற்கான வழிமுறையாகவும் முன்வைக்கப்படுகின்றது. இரு கூற்றுக்களுமே போலியானவை என்பது நிரூபிக்கப்பட்டுள்ளது. பிரிவினையானது ஒரு அம்சத்தில் வெகுஜனங்களை ஏகாதிபத்தியம் அடிமைப்படுத்துகின்ற சங்கிலியை மீண்டும் பிணைப்பதற்கான ஒரு வழிமுறையாக நிரூபிக்கப்பட்டுள்ளது... இன்னொரு அம்சத்தில், மக்கள் கிளர்ச்சியை உள்முகமான வகுப்புவாத உணர்வுகளுக்குள் திருப்பிவிடும் ஒரே வழிமுறையாக பரஸ்பர யுத்தச் சிந்தனைக்குள் இரு நாடுகளையும் வசப்படுத்தும் வழிமுறையாக அது நிரூபிக்கப்பட்டுள்ளது. யுத்தம் இன்னமும் வராமல் இருக்கலாம் (அது காஷ்மீர் மற்றும் ஜனாகாத்தில் ஏற்கனவே வந்துவிட்டிருக்காத பட்சத்தில்). ஆனால், உள்நாட்டு அமைதியின்மை அழிவுகரமான முறையில் வெளித்தோன்றியுள்ளது."

9-11. டி சில்வாவின் எச்சரிக்கைகள் தீர்க்கதரிசனம் போல்

நிரூபணமாயின. இந்தப் பிரிவினை இந்தியாவுக்கும் பாகிஸ்தானுக்கும் இடையில் பிற்போக்கு பூகோள-அரசியல் போராட்டங்களை வளர்ச்சியடையச் செய்துள்ளது. இது மூன்று பிரகடனப்படுத்தப்பட்ட யுத்தங்களையும் எண்ணிலடங்கா யுத்த நெருக்கடிகளையும் முக்கிய பொருளாதார வளங்களின் அழிவையும் விளைவாக்கியதோடு, இன்று அணுவாயுத மோதல் ஆபத்தைக் கொண்டு தெற்காசிய மக்களை அச்சுறுத்துகின்றது. 1947-48 இல் நடந்த முதலாவது இந்திய-பாக்கிஸ்தான் யுத்தம், பிளவுபட்ட ஒரு காஷ்மீரை உருவாக்கியது. இது காஷ்மீர் மக்களை இரக்கமின்றி பிளவுபடுத்தியுள்ளதோடு, வகுப்புவாத ரீதியில் பிரிக்கப்பட்ட துணைக்கண்டத்தின் கட்டமைப்பினுள் எளிதில் கையாளமுடியாத ஒரு அரசியல் பிரச்சினையாகவும் நிரூபணமாகியுள்ளது. எண்ணற்ற சமூகப் பதட்டங்களில் எதையும் தீர்க்க இலாயக்கற்ற இரு நாடுகளையும் சேர்ந்த ஆளும் தட்டுக்கள், உள்நாட்டில் எதிர்ப்பை திசை திருப்புவதற்காக வகுப்புவாத வார்த்தைஜாலங்களை நாடுவதை வழமையாகக் கொண்டுள்ளன. நீர் ஆதாரங்களைப் பயன்படுத்துவது உள்ளிட பகுத்தறிவுடனான பொருளாதார அபிவிருத்தியை கிட்டவிடாமல் செய்வதன் மூலமும், அமெரிக்காவும் மற்ற பெரும் சக்திகளும் ஒரு நாட்டின் ஆளும் உயரடுக்கினை இன்னொரு நாட்டின் ஆளும் உயரடுக்கிற்கு எதிராய் நிறுத்தி விளையாடுவதற்கு வசதியளிக்கின்ற ஒரு அரசியல் இயங்குமுறையை வழங்கியிருப்பதன் மூலமும் பிரிவினையானது தெற்காசியாவில் ஏகாதிபத்திய மேலாதிக்கத்திற்கு வழிவகை செய்திருக்கிறது. இன்று உலகில் வறியவர்கள் அதிகளவில் குவிந்துகிடக்கும் பகுதியாகவும் மற்றும் பொருளாதார ரீதியில் மிகக்குறைந்த ஒருங்கிணைவைக் கொண்ட பகுதியாகவும் தெற்காசியா உள்ளது.

10. இலங்கையில் உத்தியோகபூர்வ சுதந்திரம்

10-1. இலங்கைக்கு சுய-அரசாங்கத்தை அனுமதிக்க பிரிட்டன் எடுத்த முடிவு, இலங்கை தேசிய காங்கிரஸ் (சி.என்.சி.) முன்னெடுத்த எந்தவொரு வெகுஜனப் பிரச்சாரத்தினதும் விளைபொருள் அல்ல. இந்து சமுத்திரத்தில் ஒரு மூலோபாய மையமாக அமைந்துள்ளதனால், இந்தத் தீவானது இரண்டாம் உலகப் போரின் போது நேசநாடுகளின் தென் கிழக்காசியக் கட்டளையகத்துக்கு தலைமையகமாக மாறியது. அமைச்சர்கள் சபையின் தலைவராக இருந்த டி.எஸ். சேனாநாயக்க, இலங்கை தேசிய காங்கிரஸ் யுத்தத்துக்கு வழங்கிய முழு ஆதரவைப் பயன்படுத்தி யுத்தத்துக்குப் பிந்திய சுய-அரசாங்கத்துக்காக மூடிய கதவுகளுக்குப் பின்னால் பேரம் பேசினார். சேனாநாயக்கவும் அவரது கூட்டாளிகளும் மேலாட்சிக்குட்பட்ட நிலைக்கு அதிகமாய் தமது

பார்வையை செலுத்தவே இல்லை. அதாவது, தீவின் ஒட்டுமொத்த வெளிநாட்டு கொள்கைகளை மற்றும் பாதுகாப்புக் கொள்கைகளை தொடர்ந்தும் இலண்டனே தீர்மானிக்கும் வகையில், பிரிட்டன் ஏகாதிபத்தியத்தின் ஒரு இளைய பங்காளியாக இருப்பதே இந்த மேலாட்சிக்குட்பட்ட நிலையாகும். எந்தவொரு தீர்விலும் சிங்கள தட்டுக்களின் அரசியல் மேலாதிக்கத்தை தக்கவைத்துக்கொள்வதே பேச்சுவார்த்தைகளில் சேனாநாயக்கவின் பிரதான குறிக்கோளாக இருந்தது. அவர் வெளிநாட்டுக் கொள்கையை முழுவதுமாக பிரிட்டனே கட்டுப்படுத்துவதை எதிர்க்காத போதிலும், தீவின் தமிழ் பேசும் பெருந்தோட்டத் தொழிலாளர்களின் தலைவிதியை தீர்மானிப்பதற்காக இந்தியாவுடன் நடத்தப்படும் பேச்சுவார்த்தைகளுக்கு இலங்கையே பொறுப்பாக இருக்க வேண்டும் என வலியுறுத்தினார். 1944ல் இலண்டன் ஒரு புதிய அரசியலமைப்பை வரைவதற்காக சோல்பரி ஆணைக்குழுவை ஸ்தாபித்த போது, அதன் பிரதிநிதிகள் தமிழ் மற்றும் முஸ்லிம் பிரதிநிதிகளுடன் கலந்துரையாடல் நடத்துவதை சேனாநாயக்க எதிர்த்தார். சோல்பரி ஆணைக்குழு மட்டுப்படுத்தப்பட்ட சுய-அரசாங்கத்தை சிபாரிசு செய்த போதிலும் டொமினியன் அந்தஸ்தையும் கூட வழங்கத் தாமதித்ததற்குப் பின்னர், சேனாநாயக்கவும் இலங்கை தேசிய காங்கிரஸ் தலைவர்களும் 1945 செப்டெம்பரில் அந்த அறிக்கையை ஏற்றுக்கொள்ள வாக்களித்தனர்.

10-2. இலங்கையில், பி.எல்.பீ.ஐ.யின் தலைவர்கள் மட்டுமே யுத்தத்தை எதிர்த்து சுதந்திரத்துக்காகப் பிரச்சாரம் செய்ததால், அவர்கள் சிறையில் இருந்து கணிசமானளவு மரியாதையுடன் வெளியேவந்தனர். ஆயினும், யுத்தத்தின் போது பிலிப் குணவர்த்தனாவும் என்.எம். பெரேராவும் வரைந்த சந்தர்ப்பவாத நோக்குநிலை, விரைவில் கட்சிக்குள் ஒரு வெளிப்படையான பிளவாக வெளிவந்தது. பி.எல்.பீ.ஐ.யின் பிராந்திய குழுவின் அதிகாரத்தை இலங்கையில் ஏற்றுக்கொள்ள மறுத்த பிலிப் குணவர்த்தனாவும் என்.எம். பெரேராவும், யுத்தத்துக்கு முன்னர் பயன்படுத்திய லங்கா சமசமாஜக் கட்சி என்ற பெயரை பயன்படுத்தி தமது சொந்தக் கட்சியை ஸ்தாபித்தனர். 1941ல் ல.ச.ச.க. வரைந்த இலங்கைக்கான வேலைத்திட்டத்தை அந்தக் கட்சி மீண்டும் எடுத்துக்கொண்டதோடு, 1942ல் பி.எல்.பீ.ஐ. ஸ்தாபிக்கப்பட்ட போதும், அதன் பின்னரும் அது எடுத்த தீர்மானங்களையும் சகல ஆவணங்களையும் மறுத்து ஒதுக்கியது. குணவர்த்தனாவும் பெரேராவும், ல.ச.ச.கட்சியின் முன்னாள் உறுப்பினர்களுக்கும் ஓடுகாலிகளுக்கும் கதவுகளைத் திறந்துவிட்டதோடு பல்வேறு முதலாளித்துவ அமைப்புக்களுடன் கூட்டணி ஏற்படுத்திக்கொள்ளவும் முயற்சித்தனர். ல.ச.ச.க. தன்னை

"நான்காம் அகிலத்திற்காக" என்பதாய் அறிவித்துக்கொண்ட போதும், அதனுடன் இணைப்பைப் பெறுவதற்கு அது முயற்சிக்கவில்லை. ல.ச.ச.கட்சியின் தேசியவாத நோக்குநிலை, ட்ரொட்ஸ்கிசத்தில் இருந்து அடிப்படையில் பிரிவதையும் யுத்தத்துக்கு முந்திய சமசமாஜவாதத்தின் குட்டி முதலாளித்துவ தீவிரவாதத்துக்கு மீண்டும் திரும்புவதையும் குறித்து நின்றது. "*இந்திய போல்ஷிவிக்-லெனினிஸ்ட் கட்சி: ஒரு குறுங்குழுவாத மரண முடிவு*" என்ற தலைப்பில் பிலிப் குணவர்த்தனா 1947ல் வெளியிட்ட ஒரு அறிக்கையில், ஒட்டுமொத்த பி.எல்.பீ.ஐ. வேலைத்திட்டமும் ட்ரொட்ஸ்கிசமும் ஒரு தோல்விகண்ட வீரசாகசமே தவிர வேறொன்றுமல்ல எனத் தான் கருதுவதை தெளிவுபடுத்திவிட்டார்.

10-3. பிலிப் குணவர்த்தனாவையும் என்.எம். பெரேராவையும் வெளியேற்ற, இந்தியாவில் பி.எல்.பீ.ஐ. மத்திய குழு எடுத்த தீர்மானமொன்று, "இந்தப் பிளவு தற்செயலான நிகழ்வு அல்ல, மாறாக, குட்டிமுதலாளித்துவ சக்திகளின் அழுத்தத்தின் கீழ் அபிவிருத்தியடைந்த, பாட்டாளி வர்க்கம் சாராத ஒரு போக்கின் தெளிவான வெளிப்பாடாகும்.... அமைப்பு மட்டத்தில் தெளிவாகக் காணக்கூடியதாய் இருக்கும் இன்றைய வேறுபாடுகள் அரசியல் மட்டத்தில் அபிவிருத்தி காணும் காலவிதியைக் கொண்டுள்ளன," என்று முடிக்கப்பட்டிருந்தது. 1946ல் ஏற்படுத்தப்பட்ட ஒரு பரீட்சார்த்தமான மறுஐக்கியம் துரிதமாக நொருங்கி அரசியல் வேறுபாடுகளின் அடிப்படைப் பண்பை கோடிட்டுக் காட்டின.

10-4. பி.எல்.பீ.ஐ.யும் (இலங்கை பகுதி) ல.ச.ச.கட்சியும், யுத்தத்தின் பின்னர் தோன்றிய போர்க்குணமிக்க வேலை நிறுத்த இயக்கங்களில் முன்னணிப் பாத்திரம் வகித்தமை, தொழிற்சங்க இயந்திரத்தைக் கட்டியெழுப்புவதற்காக யுத்த காலத்தில் வேலை நிறுத்தங்களை தகர்க்கும் அமைப்பாக தனது நிலையைப் பயன்படுத்திக்கொண்ட கம்யூனிஸ்ட் கட்சியின் செல்வாக்கைக் கீழறுத்தது. வங்கி எழுத்தர்களின் வேலை நிறுத்தத்துடன் 1946 ஆகஸ்ட்டில் வெடித்த ஒரு பொது வேலை நிறுத்தம், அடுத்த இரண்டு மாதங்களில் தொழிலாள வர்க்கத்தின் ஏனைய பகுதியினர் மத்தியிலும் பரவி, பிரிட்டனின் ஆளுனரை சில பொருளாதாரக் கோரிக்கைகளுக்கு இணங்கச் செய்தது. வேலை நிறுத்தத்தில் ஈடுபட்டவர்கள், பிரிட்டிஷ் ஆட்சியிடம் இருந்து சுதந்திரம் வேண்டும் என்ற அரசியல் கோரிக்கையையும் முன்வைத்தனர். தொழிலாள வர்க்கத்துக்கு எந்தவொரு சலுகையும் வழங்குவதை கடுமையாக எதிர்த்த இலங்கை தேசிய காங்கிரஸ் அமைச்சர்கள், 1946 உடன்பாடுகளின் நெறிமுறைகளை மீறி, 1947 மே-ஜூன் மாதங்களில் இரண்டாவது

பொது வேலை நிறுத்தத்தை தூண்டினர். இந்த வேலை நிறுத்தம் வன்முறையான அடக்குமுறையை சந்தித்தது. ஆயிரக்கணக்கான அரசாங்க மற்றும் தனியார்துறை ஊழியர்கள் வேட்டையாடப்பட்டு, தமது வேலைகளை இழந்தனர். வேலைநிறுத்தத்தின் கடைசி நாட்களில் பொதுமக்கள் பாதுகாப்பு மசோதாவை நிறைவேற்றிய அரசாங்கம், பொலிசாருக்கு பரந்த அதிகாரங்களை கொடுத்தது.

10-5. இந்த வேலை நிறுத்தத்தை ஒட்டி, 1947 ஜூனில், இந்தியா மற்றும் பர்மா வரிசையில் இலங்கைக்கும் முழு டொமினியன் அந்தஸ்தை வழங்குவதாக பிரிட்டன் அரசாங்கம் அறிவித்தது. ஒரு வரலாற்றாசிரியர் எழுதியது போல்: "சேனாநாயக்கவும் [இலங்கை தேசிய காங்கிரஸ்] மிதவாதிகளும், ஏனைய விமர்சகர்களுக்கும் மேலாக, இடதுசாரி சக்திகளின் அதிகரித்துவரும் அழுத்தத்தை எதிர்கொள்கின்றனர்; டொமினியன் அந்தஸ்தை உடனடியாக வழங்குவதென்பது இப்போது அவர்களது அரசியல் உயிர்வாழ்க்கையை உறுதிசெய்கின்ற ஒரு வழியாக அவசரத் தேவையாக உள்ளது என்பது பற்றி பிரிட்டன் அரசாங்கத்திடம் ஒரு தெளிவான புரிந்துணர்வு இருந்தது.[18] 1947 பிற்பகுதியில் நடந்த அரச சபை தேர்தலில், இலங்கை தேசிய காங்கிரஸ் மற்றும் ஏனைய முதலாளித்துவ அமைப்புக்களில் இருந்து சேனாநாயக்கவால் புதிதாக ஸ்தாபிக்கப்பட்ட ஐக்கிய தேசியக் கட்சி [United National Party (UNP)], பரவலான வெற்றி பெற்று ஒரு கூட்டணி அரசாங்கத்தை அமைத்தது. பி.எல்.பீ.ஐ. மற்றும் ல.ச.ச.க.யும் கணிசமான எண்ணிக்கையிலான ஆசனங்களை வென்றன.

10-6. ஐக்கிய தேசியக் கட்சியின் (யூ.என்.பீ.) அரசியல்வாதியான எஸ்.டபிள்யூ.ஆர்.டி. பண்டாரநாயக்கவின் தலைமையின் கீழ், ஆளும் பாராளுமன்ற கூட்டணியொன்றை அமைக்க ல.ச.ச.க. சூழ்ச்சிகளை வகுத்ததில், சிங்கள முதலாளித்துவத்துக்கான அதன் சந்தர்ப்பவாத அடிபணிவு உடனடியாக அம்பலத்துக்கு வந்தது. வெளிப்படையாகவே இன மற்றும் மத அடிப்படையில் சிங்கள பெரும்பான்மையினரை ஐக்கியப்படுத்துவதற்காக 1919ல் அமைக்கப்பட்ட சிங்கள மகா சபைக்கு பண்டாரநாயக்கவே தலைவராக இருந்தார். கொல்வின் ஆர். டி சில்வா, 1939ல், சிங்கள மகா சபையானது "ஒரு ஆபத்தான பிற்போக்குச் சபையாகும்", அது "காவிநிற பாசிசத்தின் ஒரு உள்ளூர் வடிவத்தை" எடுக்கும் சாத்தியத்தைக் கொண்டுள்ளது, என எச்சரித்தார்.[19] பண்டாரநாயக்கவின் கீழான ஒரு ஆளும் கூட்டணிக்கு

18. *A History of Sri Lanka,* கே.எம். டி சில்வா, பக்கம் 460.
19. *Britain, World War 2 and the Sama Samajists* (*பிரிட்டனும் இரண்டாம் உலக யுத்தமும் சமசமாஜிஸ்டுகளும்*) இளம் சோசலிஸ்டுகள் வெளியீடு, பக்கம் 63.

ஆதரவளிக்க ல.ச.ச.க. எடுத்த முயற்சிகள், சிங்கள ஜனரஞ்சகவாதத்தை யூ.என்.பீ.க்கு ஒரு முற்போக்கான மாற்றீடாக சித்தரித்துக் காட்டும் ஒரு ஆபத்தான பாதையை நோக்கிய முதல் அடியெடுப்பாக இருந்தது. இந்த பிற்போக்கு பாசாங்கில் பங்குபெற பி.எல்.பீ.ஐ. மறுத்ததை அடுத்து ல.ச.ச.கட்சியின் சூழ்ச்சித்திட்டங்கள் பொறிந்து போயின.

10-7. பி.எல்.பீ.ஐ. மற்றும் ல.ச.ச.கட்சியின் வர்க்க நிலைநோக்கில் இருந்த அடிப்படை வேறுபாடுகள், 1948 பெப்பிரவரி 4 அன்று பிரிட்டன் கையளித்த "சுதந்திரம்" சம்பந்தமான விடயத்தில் மேலும் வெளிச்சத்துக்கு வந்தது. அன்றைய தினம், "சுதந்திரம் உண்மையானதா போலியானதா" என்ற தலைப்பில் வெளியிடப்பட்ட சக்திவாய்ந்த அறிக்கையொன்றில், பி.எல்.பீ.ஐ. தலைவர் கொல்வின் ஆர். டி சில்வா, இலங்கை மக்களுக்கு "சுதந்திர"க் கொண்டாட்டங்கள் பற்றி மகிழ்ச்சியுறுவதற்கு ஒன்றும் இல்லை, என அறிவித்தார். "அவர்கள் பெற்றுக்கொண்டுள்ள புதிய நிலை, "சுதந்திரம்" அல்ல. மாறாக, உண்மையில் பிரிட்டிஷ் ஏகாதிபத்தியத்தின் இலங்கை அடிமைகளின் சங்கிலிகளை மறுவடிவமைப்பு செய்வதாகும். பிரிட்டன் ஏகாதிபத்தியம் அந்த ஆட்சியை செலுத்துவதற்கான வழிமுறையின் தொடர்ச்சியே இதுவாகும்... இலங்கையின் 'அந்தஸ்தில்' 'மாற்றம் எதுவும் இல்லை' என மூடர்கள் மட்டுமே வாதிட முடியும். மாற்றமொன்று இருக்கின்றது. ஆனால், அந்த மாற்றத்தின் சாரம், இலங்கை காலனித்துவ நிலையில் இருந்து சுதந்திரமான நிலைக்குச் சென்றதைக் குறிக்கவில்லை. மாறாக, பிரிட்டிஷ் ஏகாதிபத்தியம் இலங்கையை நேரடியாக ஆளும் வழிமுறையில் இருந்து, மறைமுகமாக ஆளும் வழிமுறைக்கு மாறிச் சென்றுள்ளதையே குறிக்கிறது."[20] பி.எல்.பீ.ஐ. அரச சபையில் அரசாங்கத்தின் சுதந்திரம் சம்பந்தமான தீர்மானத்திற்கு எதிராக வாக்களித்தது மட்டுமல்லாமல், உத்தியோகபூர்வமாக ஏற்பாடு செய்யப்பட்ட விழாக்களுக்கு எதிராக, மத்திய கொழும்பில் காலிமுகத் திடலில், சுமார் 50,000 பேர் பங்குபெற்ற பெரிய கூட்டமொன்றையும் ஏற்பாடு செய்தது. இதற்கு நேர்மாறான விதத்தில், "சுதந்திரமானது" ஒரு மட்டுப்படுத்தப்பட்ட முன்நகர்வு எனப் பிரகடனம் செய்த ல.ச.ச.க., பாராளுமன்றத்தில் வாக்களிப்பைப் புறக்கணித்தது. பி.எல்.பீ.ஐ.யின் பேரணியில் பங்குபெற மறுத்த ல.ச.ச.க., அந்தப் பேரணி "பகட்டான போல்ஷவிக்குகள்" நடத்தும் "பகட்டுக்காட்சி, அதிதீவிர-இடதுசாரியம் மற்றும் சாகச நடவடிக்கை" எனக் கண்டனம் செய்தது.

10-8. பிரிட்டிஷ் ஏகாதிபத்தியத்துக்கும் இலங்கை

20. *Blows against the Empire*, பக்கம் 127.

முதலாளித்துவத்துக்கும் இடையில் ஏற்பட்ட "சுதந்திர" ஏற்பாட்டின் ஜனநாயக-விரோதப் பண்பு, யூ.என்.பீ. அரசாங்கம் எடுத்த முதல் நடவடிக்கைகளில் வெளிப்படையானது. யூ.என்.பீ. இலட்சக்கணக்கில் இருந்த தமிழ் பேசும் தோட்டத் தொழிலாளர்களின் அடிப்படை உரிமையான பிரஜா உரிமையை பறிக்கும் சட்டத்தை நிறைவேற்ற முடிவெடுத்தது. இந்த ஜனநாயக விரோதச் சட்டத்தை பி.எல்.பீ.ஐ. சமரசமற்று எதிர்த்தது. கொல்வின் ஆர். டி சில்வா 1948 ஆகஸ்டில் ஆற்றிய உரையில், "அரசு தேசத்திற்கு சமமானதாகவும் தேசம் இனத்திற்கு சமமானதாகவும் இருக்கவேண்டும்" எனக் கருதுவது, "ஒரு காலங்கடந்த கருத்தும் தகர்த்தெறியப்பட்ட மெய்யியலும் ஆகும்" எனத் தெரிவித்தார். "நிச்சயமாக பாசிசத்தின் கீழேயே, தேசம் இனத்துக்கு சமமானதாக இருக்கும் என்பதோடு அரசை வடிவமைப்பதில் இனம் ஆதிக்கம்செலுத்தும் காரணியாகவும் இருக்கும். இந்தப் பிரச்சினையை இந்த அரசாங்கம் முதலாளித்துவ வர்க்க கோணத்தில் அணுகுமானால், நான்காம் அகிலத்தினராகிய நாம், அதாவது எமது கட்சி, இந்தப் பிரச்சினையை தொழிலாள வர்க்கத்தின் கோணத்தில் இருந்து அணுகுவோம். அதாவது, நாம் இனப் பிரச்சினையில் இருந்து சுயாதீனமாக மற்றும் இனப் பிரச்சினையை விடவும் மேலானதாக வர்க்க கோணத்தில் இருந்து அணுகுவோம். மனிதனுக்கு மனிதன் இன வம்சாவளியின் அடிப்படையிலான பிளவுகளை இந்த நாட்டின் உழைக்கும் மக்கள் மத்தியில் ஏற்படுத்த நாம் தயாரில்லை. ஒரு தொழிலாளி முதலும் முக்கியமுமாக ஒரு தொழிலாளியே என நாம் கூறுகின்றோம்," என அவர் மேலும் கூறினார். குறிப்பிடத்தக்க வகையில், தீவின் வடக்கு மற்றும் கிழக்கில் அகில இலங்கை தமிழ் காங்கிரஸை பிரதிநிதித்துவம் செய்த தமிழ் முதலாளித்துவத் தட்டுக்கள், அந்த மசோதாவுக்கு வாக்களித்ததன் மூலம், தமிழ் பேசும் தோட்டத் தொழிலாளர்களின் உரிமைகளுக்கு எதிராக, தமது வர்க்க ஒத்துழைப்பை வெளிப்படுத்தினர். தமிழ் காங்கிரஸில் ஒரு சிறு குழு, இந்த சட்டத்தை எதிர்த்து, அதில் இருந்து வெளியேறி தமிழரசுக் கட்சியை அமைத்தது.

10-9. ட்ரொட்ஸ்கியின் நிரந்தரப் புரட்சி தத்துவத்தின் அடிப்படையில், யுத்தத்துக்குப் பிந்திய சுதந்திர ஏற்பாடுகளின் பண்பைப் பற்றி பி.எல்.பீ.ஐ. செய்த தொலைநோக்கான ஆய்வுகள் காலத்திற்குத் தாக்குப் பிடித்து நின்றுள்ளன. மேலாதிக்கம் செய்யும் ஏகாதிபத்திய சக்தி என்ற பிரிட்டனின் நிலையை அமெரிக்கா ஆக்கிரமித்துக்கொண்டதும் மற்றும் சோவியத் ஒன்றியம், கிழக்கு ஐரோப்பா மற்றும் சீனாவில் ஸ்ராலினிச ஆட்சிகள் இருந்தமையானது சூழ்ச்சித் திட்டங்களுக்கு இடமளித்திருந்ததுமான அதேநேரத்தில், ஆசியாவிலும் ஆபிரிக்காவிலும் புதிதாக "சுதந்திரமடைந்த"

முதலாளித்துவ அரசுகள், ஏகாதிபத்தியத்துக்கும் மற்றும் அமெரிக்காவால் ஸ்தாபிக்கப்பட்ட யுத்தத்துக்குப் பிந்திய பொருளாதார செயல்திட்டத்துக்கும் அடிபணிந்தவையாக தொடர்ந்தும் இருந்தன. இந்தியாவில் நேரு, இந்தோனேஷியாவின் சுகார்ணோ, எகிப்தில் நாசர் மற்றும் தான்சானியாவில் நைராரே போன்ற தலைவர்களால் தங்களை "ஏகாதிபத்திய எதிர்ப்பாளர்களாக" அல்லது "சோசலிஸ்டுகளாக" காட்டிக்கொள்ள முடிவதென்பது முதலாவதாக சோவியத் மற்றும் சீன ஸ்ராலினிஸ்டுகளிடம் இருந்து கிடைத்ததான விமர்சனமற்ற ஆதரவையும் அத்துடன் இரண்டாவதாக தேசியப் பொருளாதார ஒழுங்குக் கொள்கைகளையும் (இறக்குமதியை உள்நாட்டு உற்பத்தியைக் கொண்டு பிரதியீடு செய்வது, வரம்புபட்ட தேசியமயமாக்கல்கள் மற்றும் பொருளாதாரத் திட்டமிடல்கள் போன்றவை) சார்ந்ததாய் இருந்தது. சுதந்திரம் குறித்த மாயத்தோற்றமானது, யுத்தத்துக்குப் பிந்திய பொருளாதார வளர்ச்சியின் முடிவுடனும் மற்றும் தேசிய சீர்திருத்தக் கொள்கைகளை தாங்கிப்பிடித்துக்கொண்டிருந்த பிரெட்டன் வூட்ஸ் அமைப்பு முறையின் பொறிவுடனும் வெளிச்சத்துக்கு வந்தது. இந்தியா மற்றும் இலங்கையைப் போல், நாட்டுக்கு நாடு, தேசிய முதலாளித்துவம் அடிப்படை ஜனநாயகக் கடமைகளை முன்னெடுக்க இலாயக்கற்றது என்பதை நிரூபித்துள்ளது. முன்னாள் காலனித்துவ ஆட்சியாளர்களின் பொருளாதார நலன்கள் தொடர்ந்தும் பாதுகாக்கப்பட வேண்டி, முன்னதாக இருந்த இன-மொழி மற்றும் கலாச்சார உறவுகளை வெட்டி அவர்களால் ஸ்தாபிக்கப்பட்ட எல்லைக் கோடுகள் இன்னமும் நிலவுகின்றன. புதிய அரசுகளுக்குள், ஆளும் தட்டுக்கள், ஒரு இனக்குழு, பழங்குடிக் குழு அல்லது மதக் குழு எஞ்சியிருப்பவர்களின் மீது ஜனநாயக விரோதமாக மேலாதிக்கம் செய்வதன் மீது தான் பரவலாய் தங்களுக்கு அடித்தளம் அமைத்துக் கொண்டிருக்கின்றன.

11. இந்திய போல்ஷிவிக் லெனினிஸ்ட் கட்சியின் கலைப்பு

11-1. யுத்தத்துக்குப் பிந்திய புரட்சிகர இயக்கங்களின் தேய்வும் பிரிட்டனின் தெற்காசிய காலனிகளுக்கு உத்தியோகபூர்வமாக சுதந்திரம் வழங்கப்பட்டமையும், இந்திய பி.எல்.பீ.ஐ. மீது புதிய தேசிய கட்டுமானத்திற்கும் மற்றும் அரச கட்டமைப்புகளுக்கும் தகவமைத்துக் கொள்வதற்கான பிரம்மாண்டமான அரசியல் அழுத்தங்களை உருவாக்கி விட்டன. நடுத்தர வர்க்கத் தட்டுக்களைப் பொறுத்தவரை, "சுதந்திரம்" என்பது பாராளுமன்ற அரசியல் சூழலில் புதிய வாய்ப்புகளையும், விரிவடைந்து வந்த அரச

அதிகாரத்துவத்திலும் மற்றும் அரசுக்குச் சொந்தமான கூட்டுத்தாபனங்களிலும் தொழில் பதவிகளையும் திறந்து விட்டிருந்தது. உலகளாவிய முதலாளித்துவம் ஸ்திரமடைந்ததும் யுத்தத்துக்குப் பிந்திய பொருளாதாரச் செழுமையும், ஏற்றுமதி உற்பத்திப் பொருட்களின் விலை அதிகரிப்புக்கு வழிவகுத்து முன்னாள் காலனித்துவ நாடுகளின் முதலாளித்துவத்துக்கு மட்டுப்படுத்தப்பட்ட அளவிலேனும் தொழிலாள வர்க்கத்துக்கு சலுகைகளை வழங்க இயலுமையை ஏற்படுத்திக் கொடுத்தது. விசேடமாக, ஒரு போர்க்குணம் கொண்ட பாட்டாளி வர்க்கத்தையும் அவர்களில் ஒரு பகுதியினர் பி.எல்.பீ.ஐ.யின் புரட்சிகரத் தலைமையின் கீழ் இருந்த நிலையையும் எதிர்கொண்ட, ஒரு பலவீனமான முதலாளித்துவ வர்க்கம் இருந்த இலங்கையில் இது உண்மையானதாக இருந்தது. ஒரு சோசலிசப் புரட்சி அவசியமானதல்ல மற்றும் பாராளுமன்றத் தந்திரோபாயங்கள் மற்றும் போர்க்குணம் மிக்க தொழிற்சங்க நடவடிக்கைகளின் ஒருங்கிணைப்பின் ஊடாக பெருமளவு தொழிலாளர்களால் சிறிது சிறிதாக முன்னேற முடியும் என்கிற சீர்திருத்தவாத மாயைகள் தற்காலிகமான பொருளாதார வெற்றிகளால் ஊக்குவிக்கப்பட்டன.

11-2. 1948 மற்றும் 1950ம் ஆண்டுகளுக்கு இடையில், பி.எல்.பீ.ஐ. தேசியவாதத்தின் பக்கம் பின்வாங்கியமையே, அது கலைக்கப்பட்டதற்கு முக்கிய காரணமாக இருந்தது. 1946ல் வெளியிடப்பட்ட பி.எல்.பீ.ஐ.யின் "இலங்கைக்கான வேலைத்திட்டத்தின்" ஆரம்ப பகுதி, இலங்கையிலும் இந்தியாவிலும் சோசலிசப் புரட்சியானது மிகவும் நெருக்கமாகப் பின்னிப் பிணைந்துள்ளது என சக்திவாய்ந்த முறையில் வாதிட்டது. "புரட்சிக்காக உயர்ந்த மட்டத்தில் மக்கள் அணிதிரட்டப்பட்டிருந்தாலும் கூட, இலங்கையில் தமது பலத்தை காத்துக்கொள்வதற்காக ஏகாதிபத்தியவாதிகள் திரட்டும் சக்திகளை மீறி முன்செல்வதற்குத் தேவையான ஆற்றலை, இந்தத் தீவின் புரட்சிகர வெகுஜன இயக்கத்தினால் தனியாக வெளி உதவியின்றி உருவாக்க முடியாது. ஏகாதிபத்தியவாதிகளுக்கு இலங்கை வெறும் பொருளாதாரச் சுரண்டலுக்கான களம் மட்டுமல்ல, அது அவர்களது ஒட்டு மொத்த சாம்ராஜ்ஜியத்தினதும் பாதுகாப்புக்கான ஒரு மூலோபாய வெளிக்காவல் அரணாகும். மறுபக்கம், கிழக்கில் பிரிட்டிஷ் வல்லாதிக்கத்தின் ஒரு உறுதியான கோட்டையாக இலங்கை பேணப்பட்டு வரும் அதே வேளை, இந்தியாவில் முழுமையான விடுதலையை நினைத்துப் பார்க்க முடியாது. இந்த ஆய்வுப் புள்ளியில் இருந்து, இலங்கையிலான ஒரு புரட்சிகரப் போராட்டம், அதன் சகல மட்டத்திலும் கண்டத்தின் புரட்சிகரப் போராட்டத்துடன்

பிணைந்துள்ளதுடன், ஒட்டுமொத்தமாக இந்தியப் புரட்சியைப் பொறுத்தளவில், ஒரு மாநிலத்திற்குரிய அம்சத்தைக் கொண்டிருக்கும் என நாம் சொல்லலாம்." இந்தியப் பிரிவினை மற்றும் இலங்கை சுதந்திரம் சம்பந்தமாக பி.எல்.பீ.ஐ. விமர்சனம் செய்த போதிலும், கட்சி அதன் சர்வதேசிய முன்நோக்கில் இருந்து பின்வாங்கி, புதிதாக அமைக்கப்பட்ட அரசுகளை ஏற்றுக்கொள்ளத் தொடங்கியது. பி.எல்.பீ.ஐ. இலங்கையிலும் இந்தியாவிலும் அமைப்பு ரீதியில் ஐக்கியப்பட்டிருக்க வேண்டும் என்ற கொள்கையை வலியுறுத்துகிற பிரச்சினை இல்லை என்ற போதிலும், நான்காம் அகிலத்தின் புதிய பகுதியொன்றை ஸ்தாபிக்கும் விடயத்தில், ஐக்கியப்பட்ட புரட்சிகர முன்நோக்குக்காகப் போராட வேண்டிய முறை பற்றியும் மற்றும் அமைப்பு ரீதியில் நெருக்கமான ஒத்துழைப்பை பேணுவதைப் பற்றியும் தீவிரமான கலந்துரையாடல்கள் நடத்தப்பட்டிருக்க வேண்டும். மாறாக, அநேகமான இலங்கை ட்ரொட்ஸ்கிசவாதிகள் தீவுக்குத் திரும்பியிருந்த நிலையில், ஏறத்தாழ ஒரு பிளவே தோன்றியது. இந்தியாவில் இருந்த கட்சியை பலியிட்டு, அவர்களது அரசியல் நடவடிக்கைகளுக்கான குவியப்புள்ளியாக இலங்கை மாறியது. யுத்தத்துக்குப் பிந்திய முதலாளித்துவ மறுஸ்திரப்படலால் உருவாக்கப்பட்ட அரசியல் சிக்கல்கள் உச்சத்துக்கு வந்த நிலையில், நுழைவுவாதமும் "இடது ஐக்கியமும்" விரைவாக வளர்ச்சி காண்பதற்கான வழியை ஏற்படுத்தும், என்ற தவறான அனுமானத்தின் அடிப்படையில், பி.எல்.பீ.ஐ. குட்டி முதலாளித்துவ தீவிரவாத கட்சிகளுக்குள் கலைத்துவிடப்பட்டது.

11-3. 1948ல் காங்கிரசில் இருந்து பிரிந்த காங்கிரஸ் சோசலிஸ்டுகளால் அமைக்கப்பட்ட இந்திய சோசலிஸ்ட் கட்சிக்குள் நுழையுமாறு இலங்கையில் இருந்த ல.ச.ச.கட்சியின் சந்தர்ப்பவாதிகள்தான் இந்தியாவில் பி.எல்.பீ.ஐ.க்கு அழுத்தம் கொடுத்தனர். 1930களில், அமெரிக்க சோசலிஸ்ட் கட்சி (Socialist Party of America) மற்றும் தொழிலாளர் அகிலத்தின் பிரான்ஸ் பகுதி (SFIO) ஆகியவற்றில் இருந்து முக்கியமான பகுதியினரை அரும்பிக் கொண்டிருந்த நான்காம் அகிலத்துக்குள் வென்றெடுப்பதற்காக, ட்ரொட்ஸ்கி பரிந்துரை செய்த வழிமுறையை சுட்டிக்காட்டியே, இந்திய பி.எல்.பீ.ஐ.யில் இருந்த ல.ச.ச.க. ஆதரவாளர்கள் அவர்களது "நுழைவுத் தந்திரோபாயத்துக்காக" வாதிட்டார்கள். பாசிசத்தின் எழுச்சி மற்றும் ஸ்ராலினிசத்தின் காட்டிக்கொடுப்புக்கள் காரணமாக, இத்தகைய சமூக ஜனநாயக அமைப்புக்கள், புரட்சிகர அரசியலை நோக்கி நகர்ந்துகொண்டிருந்த தொழிலாளர்கள் மற்றும் இளைஞர்களை ஈர்க்கும் புள்ளியாக ஆகியிருந்ததனாலேயே ஒரு சுருக்கமான தந்திரோபாய திட்டமாக 1930களில் அத்தகைய நுழைவு

பரிந்துரைக்கப்பட்டது. இத்தகைய கட்சிகளுக்குள் தமது புரட்சிகர சர்வதேசிய முன்னோக்கிற்குப் போராடுவதற்கான கணிசமானளவு சுதந்திரத்தைத் தக்கவைத்துக்கொண்ட ட்ரொட்ஸ்கிஸ்டுகள், தொழிலாளர்கள் மற்றும் இளைஞர்களின் முக்கியமான பகுதியினரை வென்றெடுத்தனர். இடதுபக்கமன்றி, வலது பக்கமாக மட்டும் பாராளுமன்ற தேசியவாத பாதையை நோக்கி நகர்ந்துகொண்டிருந்த இந்திய சோசலிஸ்ட் கட்சிக்கு அத்தகைய நிலைமைகளில் எதுவும் பொருந்தாது. 1947 பி.எல்.பீ.ஐ. மாநாட்டில் இந்த நுழைவு சம்பந்தமாக விவாதிக்கப்பட்டு அது தோற்கடிக்கப்பட்டிருந்தாலும், இந்த விடயத்திற்கு அழுத்தம் கொடுத்த அந்த தந்திரோபாயத்தின் ஆதரவாளர்கள், சோசலிஸ்ட் கட்சியின் உறுப்பினர்கள் எதிர்காலத்தில் தீவிரமயமாவர் என்ற எதிர்பார்ப்பில், அதற்குள் நீண்ட காலத்துக்கு நுழைந்திருக்க வேண்டும் எனத் தொடர்ந்தும் வாதிட்டனர். எந்தவொரு திடீர் நகர்வுக்கும் எதிராக, பாரிஸில் இருந்த நான்காம் அகிலத்தின் அனைத்துலக செயலகம் விடுத்த எச்சரிக்கைகளை அலட்சியம் செய்த பி.எல்.பீ.ஐ., 1948 அக்டோபரில் கல்கத்தாவில் நடந்த ஒரு விசேட மாநாட்டில் இத்தகைய நுழைவுக்கு வாக்களித்தது.

11-4. சோசலிஸ்ட் கட்சிக்குள் நுழைந்தமை ஆரம்பத்தில் இருந்தே அழிவுகரமானதாக இருந்தது. பி.எல்.பீ.ஐ. உறுப்பினர்கள், தனிநபர்கள் என்ற அடிப்படையில் உறுப்புரிமைக்காக விண்ணப்பிக்கத் தள்ளப்பட்டார்கள். அவர்களால் ஒரு தனியான உட்குழுவை அமைக்க முடியாமல் போனதோடு கலந்துரையாடலுக்கான ஆவணங்களை சுற்றுக்கு விடவும் முடியாமல் போனது. அதே சமயம், சோசலிஸ்ட் கட்சி, குறிப்பாக முன்னர் ஒரு உறுப்பினரையுமே கொண்டிராத சென்னை (மெட்ராஸ்) போன்ற பெருநகரங்களில், தமது கட்சியின் அமைப்புக்களை கட்டியெழுப்புவதற்காக முன்னாள் இந்திய போல்ஷிவிக் லெனினிஸ்ட் கட்சி உறுப்பினர்களின் திறமைகளை சுரண்டிக்கொண்டது. சோசலிஸ்ட் கட்சியின் தலைமை மேலும் வலதுபக்கம் திரும்பிய நிலையில், அது மேலும் மேலும் எந்தவொரு விமர்சனத்தையும் அல்லது விவாதத்தையும் தடுத்தது. 1952ல் நடந்த பொதுத் தேர்தலில் சோசலிஸ்ட் கட்சி திறமை காட்டாததை அடுத்தும், அது முதலாளித்துவ கிசான் மஸ்தூர் பிரஜா கட்சியுடன் (விவசாயிகள் தொழிலாளரகள் மக்கள் கட்சி) கூட்டுச் சேர்ந்த பின்னரும், முன்னாள் இந்திய போல்ஷிவிக் லெனினிஸ்ட் கட்சி உறுப்பினர்கள் அதில் இருந்து பிரிந்தார்கள். ஆயினும், அந்தக் கட்டத்தில், பி.எல்.பீ.ஐ. அடிபணிந்து போன அதே அரசியல் அழுத்தங்களை பிரதிபலித்த மிஷேல் பப்லோ, ஏர்னெஸ்ட் மண்டேல் ஆகியோரின் தலைமையிலான ஒரு சந்தர்ப்பவாத போக்கு நான்காம்

அகிலத்தினுள் எழுந்திருந்தது. பி.எல்.பீ.ஐ.யின் மிச்சங்களையும் பப்லோவாதம் துரிதமாக அழித்தது.

11-5. இலங்கையில், அதிலும் குறிப்பாக பிளவுபட்ட "இடது" வாக்கு, 1949 இடைத் தேர்தலில் யூ.என்.பீ.க்கு அத்தொகுதியில் வெல்வதற்கு வாய்ப்பளித்ததற்குப் பின், ல.ச.ச.கட்சியுடன் பி.எல்.பீ.ஐ.யை இணைப்பதற்கு அழுத்தங்கள் பெருகின. பாராளுமன்ற மற்றும் தொழிற்சங்க களங்களில் கட்சியைப் பலப்படுத்துவதன் பேரில் ஐக்கியப்படுவதற்கான வாதப் புள்ளியாக அந்த இடைத்தேர்தல் ஆனது. 1950 ஜூனில், பி.எல்.பீ.ஐ. மற்றும் ல.ச.ச.க. இணைக்கப்பட்டமை, இரு ட்ரொட்ஸ்கிசக் கட்சிகளின் கூட்டிணைவாக ல.ச.ச.கட்சியின் பல்வேறு வரலாறுகளில் குறிப்பிடப்பட்டுள்ளது. உண்மையில் அது, பாராளுமன்றவாதம் மற்றும் தொழிற்சங்க வாத்திற்கு துரிதமாக இடமளித்த ஒரு சந்தர்ப்பவாத ஏற்பாட்டுக்குள் பி.எல்.பீ.ஐ. கலைத்துவிடப்படுவதாகவே இருந்தது. இந்த இணைப்பின் விளைவாக, எதிர்க்கட்சி ஆசனங்களில் மிகப்பெருங் குழுவின் தலைவர் என்ற முறையில், என்.எம்.பெரேரா பாராளுமன்ற எதிர்க்கட்சித் தலைவரானார். இணைக்கப்பட்ட ல.ச.ச.கட்சியின் வேலைத்திட்டத்தை ஏற்றுக்கொள்ள விரும்பாத பிலிப் குணவரத்தனா, மேலுமொரு அடி வலதுபக்கமாக வைத்து, ல.ச.ச.கட்சியில் இருந்து முழுமையாக பிரிந்ததோடு தனது சொந்தக் கட்சியான புரட்சிகர லங்கா சமசமாஜக் கட்சி [Viplavakari LSSP - VLSSP] அமைத்துக்கொண்டார்.

11-6. ஐக்கியப்படுத்தப்பட்ட ல.ச.ச.கட்சியின் வேலைத்திட்டம் இலங்கைக்குள் வரையறுக்கப்பட்டது. அது பி.எல்.பீ.ஐ.யும் நான்காம் அகிலமும் கடந்து வந்த தீர்க்கமான வரலாற்று அனுபவங்கள் சம்பந்தமாக எந்த ஆய்வு செய்வதையும் தவிர்ப்பதற்காக வரையப்பட்டபொதுவான நன்கு யாவருமறிந்த விடயங்களின் ஒரு தொகுப்பாக அது இருந்தது. அது ஆசியா அல்லது அனைத்துலகம் இல்லாவிட்டாலும் இலங்கையில் உள்ள தொழிலாள வர்க்கத்தின் யுத்தத்துக்குப் பிந்திய அரசியல் அனுபவங்கள் எதையும் பற்றிக் கூட குறிப்பிடவில்லை. சீனப் புரட்சி நடந்து ஒரு ஆண்டுகூட ஆகாதிருந்த போதும், அது பற்றிக்கூட குறிப்படப்படவில்லை. அந்த வேலைத்திட்டம் நிரந்தரப் புரட்சித் தத்துவத்தைப் பற்றி தெளிவாக எதையும் கூறவில்லை. முன்னைய ஐந்து ஆண்டுகளுள் தோன்றிய அரசியல் வேறுபாடுகள் பற்றி எதுவும் கலந்துரையாடப்படவில்லை. அந்த வேலைத் திட்டம், கட்சி "சகல வடிவிலுமான பேரினவாதத்தையும் சமரசமற்று எதிர்ப்பதாக" பிரகடனம் செய்த போதிலும், 1947ல் பண்டாரநாயக்கவின் இனவாத அரசியலுக்கு

ல.ச.ச.க. அடிபணிந்ததைப் பற்றி அது ஆராயவில்லை. அதேபோல், "உண்மையான தேசிய சுதந்திரத்துக்கான" தேவையைப் பற்றி அது குறிப்பிட்ட போதிலும், 1948ல் சுதந்திரத்துக்கான வாக்கெடுப்பை ல.ச.ச.க. புறக்கணித்ததைப் பற்றி அதில் ஆராயப்படவில்லை. உண்மையில், இந்தக் "கூட்டிணைவானது" சமசமாஜவாதத்துக்கு, அதாவது இலங்கையில் தீவிரவாதத்தின் தேசிய பாரம்பரியத்துக்கு திரும்புவதற்கு சமமானதாக இருந்தது. இத்தகைய பிரச்சினைகளை கலந்துரையாடத் தவறியமை, புதிய கட்சியினுள்ளான உண்மையான உறவுகளை அம்பலப்படுத்தியது: வலதுசாரித் தட்டுக்களின் தலைமைப் பொறுப்பில் என்.எம். பெரேரா இருந்த அதேவேளை, முன்னாள் பி.எல்.பீ.ஐ. தலைவர்கள் அவரை "ட்ரொட்ஸ்கிசத்தால்" அலங்கரித்தனர். ஒரு அரசியல் விளக்கத்தைக் கோரவும் அந்த கொள்கையற்ற ஐக்கியத்தை எதிர்க்கவும் தலையிடுவதற்கு மாறாக, மிஷேல் பப்லோவின் தலைமையிலான அனைத்துலக செயலகம், அதை ஆசீர்வதித்ததோடு ல.ச.ச.கட்சியை நான்காம் அகிலத்தின் இலங்கை பகுதியாக ஏற்றுக்கொண்டது.

12. பப்லோவாத சந்தர்ப்பவாதம்

12-1. யுத்தத்துக்குப் பிந்திய முதலாளித்துவ மறு ஸ்திரமாக்கத்தினால் உருவாக்கப்பட்ட அரசியல் அழுத்தங்கள், பி.எல்.பீ.ஐ. கலைக்கப்பட்டதில் காட்சிக்கு வந்ததுடன் நான்காம் அகிலத்துக்குள் மிஷேல் பப்லோ மற்றும் ஏர்னெஸ்ட் மண்டேலின் தலைமையில் தலைநீட்டிய திருத்தல்வாத போக்கில் அதன் தத்துவார்த்த வெளிப்பாட்டைக் கண்டது. ஸ்ராலினிசத்தின் எதிர்ப்புரட்சிகர பண்பைப் பற்றிய ட்ரொட்ஸ்கியின் மதிப்பீட்டை பப்லோ கைவிட்டதுடன் தொடங்கிய பிரச்சினை, மார்க்சிசத்தின் அடிப்படைகள் அனைத்தையும் திருத்தும் வேலையை தழுவிக்கொள்வது வரை சென்றது. அந்தத் திருத்தங்கள், தொழிலாள வர்க்கத்தின் அரசியல் சுயாதீனத்துக்கான போராட்டத்தை, ஒவ்வொரு நாட்டிலும் உள்ள தொழிலாளர் இயக்கங்களுக்குள் இயங்கும் முதலாளித்துவ முகவர்களுக்குள் நான்காம் அகலத்தின் பகுதிகளை ஒட்டு மொத்தமாக கலைத்து விடும் வேலையைக் கொண்டு பதிலீடு செய்வதாக இருந்தது.

12-2. கிழக்கு ஐரோப்பாவின் இடைத்தடை அரசுகள் (Buffer states) என்பவற்றின் ஸ்ராலினிச ஆட்சிகள் 1947-1948ல் தொழிற்துறையை தேசியமயமாக்கல் மற்றும் அதிகாரத்துவ அரச திட்டமிடலைத் தொடங்குதல் ஆகியவற்றை நோக்கி திடுதிப்பென திரும்பியதைக் கொண்டே நான்காம் அகிலம், கவனமாக ஆழ்ந்து ஆராய்ந்த பின்னர் அவற்றை "உருக்குலைந்த தொழிலாளர் அரசுகள்" என

குணாதிசயப்படுத்தியது. பாட்டாளி வர்க்கப் புரட்சியின் விளைபொருளான சோவியத் ஒன்றியத்தைப் போலன்றி, இந்த அரசுகள் ஆரம்பத்தில் இருந்தே "உருக்குலைந்த வடிவத்திலிருந்தன". சொத்து உறவுகளிலான மாற்றங்கள், போல்ஷிவிக் வகையிலான ஒரு கட்சியின் தலைமையின் கீழ், பாட்டாளி வர்க்க அதிகாரத்தின் வெகுஜன அங்கங்களில் இருந்து, அதாவது சோவியத்துக்களில் இருந்து மேற்கொள்ளப்படவில்லை. மாறாக அவை தொழிலாள வர்க்கத்தின் எந்தவொரு சுயாதீன நடவடிக்கையையும் நசுக்கும் ஸ்ராலினிசக் கட்சிகளினால் மேலிருந்து திணிக்கப்பட்டன. எல்லாவற்றுக்கும் மேலாக, நான்காம் அகிலம் விளக்கியது போல்: "உலகின் பார்வையில் இருந்து பார்க்கும்போது, இடைத்தடை மண்டலத்தை சோவியத் ஒன்றியத்துக்குள் உள்ளீர்த்துக்கொள்கின்ற உணர்வுடன் சோவியத் அதிகாரத்துவத்தினால் நடைமுறைப்படுத்தப்பட்ட சீர்திருத்தங்களின் அளவை விட, சோவியத் அதிகாரத்துவத்தால் அதிலும் குறிப்பாக இடைத்தடை மண்டலத்தினுள் அதன் நடவடிக்கைகள் ஊடாக உலகத் தொழிலாளர்களின் நனவுக்கு எதிராக கொடுக்கப்பட்ட அடிகளின் எடை அதிகமானதாக இருந்தது."[21]

12-3. பின்னர் தெளிவுபடுத்தப்பட்டது போல்: "உருக்குலைந்த என்ற பதத்தின் பயன்பாடானது, 1917 அக்டோபரில் முதலாளித்துவ அரசை தூக்கிவீசியதற்கும் கிழக்கு ஐரோப்பாவில் 1940களின் பிற்பகுதியில் இடம்பெற்ற கவிழ்ப்புகளுக்கும் இடையிலான தீர்க்கமான வரலாற்று வித்தியாசத்தின் மீது, அதாவது பாட்டாளி வர்க்கத்தின் வெகுஜன அங்கங்களான சோவியத்துகளின் தலைமையில் போல்ஷிவிக் வகையானதொரு கட்சி அமைந்த நிலை இல்லாதிருந்தமையின் மீது, கவனத்தை குவிக்கிறது. தவிரவும், இந்த சொற்பதமானது, பிறப்பிலேயே தோன்றிய உருக்குலைந்த மற்றும் விநோத குணத்தின் முத்திரையை பொருளாதார மற்றும் அரசியல் வட்டத்தின் ஒவ்வொரு துறையிலுமான தன் நடவடிக்கைகளில் தங்கியிருக்கின்றதும் சந்தேகத்துக்குரிய வரலாற்று தாக்குப்பிடிப்பு சக்தியைக் கொண்டதுமான அரசு ஆட்சிகளின் தற்காலிக வாழ்நிலையை மட்டுமே குறித்துக் காட்டுகின்றது. ஆகையால், இச்சொற்பதத்தின் பயன்பாடு அந்த அரசுகளை புதிய வரலாற்று அலங்காரச் சொற்களால் அலங்கரிப்பதாகாது. அதற்கெல்லாம் தூரத்தில், உருக்குலைந்த என்ற அதன் அடைமொழி, ஸ்ராலினிசத்தின் வரலாற்று திவால்நிலையை கோடிட்டுக் காட்டுவதோடு, ஒரு உண்மையான மார்க்சிசத் தலைமைத்துவத்தை கட்டியெழுப்ப

---

21. நாம் காக்கும் மரபுரிமைகள் (*The Heritage We Defend*), wsws.org, தமிழ், நூலகம்.

வேண்டியதன், ஒரு அரசியல் புரட்சியில் ஆளும் அதிகாரத்துவத்துக்கு எதிராக தொழிலாள வர்க்கத்தை அணிதிரட்ட வேண்டியதன், உண்மையான தொழிலாளர் அதிகாரத்தின் அங்கங்களை உருவாக்க வேண்டியதன், மற்றும் அரச அமைப்புக்குள்ளும் பொருளாதாரத்துக்குள்ளும் இன்னமும் அழியாதிருக்கும் பழைய முதலாளித்துவ உறவுகளின் சுவடுகளை அழிக்க வேண்டியதன் அவசியத்தை அவசரமாக சுட்டிக் காட்டுகிறது.[22] எவ்வாறெனினும், பப்லோ 1949 இலேயே, ஒரு தற்காலிகத் தன்மை கொண்ட இடைமருவல்காலத்திற்கான குணாதிசயப்படுத்தலை, ஸ்ராலினிசத்துக்கு வரலாற்றில் ஒரு முற்போக்கான பாத்திரத்தை வழங்கக் கூடிய வகையில் "நூற்றாண்டுகள்" நீடிக்கும் "உருக்குலைந்த தொழிலாளர் அரசுகள்" பற்றிய நீண்டகால முன்னோக்காக மாற்றினார். பனிப்போரின் கட்டுமானத்திற்குள் தகவமைத்துக் கொள்கின்ற விதமாக பப்லோ, முதலாளித்துவத்துக்கு எதிரான சர்வதேசத் தொழிலாள வர்க்கத்தின் போராட்டத்தை, "முதலாளித்துவ அரசும் ஸ்ராலினிச உலகும் இன்றியமையாது இணைந்து அமைகின்ற" ஒரு புதிய "புறநிலை யதார்த்தத்தை"க் கொண்டு பதிலீடு செய்தார்.

12-4. இந்த புதிய "யதார்த்தத்தில்", தொழிலாள வர்க்கத்துக்கும் நான்காம் அகிலத்துக்கும் எந்தவொரு சுயாதீன பாத்திரமும் கிடையாது. 1951ல் நடந்த மூன்றாவது உலக காங்கிரஸில், தனது தத்துவத்தின் கலைப்புவாத தாக்கங்களை வெளிக்கொணர்ந்த பப்லோ தெரிவித்ததாவது: "இன்னும் மேலும் எங்களை கடந்த காலத்தில் இருந்து வேறுபடுத்துவதும், இன்று எமது இயக்கத்துக்கு சிறப்புப் பண்பை ஏற்படுத்துவதும் மற்றும் எமது எதிர்கால வெற்றிகளுக்கு நிச்சயமான அளவுகோலைக் கொண்டிருப்பதுவும் எதுவெனில், பெரும்பாலும் குழப்பமான, அநேகமாக துரோகத்தனமான, சந்தர்ப்பவாத, மத்தியவாத, அதிகாரத்துவவாத மற்றும் முதலாளித்துவ அல்லது குட்டி முதலாளித்துவ தலைமைகளையும் கூட உள்ளடக்கியதாக இருக்கின்ற, தற்போதைய வெகுஜன இயக்கத்தை புரிந்து கொள்வதற்கும் அதனைப் பாராட்டுவதற்குமான எமது திறன் வளர்கிறது என்பதும், அந்த வெகுஜன இயக்கத்தை இருக்கின்ற இடத்தில் இருந்து உயர்ந்த மட்டத்திற்கு உயர்த்துவதற்கான இலக்குடன் அந்த இயக்கத்துக்குள் ஒரு இடத்தை தேடுவதற்கான எமது முயற்சியுமே ஆகும்."[23]

12-5. லத்தீன் அமெரிக்கா தொடர்பான விடயத்தில், ஏகாதிபத்திய-எதிர்ப்பு மற்றும் முதலாளித்துவ-எதிர்ப்பு வெகுஜன இயக்கங்களின்

---

22. அதே நூல்
23. அதே நூல்

தலைமையின் வர்க்கப் பண்பை பொருட்படுத்தாமல், அவற்றுக்குள் ட்ரொட்ஸ்கிச இயக்கங்களைக் கலைத்துவிடுவதற்கு பப்லோ அழைப்பு விடுத்தார். அத்தகைய இயக்கங்களை "பிற்போக்கு, பாசிச அல்லது எங்களுக்குப் பிரயோசனமற்றது என வகைப்படுத்துவது, பழைய முறையிலான 'டரொட்ஸ்கிச' முதிர்ச்சியின்மையையும், வெகுஜன இயக்கங்களைப் பற்றி கொள்கைப் பிடிவாதமுடைய, அருவமான மற்றும் புத்திஜீவிகளுக்குரிய வகையில் மதிப்பீடு செய்வதையும் நிரூபிப்பதாகும்... தென் ஆபிரிக்கா, எகிப்து, வட ஆபிரிக்க காலனிகள், மற்றும் அருகாமை கிழக்கில் ஒரு புரட்சிகரக் கட்சியை கட்டியெழுப்புவது என்பது, இப்போது தேசியவாத, ஏகாதிபத்திய-விரோத வெகுஜன இயக்கங்களுக்கு நிபந்தனையின்றி ஆதரவளித்து அந்த இயக்கங்களுக்குள் ஒன்றிணையும் பாதையில் பயணிப்பதை நாம் புரிந்துகொள்ள வேண்டும்,"[24] என அவர் பிரகடனம் செய்தார். இந்த நோக்குநிலை, நிரந்தரப் புரட்சித் தத்துவத்தையும், மற்றும் பின்தங்கிய முதலாளித்துவ நாடுகளில் முதலாளித்துவ மற்றும் குட்டி முதலாளித்துவ தலைமைகளில் இருந்து தொழிலாள வர்க்கத்தின் அரசியல் விடுதலைக்காக போராடுவதையும் கைவிடுவதை பிரதிநிதித்துவம் செய்தது. இந்த வேலைத் திட்டத்தின் தாக்கங்கள் இலங்கையிலும் இந்தியாவிலும் ஏற்கனவே வெளிப்பட்டுள்ளன. இங்கு பண்டாரநாயக்காவுக்கு தாம் தகவமைத்துக் கொண்டதை நியாயப்படுத்துவதற்காக, பிலிப் குணவர்த்தனாவும் என்.எம். பெரேராவும் பி.எல்.பீ.ஐ.யின் "கொள்கைப் பிடிப்பான, அருவமான மற்றும் புத்திஜீவிகளுக்குரிய" பழைய ட்ரொட்ஸ்கிசத்துக்கு எதிராக இதேபோன்ற வாதங்களை முன்னெடுத்தனர்.

12-6. 1948ல் பி.எல்.பீ.ஐ., இந்திய சோசலிஸ்ட் கட்சியினுள் நுழைவதற்கு எதிராக பப்லோ எச்சரித்தார். ஆயினும், 1952 பெப்பிரவரியில், உலகம் பூராவும் எல்லா நாடுகளிலும் ஒரு விசேட வடிவிலான நுழைவுவாதம் நடைமுறைப்படுத்தப்பட வேண்டும் என பரிந்துரைத்தார். இந்தியாவில் போல், நுழைவுவாதம் இப்போது ஒரு தற்காலிக தந்திரோபாயமாக இருக்கவில்லை. அது ஒரு நீண்டகால முன்நோக்காக மாறியிருந்தது. தற்போதுள்ள தொழிலாளர் அமைப்புக்களின் ஊடாகவே எந்தவொரு எதிர்காலத் தீவிரமயமாக்கமும் இடம்பெறும் என்ற ஊகத்தின் மீது அது நியாயப்படுத்தப்பட்டது. இந்தியாவில் இந்த விசேட வடிவிலான நுழைவுவாதத்தின் விளைவு, முன்னாள் பி.எல்.பீ.ஐ. தலைவர்களின் விரக்தி மற்றும் நோக்குநிலை பிறழ்வில் ஏற்கனவே வெளிப்பட்டுள்ளது. அவர்கள் ட்ரொட்ஸ்கிச வேலைத்

24. அதே நூல்

திட்டத்துக்கான எந்தவொரு போராட்டத்தையும் தடுக்கும் ஒரு அமைப்புக்குள் சிக்கிக்கொண்டிருந்தார்கள். சர்வதேசரீதியாக இந்த சந்தர்ப்பவாத உபாயத்தைப் பிரயோகித்தமையானது நான்காம் அகிலத்தின் மேலும் பல பகுதிகளின் சிதைவில் விளைந்தது.

12-7. புறநிலைவாத வழிமுறையே, பப்லோவாத சந்தர்ப்பவாதத்தின் தத்துவார்த்த அடித்தளமாகும். பின்னர் விளக்கப்பட்டது போல்: "புரட்சிகரமான நடைமுறை செயற்பாட்டை விட வியாக்கியானபடுத்துவதும், போராட்டத்தை விட கவனிப்பாய்வும்தான் புறநிலைவாதத்தின் நிலைப்பாடாகும்; அது, என்ன செய்ய வேண்டும் என்பதை விளக்குவதை விட, என்ன நடக்கின்றது என்பதை நியாயப்படுத்துகிறது. இந்த வழிமுறையை அடித்தளமாகக் கொண்டிருக்கக்கூடிய ஒரு முன்னோக்கில் ட்ரொட்ஸ்கிசம், அதிகாரத்தைக் கைப்பற்றவும் வரலாற்றுப் பாதையை மாற்றியமைக்கவும் உறுதிபூண்டுள்ள ஒரு கட்சியின் நடைமுறை செயற்பாடுகளுக்கு வழிகாட்டும் தத்துவமாக கண்டுணரப்படாது, மாறாக இறுதியில் நான்காம் அகிலத்திற்கு விரோதமான பாட்டாளி வர்க்கமல்லாத சக்திகளின் தலைமையின் கீழ் சோசலிசம் எட்டப்படுவதான ஒரு வரலாற்று நிகழ்முறைக்குரிய ஒரு பொதுவான விளக்கமாகவே இருக்கும். நிகழ்வுகளின் பாதையில் ட்ரொட்ஸ்கிசத்துக்கு ஏதாவதொரு நேரடிப் பாத்திரத்திற்கான நற்பெயர் கிட்டக கூடுமாயின், அது ஸ்ராலினிஸ்டுகளின், நவ-ஸ்ராலினிஸ்டுகளின், அரை-ஸ்ராலினிஸ்டுகளின் மற்றும், நிச்சயமாக, ஏதாவதொரு வகையைச் சேர்ந்த குட்டி முதலாளித்துவ தேசியவாதிகளின் நடவடிக்கைகளை நனவின்றி வழிநடத்தும், வெறுமனே ஒரு வகையிலான உணர்வுக்குக் கட்டுப்பட்ட மனோவியல் நிகழ்வாக மட்டுமே இருந்தது."[25]

12-8. இந்த புறநிலைவாத வழிமுறை, நிரந்தரப் புரட்சித் தத்துவத்தை அது நான்காம் அகிலத்தின் பிரிவுகளின் நடவடிக்கைகளுக்கான ஒரு புரட்சிகர வழிகாட்டியாக இருந்ததில் இருந்து, ஏனைய கட்சிகள் மற்றும் தலைமைகளின் ஊடகங்களின் ஊடாக, தன்னை செதுக்கிக் கொள்கின்ற ஒரு தடுக்கவியலாத வரலாற்று நிகழ்முறையின் வெளிப்புற விவரிப்பாக மாற்றியது. நிரந்தரப் புரட்சித் தத்துவமானது தொழிலாள வர்க்கத்தின் மத்தியில் ட்ரொட்ஸ்கிசக் கட்சிகளை கட்டியெழுப்புவதற்கு வழிவகைகளை வழங்குவதற்குப் பதிலாக, முதலாளித்துவ மற்றும் குட்டி முதலாளித்துவக் கட்சிகளின் தலைமையில் வளர்ச்சியுறும்

25. அதே நூல்

இயக்கங்களைப் போற்றுவதற்கான ஒரு வழிமுறையாக பப்லோவாதிகளால் மாற்றப்பட்டது.

12-9. 1953 நவம்பர் 16 அன்று, அமெரிக்க சோசலிஸ்ட் தொழிலாளர் கட்சியின் (American Socialist Workers Party -SWP) தலைவர் ஜேம்ஸ். பீ. கனன், உலக ட்ரொட்ஸ்கிச இயக்கத்துக்கு எழுதிய பகிரங்கக் கடிதத்தை பிரசுரித்ததுடன் பப்லோவாத சந்தர்ப்பவாதத்துக்கு எதிரான அரசியல் போராட்டம் உச்சக்கட்டத்தை அடைந்தது. அந்த பகிரங்கக் கடிதம், மரபுவழி ட்ரொட்ஸ்கிஸ்டுகள் அணிதிரளும் புள்ளியாக இருந்ததோடு பிரிட்டிஷ் மற்றும் பிரெஞ்சு பகுதிகளின் ஆதரவுடன் நான்காம் அகிலத்தின் அனைத்துலகக் குழுவை ஸ்தாபிப்பதற்கு வழியமைத்தது. அந்தக் கடிதம் ட்ரொட்ஸ்கிசத்தின் அடிப்படைக் கொள்கைகளை சுருங்கக் கூறியது.

> 1. முதலாளித்துவ அமைப்புமுறையின் மரண ஓலம், மோசமாகிவரும் பொருளாதார மந்த நிலைகள், உலகப் போர்கள் மற்றும் பாசிசம் போன்ற காட்டுமிராண்டித்தனமான வெளிப்பாடுகளின் மூலம் உலக நாகரீகத்தை ஒழித்துக்கட்ட அச்சுறுத்துகின்றது. அணு ஆயுதத் தயாரிப்பு இன்று இந்த அபாயத்தை சாத்தியமானளவு அபாயகரமான வழியில் எடுத்துக்காட்டுகின்றது.
>
> 2. திட்டமிடப்பட்ட சோசலிசப் பொருளாதாரத்தைக் கொண்டு முதலாளித்துவத்தை உலக அளவில் மாற்றீடு செய்வதன் மூலமும் அவ்வாறாய் முதலாளித்துவத்தினால் அதன் ஆரம்ப நாட்களில் திறந்து விடப்பட்ட வளர்ச்சிச் சுருளை தொடர்ந்து செய்வதன் மூலமும் மட்டுமே பாதாளத்தை நோக்கிய சரிவை தடுக்க முடியும்,
>
> 3. இத்தகைய பணி சமூகத்தில் தொழிலாள வர்க்கத்தின் தலைமையின் கீழ் மட்டுமே சாத்தியமாகும். ஆனால் தொழிலாளர்கள் ஆட்சியைக் கைப்பற்றுவதற்கான பாதையை நாடுவதற்கு, சமூக சக்திகளிடையேயான உலக உறவு இன்று போல் வேறெப்போதும் சாதகமானதாக இருந்திருக்கவில்லை என்றபோதிலும், தொழிலாள வர்க்கமானது ஒரு தலைமை நெருக்கடிக்கு முகம் கொடுத்து நிற்கின்றது.
>
> 4. இந்த உலக-வரலாற்று குறிக்கோளை முன்னெடுக்க தன்னைத் தயார்படுத்திக்கொள்வதற்கு, ஒவ்வொரு நாட்டிலும் உள்ள தொழிலாள வர்க்கம், லெனின் உருவாக்கிய பாணியிலான ஒரு புரட்சிகர சோசலிசக் கட்சியை

கட்டியமைக்கவேண்டும்; அதாவது, அக்கட்சி ஜனநாயகத்தையும் மத்தியத்துவத்தையும் இயங்கியல் ரீதியாக ஒன்றிணைக்கும் ஒரு போர்க்குணம் மிக்க கட்சியாக இருக்கும். முடிவுகளை எடுப்பதில் ஜனநாயகமும் அவற்றை நடைமுறைப்படுத்துவதில் மத்தியத்துவமும் இருக்கும். உறுப்பினர்களால் கட்டுப்படுத்தக்கூடிய தலைமையையும், தாக்குதலின் கீழும் ஒழுங்கமுறையான வகையில் முன்னெடுத்துச் செல்லும் திறம்படைத்த உறுப்பினர்களையும் கொண்ட கட்சியாக அது இருக்கும்.

5. 1917 அக்டோபரில் ரஷ்யாவில் நடைபெற்ற புரட்சியின் கௌரவத்தைச் சுரண்டி தொழிலாளர்களை ஈர்த்து, பின்னர் அத்தொழிலாளர்களது நம்பிக்கையைக் காட்டிக்கொடுத்து, அவர்களை சமூக ஜனநாயகத்தின் பிடிக்குள்ளோ, உணர்ச்சியின்மையின் பிடிக்குள்ளோ அல்லது மீண்டும் முதலாளித்துவத்திலான பிரமைகளுக்குள்ளோ தூக்கிவீசுகின்ற ஸ்ராலினிசம் தான் இதற்கான பிரதான தடைக்கல்லாக இருக்கிறது. பாசிச அல்லது முடியாட்சி சக்திகள் திண்ணப்படுகின்ற வடிவத்திலும், முதலாளித்துவத்தால் உரம்போடப்பட்டு தயாரிப்பு செய்யப்படுகின்ற புதிய போர்கள் வெடித்ததின் வடிவத்திலும் இந்தக் காட்டிக் கொடுப்புகளுக்கான அபராதத் தொகை உழைக்கும் மக்களாலேயே செலுத்தப்பட்டு வந்திருக்கின்றது. எனவேதான், நான்காம் அகிலம், சோவியத் ஒன்றியத்திற்கு உள்ளேயும் வெளியேயும் ஸ்ராலினிசத்தை புரட்சிகர முறையில் தூக்கி வீசுவதை தனது முக்கிய கடமைகளுள் ஒன்றாக ஆரம்பத்தில் இருந்தே வகுத்துக்கொண்டது.

6. நான்காம் அகிலத்தின் பல பிரிவுகளும், அதன் வேலைத்திட்டத்துக்கு ஆதரவான கட்சிகளும் அல்லது குழுக்களும் நெகிழ்வான தந்திரோபாயங்களின் தேவைகளுக்கு முகம் கொடுப்பதானது, அதே அளவுக்கு ஸ்ராலினிசத்துக்கு சரணடையாமல் ஏகாதிபத்தியத்துக்கும் (தேசியவாத வடிவாக்கங்கள் அல்லது தொழிற்சங்க அதிகாரத்துவம் போன்றவை) அதன் சகல குட்டி-முதலாளித்துவ முகமைகளுக்கும் எதிராக எவ்வாறு போராடுவது என்பதை அவர்கள் தெரிந்து வைத்திருப்பதை அனைத்துக்கும் மேலாக அவசரமானதாக்குகிறது. மறுதிசையில், ஏகாதிபத்தியத்துக்குச் சரணடையாமல் (இறுதி ஆய்வுகளில் ஏகாதிபத்தியத்தின் ஒரு குட்டி முதலாளித்துவ

முகமையான) ஸ்ராலினிசத்துக்கு எதிராகப் போராடுவது எப்படி என்பதையும் அவர்கள் அறிந்து வைத்திருக்க வேண்டும்.[26]

12-10. இந்த பகிரங்கக் கடிதம், 1953ல் கிழக்கு ஜேர்மனியில் நடந்த வேலைநிறுத்த இயக்கத்திலும் பிரான்சில் நடந்த பொதுவேலைநிறுத்தத்திலும் ஸ்ராலினிசத்துக்கு ஒரு அரசியல் மூடுதிரையை வழங்குவதில் பப்லோ வகித்த பாத்திரத்தை திறனாய்வு செய்தது. பப்லோவின் கைகளில் சீன ட்ரொட்ஸ்கிஸ்டுகளின் தலைவிதியை ஆராய்ந்த அக்கடிதம் தெரிவித்ததாவது: நான்காம் அகிலத்தின் சீனப் பிரிவின் அரசியல் நிலைப்பாடு பற்றி பப்லோ அவதூறாக திரிபுபடுத்தியமை குறிப்பாக கோபமூட்டுகிறது. அவர்களை 'பிரிவினைவாதிகளாகவும்' 'புரட்சியினால் அகதிகளாக்கப்பட்டவர்களாகவும்' பப்லோ குழு சித்தரித்தது... ஸ்ராலினிசம் தொடர்பான பப்லோவின் சமரசப் போக்கு, எமது சீனத் தோழர்களின் உறுதியான கொள்கைப்பிடிப்பான நிலைப்பாட்டின் மீது சாம்பலை பூசிய அதேவேளை, மாவோவின் ஆட்சியை ரோஜா நிறத்தில் அழகுபடுத்துவதற்கு அவரைத் தடுத்துநிறுத்தவியலாமல் வழிநடத்தியது.[27]

12-11. மாவோயிச ஆட்சியின் பரிணாமத்தை மிகவும் கவனமாக அவதானித்த பின்னரே, அமெரிக்காவில் சோசலிச தொழிலாளர் கட்சியும் நான்காம் அகிலத்தின் அனைத்துலகக் குழுவும் சீனாவை ஒரு உருக்குலைந்த தொழிலாளர் அரசு எனக் குறிப்பிட்டன. 1955 தேசிய மாநாட்டில் ஏற்றுக்கொள்ளப்பட்ட ஒரு தீர்மானத்தில், சீனப் புரட்சி சம்பந்தமாக ஒரு விரிவான பகுப்பாய்வை சோசலிச தொழிலாளர் கட்சி வழங்கியது. உலக அரசியலில் சீனப் புரட்சியின் தாக்கம் மற்றும் சீனாவுக்குள் வர்க்க உறவுகளின் மாற்றங்கள் அதேபோல் ஸ்ராலினிச சீனக் கம்யூனிஸ்ட் கட்சி (சி.சி.பீ.) மற்றும் அதன் கொள்கைகளிலான மாற்றங்களைப் பற்றி அதில் பகுப்பாய்வு செய்யப்பட்டிருந்தது. இந்த நிகழ்முறையை சாராம்சப்படுத்திய அந்த ஆவணம் முடிவுசெய்ததாவது: 1949 புரட்சியின் பின்னர் "புறநிலை இயக்கவியல்களும், ஏகாதிபத்தியத் தலைமீட்டுக்கு எதிரான போராட்டத்தின் உள்ளார்ந்த தர்க்கமும் முதலாளித்துவத்துடன் முறித்துக்கொள்வதற்கும், தீர்மானகரமான உற்பத்தி சாதனங்களை தேசியமயமாக்கவும், வெளிநாட்டு வர்த்தகத்தின் மீது ஏகபோகத்தை கொண்டுவரவும், திட்டமிடலை மேற்கொள்ளவும், இந்த முறையில்

---

26. *திருத்தல்வாதத்துக்கு எதிராக ட்ரொட்ஸ்கிஸம் (In Trotskyism Versus Revisionism*, Volume One (London: New Park, 1974), pp. 299-300.)

27. அதே நூல்

ஒரு தொழிலாளர்' அரசின் அடித்தளங்களாக அமைகின்ற உற்பத்தி உறவுகளையும் ஸ்தாபனங்களையும் அறிமுகம் செய்வதற்கான பாதையை உருவாக்கித் தரவும் அதிகாரத்துவத்தை நிர்ப்பந்தித்தன. ஸ்ராலினிச வடிவத்தில் என்றாலும் மூன்றாம் சீனப் புரட்சியில் நேர்ந்த ஸ்ராலினிச உருக்குலைவின் காரணத்தினாலேயே இன்று சீனா இத்தகைய ஒரு உருக்குலைந்த தொழிலாளர் அரசாக இருக்கிறது."[28]

12-12. சீன ஆட்சியின் அடுத்துவந்த பரிணாமம், அதாவது 1980களில் முதலாளித்துவ சொத்து உறவுகளை நாடியதோடு நாட்டை உலகின் முன்னணி மலிவு உழைப்புக் களமாக மாற்றியமை, அனைத்துலகக் குழுவின் அடிப்படை நிலைப்பாட்டை நிரூபித்தது. காட்டிக்கொடுக்கப்பட்ட புரட்சி நூலில் ட்ரொட்ஸ்கி முன்னறிவித்தது போல, தொழிலாள வர்க்கத்தின் தலைமையிலான அரசியல் புரட்சியொன்றின் மூலம் சி.சி.பீ.யின் ஆட்சியை தூக்கியெறியாவிட்டால், "தனிநாட்டில் சோசலிசம்" என்ற தேசியவாத முன்னோக்கினால் வழிநடத்தப்படும் மாவோவாதிகள், தவிர்க்க முடியாமல் முதலாளித்துவத்தை மீள் ஸ்தாபிதம் செய்யும் முகவர்களாக ஆவார்கள் என்று பப்லோவாதிகளுக்கு எதிராக நான்காம் அகிலத்தின் அனைத்துலகக் குழு வலியுறுத்தியது. அதே சமயம், சீனப் புரட்சியின் பிரமாண்டமான அலையையும் அதன் பின்னர் நடந்த தனியார் நிறுவனங்களை தேசியமயமாக்கல் மற்றும் பொருளாதார திட்டமிடலை நிறுவுதல் போன்றவற்றையும் உதாசீனம் செய்து, அதன் மூலம், உருக்குலைந்த தொழிலாளர் அரசுக்கு எதிராக ஏகாதிபத்தியத்தின் பக்கம் வெளிப்படையாகவோ அல்லது மௌனமாகவோ சாய்ந்திருந்த பல்வேறு "அரச முதலாளித்துவ" போக்குகளையும் நான்காம் அகிலத்தின் அனைத்துலகக் குழு எதிர்த்தது.

13. பகிரங்க கடிதத்துக்கு ல.ச.ச.கட்சியின் பதிலிறுப்பு

13-1. பப்லோவாத சந்தர்ப்பவாதத்தை எதிர்ப்பதில் சோசலிச தொழிலாளர் கட்சிக்கும் (SWP) நான்காம் அகிலத்தின் அனைத்துலகக் குழுவுக்கும் (ICFI) ஆதரவளிக்க ல.ச.ச.க. மறுத்தமை, அதன் வரலாற்றில் ஒரு திருப்பு முனையாக அமைந்ததோடு அதன் அரசியல் சீரழிவை பெருமளவில் துரிதப்படுத்தியது. பப்லோவின் ஸ்ராலினிச-சார்பு நோக்குநிலை மீது விமர்சனப் பார்வை கொண்டிருந்த ல.ச.ச.கட்சியின் தலைமை அதேவேளை தேசிய சீர்திருத்தவாதக் கொள்கைகளை (இது பாராளுமன்றவாதத்தினதும்

28. *சீனப் புரட்சியும் அதன் பின்னரும்* (*The Third Chinese Revolution and its aftermath*, Education for Socialists, Socialist Workers Party National Education Department, 1976, p. 7.)

தொழிற்சங்கவாதத்தினதும் (Syndicalism) கூட்டிணைவாய் இருந்தது) தான் ஏற்றுக் கொண்டமைக்கு ஒப்புதலளித்த, அடித்தளத்திலிருந்த கலைப்புவாத நோக்குநிலைக்கு உறுதியான அனுதாபத்தைக் காட்டியது. பாராளுமன்றம், தொழிற்சங்கம் ஆகிய இரண்டுமே ஒரு புரட்சிகரக் கட்சி தனது முன்னோக்கிற்காகப் போராடுவதற்குப் பயன்படுத்தக் கடமையிருக்கும் குரோதமான களங்களாகும், ஆனால் இந்த இரண்டுமே தொழிலாள வர்க்கத்துக்குள் உள்ள சீர்திருத்தவாத பிரமைகளை ஏற்றுக் கொள்ளும்படி கட்சியின் மீது பலமான அழுத்தங்களை தவிர்க்கவியலாமல் கொண்டுவந்து சேர்க்கின்றன. ல.ச.ச.க. தலைவர்கள், இன்னமும் வார்த்தையளவில் ட்ரொட்ஸ்கிசத்தை தழுவிக்கொண்டிருந்த போதும், மேலும் மேலும் தமது பாராளுமன்ற ஆசனங்களின் எண்ணிக்கை மற்றும் தமது தொழிற்சங்கங்களின் அளவு என்ற விதத்திலேயே தமது வெற்றிகளை அளவிட முயன்றனர். அவர்கள் தொழிலாள வர்க்கத்தை சுயாதீனமாக அரசியல் ரீதியில் அணிதிரட்டுவதை விட, பாராளுமன்ற கூட்டையும் மற்றும் மட்டுப்படுத்தப்பட்ட பொருளாதார கோரிக்கைகள் சூழ நடத்தும் வேலை நிறுத்தங்களையுமே சோசலிசத்துக்கான பாதையாகக் கருதினர்.

13-2. ல.ச.ச.கட்சியின் சந்தர்ப்பவாத நோக்குநிலையின் விளைவுகள், தீவில் முதலாளித்துவ ஆட்சிக்கு ஒரு பெரும் நெருக்கடியாய் அமைந்த 1953 ஆகஸ்ட் நிகழ்வுகளில் ஏற்கனவே வெளிக் காட்டப்பட்டிருந்தன. 1952 பொதுத் தேர்தலில், யூ.என்.பீ. ஒரு உறுதியான வெற்றியை பெற்றது. ஐக்கியப்பட்ட ல.ச.ச.க. ஆசனங்களை இழந்ததோடு, 1951ல் S.W.R.D.பண்டாரநாயக்கா தலைமையில் புதிதாக அமைக்கப்பட்ட ஸ்ரீ.ல.சு.க., ஆரவாரமின்றி முதலாவதாக காட்சிக்கு வந்தது. எவ்வாறெனினும், ஒரு ஆண்டுக்குள், கொரிய யுத்தத்தின் முடிவினால் உருவாக்கப்பட்ட பொருளாதார நெருக்கடியை தடுப்பதற்கு அரசாங்கம் எடுத்த நடவடிக்கைகளால் தூண்டிவிடப்பட்ட, தொழிலாள வர்க்கத்தினதும் விவசாயிகளதும் ஒரு அரை-கிளர்ச்சி இயக்கத்தின் தாக்கத்தின் கீழ், ஐ.தே.க. அரசாங்கம் அநேகமாக பொறிவுக்குச் சென்றது. விலைவாசி அதிகரிப்பை எதிர்த்துப் போராடுவதற்காக கம்யூனிஸ்ட் கட்சி, புரட்சிகர லங்கா சமசமாஜக் கட்சி மற்றும் தமிழரசுக் கட்சியின் ஆதரவுடன், ல.ச.ச.க. ஆகஸ்ட் 12 அன்று ஒரு நாள் ஹர்த்தாலுக்கு - பொது வேலை நிறுத்தமும் கடையடைப்பும் - அழைப்பு விடுத்தது. இதற்கு மக்களின் பதிலிறுப்பு ல.ச.ச.க. உட்பட அனைத்துக் கட்சிகளையும் ஆச்சரியத்துக்குள்ளாக்கியது. வேலை நிறுத்தத்தால் கொழும்பு ஸ்தம்பித்ததோடு தெற்கு மற்றும் மேற்கின் கிராமப் புறங்கள் வரை ஆர்ப்பாட்டங்கள் பரவின. பல பிரதேசங்களில் ஆர்ப்பாட்டக்காரர்கள்

பொலிசாரின் வன்முறையை எதிர்த்து நின்று, வீதிகளை அடைத்ததுடன் ரயில் பாதைகளையும் கழற்றினர். பீதியடைந்த யூ.என்.பீ. அரசாங்கம் கொழும்பு துறைமுகத்தில் நிறுத்தப்பட்டிருந்த பிரிட்டிஷ் யுத்தக் கப்பலொன்றில் கூடியது, அது அவசரகாலச் சட்டத்தை பிரகடனப்படுத்தி, இராணுவத்தை வீதிக்கழைத்து, கட்சி அலுவலகங்களையும் தொழிலாள வர்க்கக் கட்சிகளின் அச்சகங்களையும் மூடி சீல்வைத்ததோடு ஊரடங்குச் சட்டத்தையும் அமுல் செய்தது. மேலும் இரண்டு நாட்களுக்கு அதிகமாகத் தொடர்ந்த ஆர்ப்பாட்டங்களின் மீது பொலிசார் நடத்திய துப்பாக்கிப் பிரயோகத்தில் ஒன்பது பேர் சுட்டுக் கொல்லப்பட்டார்கள்.

13-3. அடுத்துவந்த ல.ச.ச.கட்சியின் புனைகதைகள், 1953 ஹர்த்தாலை பயன்படுத்தி கட்சியின் புரட்சிகர பண்பை வெளிப்படுத்துவதற்காக இருந்தன. உண்மையில், அந்த வெகுஜன இயக்கத்துக்கு ல.ச.ச.க. தலைமையை வழங்கவில்லை. பிரச்சாரத்தை நிறைவேற்றுவதற்கு தொழிற்சாலைகள், புறநகரங்கள் மற்றும் கிராமங்களில் நடவடிக்கைக் குழுக்களை அமைக்கவும், அரச ஒடுக்குமுறைக்கு எதிராக தொழிலாளர் பாதுகாப்புக் குழுக்களை ஒழுங்கு செய்யவும் அழைப்பு விடுப்பது போன்ற, அடிப்படை நடவடிக்கைகளை எடுக்க அது தவறியது. மாறாக, ல.ச.ச.க. தலைவர்கள், கம்யூனிஸ்ட் கட்சி மற்றும் புரட்சிகர லங்கா சமசமாஜக் கட்சித் தலைவர்களுடன் சேர்ந்து ஹர்த்தாலை முடிவுக்குக் கொண்டுவர அழைப்புவிடுத்ததோடு, தொடர்ந்தும் எதிர்ப்பை முன்னெடுத்தவர்களை அரச வன்முறைக்கு தனியாய் முகங்கொடுக்கவும் தள்ளினர். ஒரு நீண்ட கட்டுரையில், ஹர்த்தாலானது "தொழிலாளர்-விவசாயிகள் கூட்டணியின் அடையாளத்தைக் கொண்ட" வர்க்கப் போராட்டத்தின் ஒரு புதிய கட்டம் என கொல்வின் ஆர். டி சில்வா தெரிவித்தார். ஆனால், "ஐக்கிய தேசிய கட்சி அரசாங்கத்தை இராஜினாமா செய்து புதிய பொதுத் தேர்தலை நடத்துமாறு அழுத்தம் கொடுக்கவே" இப்போது போராட வேண்டும் என அவர் அந்தக் கட்டுரையை முடித்தார். ல.ச.ச.க. அதன் பாராளுமன்ற நடவடிக்கைகளுக்கான ஒரு உதவிப் பொருளாக மட்டுமே ஹர்த்தாலை நோக்கியது. இதன் விளைவாக, வெகுஜன எதிர்ப்பு உணர்வை பண்டாரநாயக்காவால் பயன்படுத்திக்கொள்ள முடிந்ததோடு, அவர் குறிப்பாக ல.ச.ச.கட்சியின் தலைமைத்துவமின்மையினால் குழம்பிப்போயிருந்த சிங்கள கிராமப்புற மக்கள் மத்தியில் செல்வாக்குப் பெற்றார். ஐ.தே.க. அரசாங்கத்தின் மீது பண்டாரநாயக்கா நம்பிக்கையில்லாத் தீர்மானத்தை கொண்டுவந்தபோது, ல.ச.ச.க. அதற்கு ஆதரவளித்தமையினால், பண்டாரநாயக்காவின் அரசியல் வளர்ச்சி

மேலும் உறுதிப்படுத்தப்பட்டது. ஹர்த்தாலின் வீச்சினால் அதிர்ச்சியடைந்த, இலங்கை ஆளும் தட்டின் கணிசமான பகுதியினர், முதலாளித்துவ ஆட்சியை தூக்கிநிறுத்துவதற்கான ஒரு மாற்று வழிமுறையாக தமது ஆதரவை ஶ்ரீ.ல.சு.க.க்கு வழங்கினர். பண்டாரநாயக்கா எதிர்ப்பு ஆர்ப்பாட்டங்களை எதிர்த்தார் என்பதோடு அவரது ஶ்ரீ.ல.சு.க. ஹர்த்தாலில் பங்குபெறவும் இல்லை என்றபோதும் ஹர்த்தால் இலங்கை ஆளும் வர்க்கத்தின் ஒரு அச்சாணி போன்ற நபராக பண்டாரநாயக்காவை ஆக்கிவிட்டது.

13-4. ஹர்த்தாலின் எழுச்சியுடன், ஸ்ராலினிச கம்யூனிஸ்ட் கட்சி மற்றும் புரட்சிகர லங்கா சமசமாஜக் கட்சி உடனான "இடது ஐக்கியத்துக்காக" ல.ச.ச.கட்சிக்குள் இருந்த ஈர்ப்பு உக்கிரமடைந்தது. கம்யூனிஸ்ட் கட்சி மற்றும் புரட்சிகர லங்கா சமசமாஜக் கட்சியுடன் ஒரு எதிர்த்துப் போட்டியிடாத தேர்தல் உடன்படிக்கைக்கு செல்லத் தவறியமையே கட்சியின் தோல்விக்குக் காரணம் எனக் குற்றஞ்சாட்டியதும், சோவியத் ஒன்றியத்திலும் சீனாவிலும் ஸ்ராலினிச அரசாங்கங்களை விமர்சிப்பதை ல.ச.ச.க. கைவிட வேண்டும் எனக் கோரியதுமான ஒரு போக்கு 1952 தேர்தலின் பின்னர் தோன்றியது. மூன்றாவது காங்கிரஸில் பப்லோவின் ஸ்ராலினிச-சார்பு வழியால் ஊக்குவிக்கப்பட்ட "ஐக்கிய" ஆதரவு உட்குழு, 1953 அக்டோபரில் நடந்த காங்கிரஸில், கட்சி "சோசலிச நாடுகளுடன்" "நிபந்தனையற்ற நேசத்துடன்" நடந்துகொள்ள வேண்டும் எனக் கோரி தீர்மானத் திருத்தமொன்றை முன்வைத்தது. அந்தத் திருத்தம் தோற்கடிக்கப்பட்டதை அடுத்து, ஸ்ராலினிச-சார்பு குழு அதில் இருந்து பிரிந்து, புரட்சிகர லங்கா சமசமாஜக் கட்சி மற்றும் கம்யூனிஸ்ட் கட்சியுடன் இணைந்து கொண்டது

13-5. இத்தகைய சூழ்நிலையிலேயே ல.ச.ச.க. தலைமை பகிரங்க கடிதத்துக்கு பதிலிறுத்தது. கனனின் கடிதத்தை ல.ச.ச.க. நிராகரித்ததும் மற்றும் நான்காம் அகிலத்தின் அனைத்துலகக் குழுவில் இணைவதற்கு மறுத்ததும் அரசியல்ரீதியாக குற்றத்தன்மை படைத்ததாய் இருந்தது ஏனென்றால் முன்னாள் இந்திய போல்ஷிவிக் லெனினிஸ்ட் கட்சியின் தலைவர்கள் பப்லோவின் திருத்தல்வாதத்தின் ஸ்ராலினிச-சார்பு பண்பைப் பற்றி நன்கு அறிந்திருந்தனர், .தவிரவும் அது சற்று முன்னரே தனது சொந்த உறுப்பினர்கள் மத்தியில் பப்லோவாதத்தின் தாக்கத்தை நேரடியாக அனுபவித்திருந்தது. ஆனால், பகிரங்க கடிதம் விநியோகிக்கப்பட்ட முறைக்கு சட்ட மரபின் படி ஆட்சேபித்த ல.ச.ச.க., ஒரு அரசியல் நிலைப்பாட்டை எடுக்கவும் மறுத்துவிட்டது. லெஸ்லி குணவர்த்தனாவுக்கு கடிதமெழுதிய கனன், ல.ச.ச.க. தனது கட்சிக்குள் இருந்த ஸ்ராலினிச சார்புப் போக்கை

வெளியேற்றியதைக் குறிப்பிட்டு, பின்னர் மேலும் சுட்டிக்காட்டியதாவது: "சர்வதேசியவாதிகள் என்ற வகையில், ஏனைய கட்சிகளிலும், மற்றும் பொதுவாக சர்வதேசிய இயக்கத்திலும், ஸ்ராலினிச சமரசவாதத்தின் பகிரங்கமான அல்லது மூடிமறைத்த வெளிப்பாடுகளின் விடயத்தில் நாம் ஒரேவகையான நிலைப்பாட்டை எடுக்க வேண்டிய கடமைப்பாடு கொண்டிருக்கிறோம்."[29]

13-6. வெகுஜன அழுத்தத்தின் மூலம் ஸ்ராலினிசக் கட்சிகளை புரட்சிகரப் பாதைக்குள் தள்ள முடியும் என்ற பப்லோவின் கூற்றின் தொலைவீச்சுக் கொண்ட பிரதி விளைவுகளை அடையாளங் கண்டு, ல.ச.ச.கட்சியின் மத்திய குழு காலங்கடந்து 1954 ஏப்பிரலில் ஒரு தீர்மானத்தை நிறைவேற்றியது. "இந்தக் கருத்து, ஸ்ராலினிசம் சம்பந்தமாக ட்ரொட்ஸ்கிச நிலைப்பாடுகளை அடிப்படையில் திருத்துவதை நோக்கி செல்வது மட்டுமன்றி, ட்ரொட்ஸ்கிச இயக்கம் தொடர்ந்தும் சுயாதீனமாக இருப்பதற்கான அனைத்து நியாயப்படுத்தல்களையும் மறுப்பதுமாகும்," என அது பிரகடனம் செய்திருந்தது. ஆயினும் நடைமுறையில் ல.ச.ச.க. அரசியல் தெளிவுபடுத்தல்களையும் கோட்பாட்டையும் பலியிட்டு சோசலிச தொழிலாளர் கட்சியும் அனைத்துலகக் குழுவும் முகங்கொடுத்த சிரமங்களை மேலும் அதிகரித்து பப்லோவாதிகளுடனான "ஐக்கியத்தை" பேணுவதற்கு சமரசங்களையும் சூழ்ச்சிகளையும் செய்ய முனைந்தது. இறுதியில், ல.ச.ச.க. தலைவர்கள் பப்லோவாதத்துக்கு அடிபணிந்தனர். 1954ல் அவர்கள் பப்லோவாதிகளின் நான்காவது காங்கிரஸில் பங்குபற்றியதோடு, அதன் மூலம் அதற்கு அங்கீகாரத்தை வழங்கி, அதன் தீர்மானங்களுக்கு சில திருத்தங்களுடன் ஆதரவளித்ததோடு, பப்லோவாத சர்வதேச செயலகத்திலேயே தொடர்ந்தும் இருந்தனர். தொழிலாள வர்க்கத்துக்கு அழிவுகரமான விளைவுகளை ஏற்படுத்தவிருந்த முற்றிலும் சந்தர்ப்பவாத உறவின் ஆரம்பமாக அது இருந்தது. ல.ச.ச.கட்சிக்கு தேசிய அரங்கிலான தனது சீர்திருத்தவாத அரசியலுக்கு நற்சான்றிதழ் போன்று ட்ரொட்ஸ்கிசத்தைக் காட்டிக் கொள்ள முடிந்தது, அதேநேரத்தில் சர்வதேச செயலகத்திற்கோ ஆசியாவில் "ஒரு வெகுஜன ட்ரொட்ஸ்கிசக் கட்சியை" கொண்டிருப்பதாக பெருமை பாராட்டிக்கொள்ள முடிந்தது. பப்லோவாதத்தை ல.ச.ச.க ஆதரித்தமை, ட்ரொட்ஸ்கிசத்துக்கும் மற்றும் அதன் மூலம் குறிப்பாக ஆசியாவில் உள்ள தொழிலாள வர்க்கத்துக்கும் எதிரான ஒரு மோசமான தாக்குதலாக இருந்தது. ல.ச.ச.க. அல்லது அதன் ஒரு பகுதியேனும், ஒரு கொள்கை ரீதியான நிலைப்பாட்டை

29. *Trotskyism Versus Revisionism*, பகுதி 2, பக். 89.

எடுத்திருந்தால், அது பெருமளவில் அனைத்துலகக் குழுவை பலப்படுத்தி, பிராந்தியம் பூராவும், குறிப்பாக இந்தியாவில் அதன் வேலைகளை முன்னேற்றியிருக்கும் என்பதுடன் மாவோவாதத்தின் பெருந்தீமையான செல்வாக்குக்கு ஒரு சக்திவாய்ந்த முறிப்பு மருந்தாகவும் செயற்பட்டிருக்கும்.

14. லங்கா சமசமாஜக் கட்சியின் அரசியல் பின்சரிவு

14-1. ல.ச.ச.கட்சி 1953ன் பின்னர் துரிதமாக சீரழிந்தது. அதன் ஒவ்வொரு கட்டத்திலும் பப்லோவாத சர்வதேச செயலகம் அதற்கு உதவியும் ஊக்குவிப்பும் கொடுத்தது. ஒரு தசாப்தத்துக்கு சற்று அதிகமான கால இடைவெளியில், கட்சி ட்ரொட்ஸ்கிசத்துக்கான எந்தவொரு போராட்டத்தையும் கைவிட்டு, சிங்கள இனவாதத்தை தழுவிக்கொண்டதோடு 1964ல் முதலாளித்துவ ஸ்ரீ.ல.சு.கட்சியின் தலைமையிலான கூட்டரசாங்கத்தினுள் நுழைந்துகொண்டதன் மூலம் முதலாளித்துவ அரசினை நிர்வாகம் செய்கின்ற அரசியல் பொறுப்பையும் ஏற்று தொழிலாள வர்க்கத்தைக் காட்டிக்கொடுத்தது. ல.ச.ச.கட்சியின் சீரழிவு ஒவ்வொரு கட்டத்திலும் பண்டாரநாயக்காவுக்கும் ஸ்ரீ.ல.சு.கட்சிக்கும் - அதாவது குறைந்தபட்சம் ஆரம்பக் கட்டத்திலேனும் ஏகாதிபத்திய-எதிர்ப்பு சாயம் பூசிக்கொண்டு சோசலிச வாய்ச்சவாடல்களை விடுத்துக்கொண்டிருந்த சிங்கள ஜனரஞ்சகவாதத்தின் இனவாத அரசியலுக்கு - அரசியல் ரீதியில் இணங்கிப் போவதுடன் நெருக்கமாகக் கட்டுண்டிருந்தது. ஸ்ரீ.ல.சு.கட்சிக்கு எதிராக ஒரு உறுதியான, கொள்கை ரீதியான நிலைப்பாட்டை ல.ச.ச.க. எடுக்க முடியாமல் இருந்தமை, அது சமசமாஜவாதத்தின் குட்டி முதலாளித்துவ தீவிரவாத பாரம்பரியங்களுக்கு மீண்டும் திரும்பியதுடன் தொடர்புபட்டிருந்தது. அது அரசியல் ரீதியில் ஒரே இயல்புடைய கட்சியாக இனியும் இருக்கவில்லை. முன்னாள் இந்திய போல்ஷிவிக் லெனினிஸ்ட் கட்சியின் (பி.எல்.பீ.ஐ.) உறுப்பினர்களாக இருந்த பகுதியினர் தொடர்ந்தும் பாட்டாளி வர்க்க சர்வதேசியவாதத்தில் காலூன்றி இருந்தனர் என்பது 1948ல் புதிய "சுதந்திர" அரசு என்ற மோசடிக்கு எதிராக நடத்தப்பட்ட பிரமாண்டமான கூட்டத்தில் தெளிவாக எடுத்துக்காட்டப்பட்டது. ஆயினும், என்.எம். பெரேரா தலைமையிலான கட்சியின் வலதுசாரிக் குழு, அதிகரித்துச் சென்ற தேசியவாத நோக்குநிலையைத் தீர்மானித்தது, இதற்கு முன்னாள் பி.எல்.பீ.ஐ.யின் பெரும் உருவங்களாக திகழ்ந்த கொல்வின் ஆர். டி, சில்வா மற்றும் லெஸ்லி குணவர்த்தனா போன்றோர் எதிர்ப்புகாட்டாமல் இணங்கி விட்டிருந்தனர். இவ்வாறு என்.எம். பெரேரா ஸ்ரீ.ல.சு.கட்சியையும் மற்றும் அதன் சிங்கள

ஜனரஞ்சகவாதத்தையும் பகிரங்கமாக ஏற்றுக்கொள்வதற்கு கட்சியினுள் இருந்த எதிர்ப்பை படிப்படியாக தோற்கடித்தார்.

14-2. 1956 தேர்தலுக்கான தயாரிப்பில், பிரிட்டிஷ் காலனித்துவ நிர்வாகத்தின் கீழ் தாம் ஓரங்கட்டப்பட்டிருந்ததையிட்டு வெறுப்படைந்திருந்த சிறு வர்த்தகர்கள், புத்த பிக்குகள் மற்றும் ஆயுர்வேத வைத்தியர்கள் போன்ற சிங்கள குட்டி முதலாளித்துவ தட்டினரை அணிதிரட்டிக்கொள்ள பண்டாரநாயக்கா முயற்சித்தார். முன்னைய புத்த மறுமலர்ச்சி இயக்கத்தின் உணர்ச்சி ததும்பும் பேச்சினை பற்றிக் கொண்ட பண்டாரநாயக்கா, சிங்களவர்கள் "ஒரு தனித்துவமிக்க இனம்", அதற்கு நாட்டின் விவகாரங்களில் மேலாதிக்க நிலை கொடுக்கப்பட வேண்டும், என வாதிட்டார். 1955ல் ஆங்கிலத்துக்குப் பதிலாக நாட்டின் உத்தியோகபூர்வ மொழியாக சிங்களத்தையும் தமிழையும் பதிலீடு செய்யும் தனது கொள்கையை ஸ்ரீ.ல.சு.க. கைவிட்டது. அதற்கு மாறாக அது, சிங்களத்தை மட்டும் உத்தியோகபூர்வ மொழியாக்கும் கொள்கையை ஏற்றுக்கொண்டது. அதாவது நீதிமன்றங்கள், பொதுத்துறை வேலைகள், கல்வி அமைப்பு மற்றும் சகல உத்தியோகபூர்வ விவகாரங்களிலும் சிங்களம் மட்டுமே பயன்படுத்தப்படும். புத்த மதத்துக்கு ஒரு விசேட உத்தியோகபூர்வ நிலையை வழங்குவதாகவும் பண்டாரநாயக்கா வாக்குறுதியளித்தார். அரச கொள்கைகளை வழிநடத்தும் ஒழுக்கமுறையாக சிங்கள மேலாதிக்கத்தை ஸ்தாபிக்க முன்மொழிந்ததன் மூலம், ஸ்ரீ.ல.சு.கட்சி தமிழ் இன மக்களையும் மற்றும் தமிழ்-பேசும் முஸ்லிம்களையும் இரண்டாந்தர பிரஜைகளாக்கியது. தனது சிங்கள ஜனரஞ்சகவாதத்தை சோசலிச மற்றும் ஏகாதிபத்திய-எதிர்ப்பு வார்த்தைகளால் அலங்கரிப்பதற்காக, பண்டாரநாயக்கா 1956 தேர்தலில் பிலிப் குணவர்த்தனாவின் புரட்சிகர லங்கா சமசமாஜக் கட்சியையும் தனது மக்கள் ஐக்கிய முன்னணிக்குள் [Mahajana Eksath Peramuna -(MEP)] கொண்டுவந்தார்.

14-3. ல.ச.ச.க. சிங்களம் மட்டும் என்ற கொள்கையை எதிர்த்ததோடு சிங்கள இனவாதிகள் வன்முறைத் தாக்குதல்களை தொடுத்த போதிலும், தமிழ் சிறுபான்மையினரின் அடிப்படை ஜனநாயக உரிமைகளை பாதுகாத்தது. ஆயினும், ல.ச.ச.க. தலைவர்களின் வாதங்கள், பி.எல்.பீ.ஐ.யின் பாட்டாளி வர்க்க சர்வதேசியவாதத்தில் இருந்து வேறுபடுவதை தெளிவாகக் காட்டின. ல.ச.ச.க. இலங்கை அரசுக்கான அங்கீகாரத்தை ஏற்றுக்கொண்டது மட்டுமன்றி, சிங்களம் மட்டும் கொள்கை தேசத்தைக் கீழறுக்கும் எனவும் வாதிட்டது. அவர்களது எதிர்ப்பு தேசத்தின் ஐக்கியத்தைப் பாதுகாப்பதை அடிப்படையாகக் கொண்டிருந்ததே அன்றி தொழிலாள வர்க்கத்தின்

ஐக்கியத்துக்காகப் போராடுவதை அடிப்படையாகக் கொண்டிருக்கவில்லை. 1955 அக்டோபரில் பாராளுமன்றத்தில் உரையாற்றிய என்.எம். பெரேரா எச்சரித்ததாவது: "நாம் நாட்டில் ஒரு நிலையான பிளவைக் கொண்டிருப்போம், நமக்கு ஒரு ஐக்கிய இலங்கை கிடைக்காது, மற்றும் நம்மை மிகவும் பின்னால் தள்ளிவிடும் ஒரு பயங்கர அளவிலான இரத்தக்களரி பெருக்கெடுக்கும், மற்றும் முடிவில், இந்த நாடு பெரும் வல்லரசுகளின் நலன்களுக்கான ஒரு காலனியாகும் அல்லது ஒரு விளையாட்டுப் பொருளாகும்."[30] இந்த நிலைப்பாடு கோட்பாடு அடிப்படையில் எடுக்கப்பட்டது அல்ல. பண்டாரநாயக்கா "சிங்களம் மட்டும்" கொள்கையைக் கொண்டிருந்த போதும், ல.ச.ச.க. தேர்தலில் "போட்டித்தவிர்ப்பு" உடன்படிக்கை ஒன்றை ஸ்ரீ.ல.சு.கட்சியுடன் கையெழுத்திட்டது. அதன் மூலம், யூ.என்.பீ.க்கு எதிரான ஒரு முற்போக்கான மாற்றீடு என்ற நம்பகத்தன்மையை முதலாளித்துவ ஸ்ரீ.ல.சு.க.க்கு அது கொடுத்தது. ஸ்ரீ.ல.சு.க. மாபெரும் வெற்றியைப் பெற்ற பின்னர், ல.ச.ச.க. பண்டாரநாயக்கா அரசாங்கம் சம்பந்தமாக "பிரதியுபகாரமான ஒத்துழைப்பு" என்ற ஒரு நிலைப்பாட்டை எடுத்ததோடு 1956 மற்றும் 1957ல், ஆண்டுக்கான அரசாங்க கொள்கையை விவரிக்கும் அரியாசன உரைக்கு (Throne Speech) வாக்களித்தது. 1957 கடைப் பகுதியில் வேலைநிறுத்தங்கள் வெடித்த பின்னரே பண்டாரநாயக்காவை விமர்சிக்கத் தொடங்கியது.

14-4. சகல பகுதிகளிலும் சிங்கள மேலாதிக்கத்தை வலியுறுத்துவதே ஸ்ரீ.ல.சு.கட்சி தலைமையிலான புதிய அரசாங்கத்தின் உந்துதலாக இருந்தது. அது தமிழர்களின் எதிர்ப்பைத் தூண்டிவிட்டதோடு தமிழ் தட்டுக்களுடன் சமரசத்துக்காக பண்டாரநாயக்காவின் பக்கமிருந்து மேற்கொள்ளப்படும் எந்தவொரு முயற்சியையும் ஒரு காட்டிக்கொடுப்பாகக் கருதிய சிங்கள அதிதீவிரவாதிகளின் திட்டமிட்ட எதிர்-படுகொலைகளையும் தூண்டிவிட்டது. அவரது அரசாங்கத்தால் முன்னெடுக்கப்பட்ட மட்டுப்படுத்தப்பட்ட தேசியமயமாக்கல் நடவடிக்கைகள், அரசின் பாத்திரத்தை விரிவாக்கியதோடு அதன் மூலம் சிங்களப் பெரும்பான்மையினருக்கு தொழில் வாய்ப்புக்களையும் கொடுத்தது. இது, பொதுக் கல்வியையும் பொது சுகாதார சேவையையும் விரிவாக்கியதோடு, கட்சியின் சிங்கள கிராமப்புற வாக்காளர் மத்தியில் ஆதரவைப் பலப்படுத்துவதையும் இலக்காகக் கொண்டிருந்தது. ஆனாலும், அரசாங்கம் தொழிலாளர்களின் மற்றும் கிராமப்புற மக்களின் அடிப்படைத் தேவைகளை இட்டுநிரப்ப இலாயக்கற்றிருந்தமை வேலை நிறுத்தங்களுக்கும் ஆர்ப்பாட்டங்களுக்கும் வழிவகுத்தது. 1958ல்

---

30. Blows against the Empire, பக்.169.

பொதுஜன பாகாப்புச் சட்டத்தை (Public Security Act) பலப்படுத்தி, அதையடுத்து பத்து மாதங்களுக்கு அவசரகால நிலையை அமுல்படுத்தியதில் அதன் தொழிலாள வர்க்க விரோத பண்பு வெளிப்படையானது. ஸ்ரீ.ல.சு.கட்சிக்கு கிராமப்புறத்தில் ஒரு தளத்தை அபிவிருத்தி செய்யவும் மற்றும் தொழிலாள வர்க்கத்தை பிளவுபடுத்தவும் சிங்கள இனவாத அரசியலை சுரண்டிக் கொண்ட பண்டாரநாயக்கா, தனது சொந்த உருவாக்கத்துக்கே பலியானார். அவர் 1959 செப்டெம்பரில் ஒரு புத்த அதிதீவிரவாதியால் படுகொலை செய்யப்பட்டார். அரசாங்கம் வளர்ச்சியடைந்துவரும் தொழிலாள வர்க்க இயக்கத்தை கட்டுப்படுத்த இலாயக்கற்றது என பீதியடைந்த, அவரது சொந்தக் கட்சிக்குள்ளிருந்த வலதுசாரிகளும் கூட இதில் சம்பந்தப்பட்டிருந்ததாக கூறப்பட்டது. பிலிப் குணவர்த்தனாவை அரசாங்க அமைச்சர் பதவியில் இருந்து பதவி விலக்க வேண்டும் என இதே வலதுசாரி குழு ஏற்கனவே வலியுறுத்தியிருந்தது. பிலிப் குணவர்த்தனா தனது சொந்த புதிய சிங்கள இனவாதக் கட்சி உருவாக்கத்திற்காக மக்கள் ஐக்கிய முன்னணி (MEP) என்ற பெயரை எடுத்துக்கொண்டார்.

14-5. 1960ம் ஆண்டு ல.ச.ச.க. மேலும் வலது பக்கம் நகர்ந்ததை குறித்தது. மார்ச்சில் நடந்த முதல் இரு தேர்தல்களில், புரட்சிகர மார்க்சிசத்தின் எந்தவொரு வெளித்தோற்றத்தையும் காட்டாது கைவிட்ட ல.ச.ச.க., சோசலிசத்துக்கு பாராளுமன்ற பாதையைத் தழுவிக்கொண்டது. யூ.என்.பீ. மற்றும் ஸ்ரீ.ல.சு.கட்சி முழுமையாக மதிப்பிழந்துவிட்டதாக பிரகடனம் செய்த கட்சி பாராளுமன்றத்தின் மூலமாக "ஒரு சமசமாஜவாத அரசாங்கத்துக்காக"ப் பிரச்சாரம் செய்தது. மொழிப் பிரச்சினையில் தனது முன்னைய நிலைப்பாட்டில் குறிப்பிடத்தக்க வகையில் ஆர்வங்காட்டாத அது, சிங்களம் மற்றும் தமிழுக்கு சமநிலை வேண்டும் என அதுவே முதலில் விடுத்த அழைப்பை கைவிட்டது. மற்றும் பிரஜா உரிமை சம்பந்தமாகவும், அது இப்போது தோட்டத் தொழிலாளர்கள் பற்றி பெயர் குறிப்பிடாமல், அந்த விவகாரம் தொடர்பாக இந்திய மற்றும் இலங்கை அரசாங்கங்களுக்கு இடையில் பேச்சுவார்த்தை நடத்த முடியும் எனப் பிரகடனம் செய்தது. ல.ச.ச.கட்சியின் பாராளுமன்ற கோணல் நடவடிக்கைகளையும் அது இனவாத அரசியலுக்கு அடிபணிந்ததையும் உத்வேகத்துடன் அங்கீகரித்த பப்லோவாத சர்வதேசச் செயலகம், அதன் தேர்தல் பிரச்சாரத்தை "அதிகாரத்துக்கான ஒரு தீர்க்கமான போராட்டம்" என விவரித்தது.

14-6. ஆட்சியைக் கைப்பற்றுவதற்கு மாறாக, ல.ச.ச.க. 1956 தேர்தலில் பெற்ற ஆசனங்களை விட குறைவான ஆசனங்களையே பெற்றமை, கட்சிக்குள் நெருக்கடியை தூண்டிவிட்டது. முதல் தடவையாக, கட்சி

ஸ்ரீ.ல.சு.க. உடன் ஒரு முதலாளித்துவ அரசாங்கத்துக்குள் நுழைவதற்கு தயாராக வேண்டும் என முன்மொழிவதற்கு அந்த சந்தர்ப்பத்தை என்.எம். பெரேரா பற்றிக்கொண்டார். 1960 மே மாதம் நடந்த கட்சி மாநாட்டில் அவரது தீர்மானம் நிறைவேற்றப்பட்ட போதிலும், அவரது வலதுசாரிக் குழுவினர் சிறுபான்மையாக இருந்த கட்சியின் மத்திய குழுவின் வாக்கெடுப்பில் அது தோற்கடிக்கப்பட்டது. எனினும், குறுகியகாலம் பதவியிலிருந்த யூ.என்.பீ. அரசாங்கம் கவிழ்ந்ததோடு, 1960 ஜூலையில் நடந்த புதிய தேர்தலில், ஸ்ரீ.ல.சு.கட்சி உடன் ல.ச.ச.க. ஒரு போட்டித்தவிர்ப்பு உடன்படிக்கையை செய்துகொண்டது. பண்டாரநாயக்காவின் விதவை மனைவியின் தலைமையில் புதிய ஸ்ரீ.ல.சு.கட்சி அரசாங்கம் தேர்வு செய்யப்பட்டவுடன், அதன் அரியாசன உரை மற்றும் முதலாவது வரவு செலவுத் திட்டத்துக்கு வாக்களித்ததன் மூலம் ல.ச.ச.க. அதன் ஒட்டு மொத்த கொள்கைகளுக்கும் ஆதரவளித்தது.

14-7. இதன் பின்னரே பப்லோவாத சர்வதேச செயலகம் அரைகுறையான விமர்சனங்களை எழுப்பத் தொடங்கியது. அது 1956ல் ல.ச.ச.கட்சியின் முன்னைய "போட்டித்தவிர்ப்பு" உடன்படிக்கையையோ ஸ்ரீ.ல.சு.கட்சி உடனான "அனுகூலமான ஒத்துழைப்பையோ" எதிர்க்கவில்லை. 1960ல் ல.ச.ச.கட்சியின் சோசலிசத்துக்கான பாராளுமன்ற பாதை பற்றிய சர்வதேசச் செயலகத்தின் விமர்சனம், அது தேர்தலில் வெற்றி பெறாததைப் பற்றியதாகவும் மற்றும் தேர்தல் தோல்விக்கான காரணங்களை உறுதிப்படுத்துவதற்கு "ஆழமான ஆய்வுகள்" அவசியம் என்று கூறுவதாகவுமே இருந்தது. எவ்வாறெனினும், ஒரு முதலாளித்துவ் அரசாங்கத்தினுள் நுழைவது பற்றி என்.எம். பெரேரா யோசனை அளித்தவுடன், சர்வதேசச் செயலகமானது தனது சொந்த கீழ்த்தரமான சந்தர்ப்பவாதத்துக்கு ஒரு அரசியல் மூடுதிரையை வழங்கத் தொடங்கியது. "போட்டித்தவிர்ப்பு-உடன்படிக்கை"யானது "வெகுஜனங்கள் மத்தியில் ஸ்ரீ.ல.சு.கட்சியின் குணநலன் பற்றி மாயைகளை உருவாக்கும்" ஆபத்தைக் கொண்டிருந்தது என அது காலங்கடந்து அறிவித்தது. அரியாசன உரைக்கும் அரசாங்கத்தின் வரவு செலவுத் திட்டத்துக்கும் ல.ச.ச.க. ஆதரவளித்ததை ஆறாவது உலக மாநாடு கண்டனம் செய்தது. ஆனால், "தொழிலாள வர்க்கம் சாராத அரசாங்கத்துக்கு (அது மத்தியதர வர்க்கமாக இருந்தாலும் சரி முதலாளித்துவ வர்க்கமாக இருந்தாலும் சரி) விமர்சனத்துடன் ஆதரவளிப்பதை" சர்வதேசச் செயலகம் நிராகரிக்கவில்லை, மற்றும் அவ்வாறு செய்ததன் மூலம் அது ல.ச.ச.கட்சியின் வலது பக்கமான நகர்வை அங்கீகரித்து அதன் சந்தர்ப்பவாதம் தொடர்வது நியாயப்படுத்தப்பட வழிவகை வழங்கியது.

14-8. சோவியத் ஒன்றியத்திலும் சீனாவிலும் இருந்த ஸ்ராலினிச ஆட்சிகளுக்கு ல.ச.ச.க. அடிபணிந்ததற்கும் பப்லோவாதம் ஒப்புதலளித்தது. 1956ல் ஹங்கேரிய எழுச்சியின் தோற்றத்துடன், 1957ல் எட்மன்ட் சமரக்கொடி மற்றும் கொல்வின் ஆர் டி. சில்வா உட்பட ல.ச.ச.க. பிரதிநிதிகள் குழுவொன்று உத்தியோகபூர்வ விருந்தினர்களாக மாஸ்கோவுக்கு சென்றிருந்ததோடு சோவியத் இராணுவம் ஹங்கேரியத் தொழிலாளர்களை நசுக்கியதைப் பற்றி எதுவும் குறிப்பிடவில்லை. அதே ஆண்டு, "சூ என் லாய்க்கு புகழாரம்" என்ற தலைப்பில் ல.ச.ச.க. செய்தித் தாள் தலையங்கம் ஒன்றை வெளியிட்டிருந்ததோடு சீன வெளியுறவு அமைச்சரையும் அவரது சக ஸ்ராலினிஸ்டுகளையும், "சீனப் புரட்சியை வெற்றிக்கு இட்டுச் செல்வதில் செய்த மிகப்பெரும் அர்ப்பணிப்புக்காக"ப் பாராட்டியது. அமெரிக்க சோசலிச தொழிலாளர் கட்சி எழுதிய ஆசிரிய தலையங்கம் ஒன்றில் ல.ச.ச.கட்சியை விமர்சித்திருந்தது. "சூ என் லாயும் சீனக் கம்யூனிஸ்ட் கட்சியும் 'சீனக் கம்யூனிஸ்ட் கட்சியை வெற்றிக்கு இட்டுச் செல்லவில்லை' அல்லது அந்த வெற்றியுடன் அவர்களை முறையாக அடையாளங்காண முடியாது", என அது தெரிவித்தது. சீன ட்ரொட்ஸ்கிஸ்டுகளை விடுவிப்பதற்கு வலுவான கோரிக்கை வைக்குமாறு அது சீனாவுக்கு செல்லவிருந்த ல.ச.ச.க. பிரதிநிதிகளுக்கு வேண்டுகோள் விடுத்தது. ஆனால், ல.ச.ச.க. தலைவர்கள் அவ்வாறு செய்ய திட்டவட்டமாக மறுத்தனர்.

15. சோசலிச தொழிலாளர் கட்சியின் மறு ஐக்கியம்

15-1. "மரபுவழி ட்ரொஸ்கிசத்திற்கும் பப்லோவின் திருத்தல்வாதத்திற்கும் இடையிலான வேறுபாடு அரசியல்ரீதியாகவோ அமைப்புரீதியாகவோ சமரசம் செய்ய முடியாதளவிற்கு ஆழமானது" எனப் பிரகடனப்படுத்தி 1953ல் சோசலிச தொழிலாளர் கட்சியின் ஜேம்ஸ் பி. கனன் தனது பகிரங்க கடிதத்தை முடித்தார்..[31] எப்படி இருப்பினும் மிகவிரைவில் சோசலிச தொழிலாளர் கட்சி பப்லோவாதத்திற்கெதிரான அதனது நிலைப்பாட்டில் பலமிழக்கத் தொடங்கியது. 1957ன் ஆரம்பத்திலேயே, சர்வதேசச் செயலகத்துடன் சோசலிச தொழிலாளர் கட்சி மீண்டும் இணைவதற்கான இணக்கம் தொடர்பாய் எதிர்பார்ப்பை வெளிப்படுத்தி லெஸ்லி குணவர்த்தனா எழுதிய கடிதத்திற்கு சாதகமாக கனன் பதிலளித்தார். இந்த மாற்றம், சோசலிச தொழிலாளர் கட்சி யுத்தத்தின் பின்னைய அழுத்தத்தின் கீழ் அமெரிக்க நடுத்தர வர்க்கத் தீவிரவாதப் பிரிவினருக்கு மேலும் மேலும் அடிபணிவதாக இருந்தது.

---

31. *Trotskyism Versus Revisionism* பாகம்-1 ப.312.

15-2. உண்மையில், மரபுவழி ட்ரொட்ஸ்கிசத்திற்கும் பப்லோவாதத்துக்கும் இடையிலான பிளவு ஆழமடைந்த போதிலும், சர்வதேசச் செயலகத்தின் சந்தர்ப்பவாத நிலைப்பாட்டை ஒத்த நிலைப்பாட்டுக்கு அமெரிக்க சோசலிச தொழிலாளர் கட்சி அடிபணிந்துகொண்டிருந்தது. இப்போது ஜோசப் ஹான்சன் தலைமையிலான சோசலிச தொழிலாளர் கட்சி, 1960 ஆண்டின் இறுதிப் பகுதியில், பிடல் காஸ்ட்ரோவாலும் அவரது குட்டி முதலாளித்துவ கெரில்லா இயக்கத்தினாலும் ஸ்தாபிக்கப்பட்ட கியூப அரசை ஒரு "தொழிலாளர் அரசாக" வர்ணித்துக் கொண்டிருந்தது. பண்படாத அனுபவவாதத்தின் அடிப்படையில், பெருமளவில் விவசாயப் பொருளாதாரத்தை தேசியமயமாக்கியதன் மூலம் காஸ்ட்ரோவால் கியூப அரசின் பாட்டாளி வர்க்கப் பண்பு உறுதிப்படுத்தப்பட்டுள்ளது என வலியுறுத்திய சோசலிச தொழிலாளர் கட்சி, தொழிலாள வர்க்கத்தின் எந்தவொரு சுயாதீன நடவடிக்கையையும் கியூபா அரசு பகிரங்கமாக எதிர்ப்பதையும் அந்த அரசாங்கத்தில் தொழிலாளர் அரசுக்கான எந்தவொரு அமைப்பும் இல்லாததையும் அலட்சியம் செய்தது. மேலும், காஸ்ட்ரோ அமெரிக்க ஏகாதிபத்தியத்திற்கு எதிராக சோவியத் யூனியனின் உதவியை நாடியதோடு அவரது ஜூலை 26 இயக்கத்தை கியூபாவின் ஸ்ராலினிஸ்டுகளுடன் இணைத்துகொண்டதை, புரட்சியின் நிகழ்வுப் போக்கில் காஸ்ட்ரோவாதிகள் மார்க்சிசவாதிகளாகிக் கொண்டிருக்கிறார்கள் என்று சோசலிச தொழிலாளர் கட்சி வலியுறுத்தியது. "அமெரிக்கக் கண்டத்தில் முதல் வெற்றிகரமான சோசலிசப் புரட்சி" என்றும் "இது ஒட்டுமொத்த காலனித்துவ புரட்சிகர நிகழ்வுப்போக்கினையும் ஒரு புதிய சாதனை மட்டத்திற்கு உயர்த்தியிருக்கிறது" என்றும் இது "நிரந்தரப் புரட்சியின் சரியான தன்மைக்கு சமீபத்திய உறுதிச்சான்று" என்றும் சோசலிச தொழிலாளர் கட்சி போற்றியதானது பப்லோவாதிகளுடன் அது மறுஐக்கியம் காண்பதற்கான உரைகல் ஆகியது.

15-3. 1961 மற்றும் 1963ம் ஆண்டுகளுக்கு இடையில், சோசலிச தொழிலாளர் கட்சியின் சந்தர்ப்பவாதத்திற்கு எதிராக, பிரித்தானிய சோசலிச தொழிலாளர் கழகத்தின் (Socialist Labour League -SLL) ட்ரொட்ஸ்கிஸ்டுகள் அனைத்துலகக் குழுவினுள் உறுதியான போராட்டத்தினை முன்னெடுத்தனர். "புரட்சியின் தர்க்கம் அதுவாகவே' குட்டி முதலாளித்துவ தலைமைகளை தொழிலாள வர்க்கத்தை அதிகாரத்துக்கு இட்டுச் செல்லும் வகையில் நிர்ப்பந்திக்கும் என்ற சோசலிச தொழிலாளர் கட்சியின் வாதத்தை பிரித்தானிய சோசலிச தொழிலாளர் கழகம் நிராகரித்ததோடு, போல்ஷிவிக் வகை கட்சிகளைக் கட்டியெழுப்புவதன் ஊடாக

பாட்டாளி வர்க்க தலைமை நெருக்கடியைத் தீர்ப்பதே, நான்காம் அகிலத்தின் பிரதான கடமை என வலியுறுத்தியது. திருத்தல்வாதத்துக்கு எதிரான போராட்டத்தினை மீளாய்வு செய்த பின்னர், 1961ல் பிரித்தானிய சோசலிச தொழிலாளர் கழகம் "பப்லோவாத திரிபுவாதம் ட்ரொட்ஸ்கிசத்தினுள் உள்ள ஒரு போக்காக கருதப்பட்ட காலம் முடிவுக்கு வந்துவிட்டது" என்ற முடிவுக்கு வந்தது.

15-4. கியூபா தொடர்பாக அமெரிக்க சோசலிச தொழிலாளர் கட்சி பப்லோ மற்றும் மண்டேலின் புறநிலைவாத வழிமுறையைக் கடைப்பிடித்தது. 1962 ஜூலையில், "ட்ரொட்ஸ்கிசம் காட்டிகொடுக்கப்பட்டது: பப்லோவாத திருத்தல்வாதத்தின் அரசியல் வழிமுறையை சோசலிச தொழிலாளர் கட்சி ஏற்றுக்கொள்கிறது" என அது வெளியிட்ட ஆவணத்தில், பிரித்தானிய சோசலிச தொழிலாளர் கழகத்தின் தேசியக் குழு பிரகடனம் செய்ததாவது: சோசலிச தொழிலாளர் கட்சியுடனான எமது தொடர்பாடல்களில், புரட்சிகரக் கட்சிகள் இன்றி 'நிரந்தரப் புரட்சியை உறுதிப்படுத்துவது' பற்றி பேசுவது அபத்தமானது எனத் துணிவுடன் தெரிவித்ததன் மூலம், நாம் ஒரு பலமான எதிர் நடவடிக்கையை தூண்டிவிட்டோம். எவ்வாறாயினும், நடைமுறையில் பப்லோவாதிகளும் சோசலிச தொழிலாளர் கட்சியினரும் அல்ஜிரியாவிலும் கியூபாவிலும் உள்ள குட்டி முதலாளித்துவ தேசியவாதத் தலைவர்களின் முன்னால் தாம் சரண்டைந்து கிடப்பதையே காண்கின்றனர். இந்தப் பிரச்சினை தொடர்பான எமது நோக்கு சோசலிச தொழிலாளர் கட்சியினுடைய நோக்குக்கு எதிராக இருப்பது வெறுமனே நிகழ்வுகளின் ஒரு வரிசையை யாரால் நன்கு விளக்க முடிகிறது என்பதில் மட்டுமல்ல. அதைவிட இது எங்களுக்கு பின்தங்கிய நாடுகளில் ட்ரொட்ஸ்கிசத் தலைமையின் உண்மையான கொள்கை மற்றும் வேலைத்திட்டம் சம்பந்தமான பிரச்சினையாகும். ஏனைய எல்லா மார்க்சிச தத்துவத்தைப் போலவே, நிரந்தரப் புரட்சி தத்துவமும், நடவடிக்கைக்கான ஒரு வழிகாட்டியாகும்; அதன் ஆய்வுகளின் இலக்கு, சுயாதீனமான மற்றும் தீர்க்ககரமான தொழிலாள வர்க்கத்தையும் மற்றும் விவசாயிகளுக்குள் உள்ள அதன் கூட்டினரையும் அவர்களது சொந்த சோவியத் அதிகாரத்துக்காக ஒழுங்கமைக்கும் தேவையை சுட்டிக் காட்டுகின்றது. 'நிரந்தரப் புரட்சி தத்துவத்தை உறுதிப்படுத்துவது என்பது' அங்கீகரிக்கப்பட்ட தேசியவாதத் தலைவர்களுக்கு மார்க்சிஸ்டுகள் அளிக்கும் பாராட்டு அல்ல, மாறாக மார்க்சிஸ்டுகள் தாமே பொறுப்பெடுத்துக் கொள்ளும் ஒரு கடமையாகும்.[32]

32. *Trotskyism Versus Revisionism*, பாகம் 2. பக். 244]

15-5. எல்லாவற்றுக்கும் மேலாக, கியூபாவிலும் அல்ஜீரியாவிலுமான வெற்றிகள் என்பதாக சோசலிச தொழிலாளர் கட்சி சொல்பவை, பின்தங்கிய முதலாளித்துவ நாடுகளின் வெகுஜனப் போராட்டங்களில் ஸ்ராலினிசத்தினதும் குட்டி முதலாளித்துவ தீவிரவாதத்தினதும் ஒட்டுமொத்த வரவுசெலவு மதிப்பீட்டின் பாகமாக ஆய்வு செய்யப்பட வேண்டும். "கியூபா, அல்ஜீரியா இரண்டையும் பற்றி புரிந்துகொள்ள, அவற்றுடன் சேர்த்து ஈராக், ஈரான், எகிப்து, இந்தியா, இந்தோனேஷியா, பொலிவியா, இந்தோ-சீனா, மற்றும் ஏனைய பல நாடுகளின் அனுபவங்கள் கணக்கில் எடுத்துக்கொள்ளப்பட வேண்டும். அத்தகைய ஒரு வரலாற்றுப் பகுப்பாய்வில் இருந்து, 'இரண்டு கட்ட'த் தத்துவத்தில் இருந்து செயற்பட்ட தொழிலாள வர்க்கத் தலைவர்கள் ஆற்றிய உண்மையான பாத்திரம் வெளியில் வரும். ஸ்ராலினிசம் 'ஒரு முற்போக்கான பாத்திரத்தை ஆற்றுவதற்கு நெருக்கப்படுவதற்கு" எல்லாம் தொலைவில் உண்மையில் இந்த நாடுகள் ஒவ்வொன்றிலும் அங்கிருந்த முன்னேறிய தொழிலாளர்களை நிராயுதபாணிகளாக்கி காட்டிக்கொடுத்ததுடன் இதன் மூலம் ஒரு முதலாளித்துவ அரசாங்கத்துக்கு தற்காலிக ஸ்திரநிலையை ஸ்தாபித்துக்கொள்வதற்கு உதவியது. தற்போதைய கட்டத்தில் ஏகாதிபத்தியம் அதிகப்பட்ச நம்பிக்கை கொள்ள முடிந்திருந்ததும் அதில்தான். இந்த உள்ளடக்கத்திலேயே மற்றும் இந்த உள்ளடக்கத்தில் மட்டுமே 'நிரந்தரப் புரட்சி தத்துவம் நிரூபிக்கப்பட்டுள்ளது'."[33]

15-6. பிரெஞ்சு அரசாங்கத்துக்கும் தேசிய விடுதலை முன்னணி (FLN) தலைமைக்கும் இடையில் அல்ஜீரிய "சுதந்திரத்துக்காக" 1962ல் கையெழுத்தான எவியன் உடன்படிக்கை, (Evian agreement) "அல்ஜீரிய மக்களுக்கும், அரபிய மற்றும் காலனித்துவப் புரட்சிக்கும் ஒரு பெரும் வெற்றியாகும்" என்ற சோசலிச தொழிலாளர் கட்சியின் கூற்றையும் சோசலிச தொழிலாளர் கழகம் எதிர்த்தது. இந்தியா மற்றும் இலங்கை தொடர்பாக பி.எல்.பீ.ஐ. தெளிவாக விரிவுபடுத்திய மதிப்பீடு போல், இத்தகைய யுத்தத்துக்குப் பிந்திய சுதந்திர உடன்படிக்கைகள் சம்பந்தமான நான்காம் அகிலத்தின் மதிப்பீட்டை, அதாவது இத்தகைய உடன்படிக்கைகளின் கீழேயே ஏகாதிபத்திய நலன்களை பாதுகாக்கும் பங்கினை தேசிய முதலாளித்துவம் எடுத்துக்கொண்டது," என்பதை சோசலிச தொழிலாளர் கழகம் பாதுகாத்தது. அது விளக்கியதாவது: "அல்ஜீரிய குட்டி முதலாளித்துவம் பிரெஞ்சுக் காலனித்துவம் விட்டுச் சென்ற இடத்தை நிரப்புவதற்கு முயற்சித்த அதேவேளை, வட ஆபிரிக்காவில் பிரெஞ்சு

33. Trotskyism Versus Revisionism, பாகம் 2. பக். 250

மூலதனத்தின் அடிப்படை நலன்களை உத்தரவாதம் செய்யும் விசுவாசியாகவும் தொடர்ந்தும் இருந்தது. அத்தகைய ஒரு விருப்பத்தின் வெளிப்பாடாகவே எவியன் உடன்படிக்கைகளை நாம் காண்கின்றோம். தேசிய விடுதலை முன்னணி (FLN) தலைவர்கள் தமது இயல்புக்கு ஏற்றவாறு இத்தகைய விருப்பத்துக்கு உண்மையானவர்களாக இருக்கின்றனர்."[34]

15-7. 1953 பிளவுக்கு வழிவகுத்த தத்துவார்த்த மற்றும் அரசியல் பிரச்சினைகளைப் பற்றி எந்தவொரு கலந்துரையாடலும் நடத்தாமல் இருந்த சோசலிச தொழிலாளர் கட்சியும் மற்றும் அதுவரை நான்காம் அகிலத்தின் அனைத்துலகக் குழு சார்ந்தவையாகவும் தலைமைத்துவத்துக்காக பாரம்பரியமாக அமெரிக்க ட்ரொட்ஸ்கிஸ்டுகளை நம்பியிருந்தவையாகவும் இருந்த பல லத்தீன் அமெரிக்க குழுக்களும், 1963 ஜூனில் ரோமில் நடந்த ஏழாவது காங்கிரஸில் பப்லோவாதிகளுடன் உத்தியோகபூர்வமாக மறு ஐக்கியமடைந்தனர். நிரந்தரப் புரட்சி தத்துவத்தை முழுமையாக நிராகரிப்பதான வகையில், பப்லோவாத "உலக மாநாட்டின்" பிரதான தீர்மானம், கியூப புரட்சியில் இருந்து என்ன முடிவுக்கு வந்திருந்தது என்றால், "பின்தங்கிய நாடுகளில் எதிரியின் பலவீனம், ஒரு மழுங்கிய ஆயுதத்தைக் கொண்டே (தொழிலாள வர்க்கத்தை சுயாதீனமாக அணிதிரட்டுவதற்கு ஒரு லெனினிசக் கட்சி போராடாமல்) ஆட்சிக்கு வருவதற்கான சாத்தியத்தை திறந்துவிட்டுள்ளது" என முடிவடைந்தது. காஸ்ட்ரோ மற்றும் கெரில்லா "ஆயுதப் போராட்டத்தை" பப்லோவாதிகள் புகழ்ந்தமை சிலி, ஆர்ஜென்டினா, பொலிவியா மற்றும் லத்தீன் அமெரிக்கா பூராவும் தொழிலாள வர்க்கத்தில் இருந்து புரட்சிகர சக்திகளை தனிமைப்படுத்துவதற்கு சேவை செய்வதாகவும் வரலாற்றுத் தோல்விகளுக்குப் பங்களிப்பு செய்வதாகவும் அமைந்து ஒரு அழிவுகரமான முட்டுச் சந்தாக நிரூபணமாயின. இலங்கையில் "ஒரு மழுங்கிய ஆயுதத்தின்" செயற்பாடுகளை முதலாளித்துவ ஸ்ரீ.ல.சு.கட்சிக்கு கொடையளித்திருந்த ல.ச.ச.க. தலைவர்கள் மறு ஐக்கியத்தையும் புதிய ஐக்கிய செயலகம் உருவாக்கப்படுவதையும் முழுமையாக ஆதரித்தனர். அதற்குப் பிரதியுபகாரமாக, ல.ச.ச.கட்சியை ஒரு வெகுஜன ட்ரொட்ஸ்கிசக் கட்சியாக சோசலிச தொழிலாளர் கட்சி புகழ்ந்தது.

16. இலங்கையில் மாபெரும் காட்டிக்கொடுப்பு

16-1. 1964 ஜூனில் சிறிமாவோ பண்டாரநாயக்கா அம்மையாரின் அரசாங்கத்துக்குள் ல.ச.ச.க. நுழைந்துகொண்டமை, நான்காம் அகிலத்தின் வரலாற்றில் ஒரு பெரும் திருப்புமுனையாகும். முதல்

34. Trotskyism Versus Revisionism, பாகம் 2. பக். 248.

தடவையாக ட்றொட்ஸ்கிஸ்டுகள் என உரிமைகோரிய ஒரு கட்சி நேரடியாக முதலாளித்துவத்துக்கு சேவை செய்யச் சென்றது. இந்தக் காட்டிக்கொடுப்புக்கு ஐக்கிய செயலகமே முழுப் பொறுப்பாக இருந்ததோடு சற்றே ஒரு ஆண்டுக்கு முன்னர், பப்லோவாதிகளுடனான சோசலிச தொழிலாளர் கட்சியின் (அமெரிக்கா) கொள்கையற்ற மறு ஐக்கியம் பற்றி, பிரிட்டன் சோசலிச தொழிலாளர் கழகம் விடுத்த எல்லா எச்சரிக்கைகளையும் நிரூபித்தது. சோசலிச தொழிலாளர் கழகத்தின் [Socialist Labour League (SLL)] தலைவர் ஜெரி ஹீலி, ல.ச.ச.கட்சியின் காட்டிக்கொடுப்பானது பப்லோ, மண்டேல் மற்றும் பியர் பிராங்கின் காட்டிக்கொடுப்புக்களுக்கு "முற்றுமுழுதுமான உதாரணமாகும்" என விளக்கினார். "கடந்த 18 ஆண்டுகளாக, இலங்கையில் ல.ச.ச.கட்சியுடன் இடைவிடாது தொடர்புகொண்டிருந்ததனால், அவர்களே அதற்குப் பொறுப்பேற்க வேண்டும். இதற்கான [ல.ச.ச.கட்சியின் சீரழிவுக்கான] பதில், இலங்கையில் அன்றி, பப்லோவாத திருத்தல்வாதத்துக்கு எதிரான போராட்டம் பற்றிய ஒரு சர்வதேசிய ஆய்வில் தான் இருக்கின்றது. இந்தக் கூட்டணியின் உண்மையான சிற்பிகள் பாரிசில் தான் வசிக்கின்றனர்."[35]

16-2. சிறிமாவோ பண்டாரநாயக்கா அரசாங்கத்துக்குள் ஸ்ராலினிச கம்யூனிஸ்ட் கட்சி மற்றும் பிலிப் குணவர்த்தனாவின் எம்.ஈ.பீ., ல.ச.ச.க. அடங்கிய ஐக்கிய இடது முன்னணி (ULF) ஊடாக ல.ச.ச.க. நுழைவதற்கான பாதை ஐக்கிய செயலகத்தினாலேயே ஊக்குவிக்கப்பட்டு ஒப்புதலளிக்கப்பட்டது. சர்வதேச செயலகம், 1960ல் "தொழிலாள வர்க்கக் கட்சிகளுடன்" ஒரு தேர்தல் கூட்டணிக்கு அழைப்பு விடுத்ததோடு, 1963 மறு ஐக்கிய மாநாடானது, "வலதுபக்கம் நோக்கிசெல்லும் இயக்கத்தை தடுக்கவும் மற்றும் வெகுஜனங்கள் ஒரு மாற்று இடதை நோக்கி நகருவதற்கு உதவவும், ல.ச.ச.க. ஐக்கிய இடது முன்னணி பிரச்சினையை சரியாக எழுப்பியது" எனப் பிரகடனம் செய்தது.[36] எவ்வாறெனினும், இந்த ஐக்கிய இடது முன்னணி (ஐ.இ.மு.), 1930களில் ட்றொட்ஸ்கி எதிர்ப்புத் தெரிவித்த மக்கள் முன்னணியின் வடிவத்தை அப்படியே கொண்டிருந்தது. எல்லாவற்றுக்கும் மேலாக, அது வர்க்க கூட்டுழைப்பில் நிரூபணமான செயல்பாட்டு வரலாறுகளைக் கொண்ட கட்சிகளை உள்ளடக்கிக்

---

35. *திருத்தல்வாதத்துக்கு எதிராக ட்றொட்ஸ்கிஸம்* [*Trotskyism Versus Revisionism*, Volume Four (London: New Park, 1974), p. 225.]

36. *இலங்கை, மாபெரும் காட்டிக்கொடுப்பு*, ஜெரி ஹீலி, www.wsws.org, தமிழ், நூலகம்] Gerry Healy, "Ceylon, the Great Betrayal," *Trotskyism Versus Revisionism*, Volume Four, pp. 233-4.

கொண்டிருந்தது. இனவாத எம்.ஈ.பீ. 1956 ஸ்ரீ.ல.சு.க. அரசாங்கத்தில் பங்குபற்றியது என்பதோடு ஸ்ராலினிச கம்யூனிஸ்ட் கட்சி யுத்தத்தின் போது இலங்கை தேசிய காங்கிரஸின் பகுதியாக இருந்ததுடன், யூ.என்.பீ. விரும்பியிருந்தால் முதலாவது யூ.என்.பீ. அரசாங்கத்திலும் இணைந்திருக்கும்.

16-3. தொழிலாள வர்க்கத்தின் பெரும் ஐக்கியத்தின் மத்தியில், ஹர்த்தால் நடந்து 10வது ஆண்டு நிறைவின் போதே, 1963 ஆகஸ்ட் 12 அன்று ஐக்கிய இடது முன்னணி கூட்டணி உத்தியோகபூர்வமாக கையெழுத்திடப்பட்டது. புரட்சிகரக் கட்சியின் அரசியல் சுயாதீனம், அரசியல் வேலைத் திட்டங்கள், பதாகைகள் மற்றும் சுலோகங்களில் கலப்பின்மையை வலியுறுத்தி ட்ரொட்ஸ்கி முன்வைத்த ஐக்கிய முன்னணி தந்திரோபாயத்துக்கும் இந்த சந்தர்ப்பவாத அமைப்புக்கும் இடையில் பொதுவான தன்மை எதுவும் கிடையாது. பப்லோவாதிகள் அறிவித்தது போல், இந்த ஐக்கிய இடது முன்னணி கூட்டு "ஒரு தூய்மையான சோசலிச வேலைத்திட்டம் அல்ல", மாறாக, முதலாளித்துவ வரம்புக்குள் பாராளுமன்றத்தின் ஊடாக இட்டுநிரப்பப்படும் வரம்புக்குட்பட்ட சீர்திருத்தங்களின் ஒரு பட்டியல் மட்டுமே. அதற்கும் மேலாக, ஐக்கிய செயலகம் அங்கீகரித்த வேலைத்திட்டம், எம்.ஈ.பீ.யின் இனவாத அரசியலுக்கு பெரும் சலுகைகளை கொடுத்தது. 1960ல் சிங்களமும், தமிழும் சம அந்தஸ்தில் இருக்கவேண்டும் என்ற கோரிக்கையை கைவிட்டு ல.ச.ச.க., இப்போது நடப்பில் உள்ள சிங்களம் மட்டும் சட்டத்தை குறைந்த பாரபட்சம் கொண்டதாக ஆக்க வேண்டும் என போலித்தனமாக அழைப்புவிடுக்கும் ஒரு பொது கூட்டுக்கு உடன்பட்டது. ல.ச.ச.கட்சியின் மத்திய குழுவுக்குள், எட்மண்ட் சமரக்கொடி தலைமையிலான ஒரு சிறுபான்மைக் குழு ஐக்கிய இடது முன்னணியின் வேலைத்திட்டத்தை மக்கள் முன்னணிவாதம் என சரியான முறையில் கண்டனம் செய்த போதிலும், ஐக்கிய இடது முன்னணியில் இருந்து வெளியேறுமாறு ல.ச.ச.கட்சியைக் கோரவில்லை. சமரக்கொடியின் நிலைப்பாடு மத்தியவாத நழுவலுக்கு ஒரு சிறந்த உதாரணம். முன்மொழியப்பட்ட விடயத்தின் சந்தர்ப்பவாத பண்பை அடையாளங்கண்டுகொள்ள அவரால் முடிந்த போதிலும், அவசியமான அரசியல் முடிவுகளை எடுத்துக்கொள்ளவும் என்.எம். பெரேரா தலைமையில் இருந்து முறித்துக்கொள்ளவும் அவரால் முடியவில்லை. பிரிட்டனில் சோசலிச தொழிலாளர் கழகத்தில் இருந்து மட்டுமே ட்ரொட்ஸ்கிச விமர்சனம் வந்தது. அது ஐக்கிய இடது முன்னணியை சந்தர்ப்பவாதிகள் எனக் கண்டனம் செய்ததோடு "நான்காம் அகிலத்தின் கொள்கைகள் மற்றும் வேலைத்திட்டத்தை" மீண்டும் உறுதிசெய்து "கட்சியில் இருந்து திருத்தல்வாதத்தையும்

திருத்தல்வாதத் தலைவர்களையும் அகற்றுமாறு" ல.ச.ச.கட்சியில் இருந்த "நூற்றுக்கணக்கான அர்ப்பணிப்புக்கொண்ட கம்யூனிஸ்டுகளுக்கு" அழைப்பு விடுத்தது.[37]

16-4. 1960ல் அது ஆரம்பிக்கப்பட்டதில் இருந்தே, ஸ்ரீ.ல.சு.க. அரசாங்கம் நெருக்கடிக்குள் இருந்து வந்தது. சிங்களம் மட்டும் கொள்கை சம்பந்தமாக தமிழர்களின் பரந்தளவான எதிர்ப்புக்கு பதிலிறுப்பாக, தமிழரசுக் கட்சியை தடை செய்த சிறிமாவோ பண்டாரநாயக்கா, 1961ம் ஆண்டின் பெரும்பகுதிக்கு அவசரகாலச் சட்டத்தை நடைமுறைப்படுத்தினார். அரசாங்கத்தின் சிக்கன நடவடிக்கைகளுக்கு எதிராக வளர்ச்சியடைந்து வந்த வேலைநிறுத்த இயக்கத்துக்கு மத்தியில், தொழிற்சங்க நடவடிக்கையைத் தடை செய்த அரசாங்கம், துறைமுகத்தில் இராணுவத்தை நிறுத்தியது. 1962 ஜனவரியில், மூத்த பொலிஸ் மற்றும் இராணுவ அதிகாரிகள் மேற்கொண்ட தோல்விகண்ட ஒரு சதிப்புரட்சி முயற்சி, தொழிலாள வர்க்கத்தை அடக்குவதில் சிறிமாவோ பண்டாரநாயக்காவின் திறமை பற்றி ஆளும் வட்டாரத்தின் மத்தியில் நிலவிய பீதியை வெளிப்படுத்தியது. 1963 செப்டெம்பரில், 21 பொதுக் கோரிக்கைகளைச் சூழ, தோட்டத் தொழிலாளர் சங்கங்கள் உட்பட சகல தொழிற்சங்கங்களும் இணைந்து தொழிற்சங்க கூட்டுக் குழு அமைக்கப்பட்டமை, வேலை நிறுத்தங்களுக்கு மேலும் செயலூக்கத்தை கொடுத்தது. ல.ச.ச.கட்சியின் இலங்கை வர்த்தக ஊழியர்கள் சங்கம் (சி.எம்.யூ.) மேற்கொண்ட 69 நாள் வேலை நிறுத்தம், வேலைக்குத் திரும்பும்படி அரசாங்கம் விடுத்த இறுதிக் கெடுவை புறக்கணித்ததோடு 1964 ஜனவரிக்குள்ளாக கணிசமான சலுகைகளையும் வழங்க நிர்ப்பந்தித்தது. தனது பாராளுமன்ற பெரும்பான்மை உறுதியற்றிருந்த காரணத்தினால் சிறிமாவோ பண்டாரநாயக்கா பெப்பிரவரியில் பாராளுமன்றத்தை ஒத்தி வைத்தார்.

16-5. பிரமாண்டமான தொழிலாள வர்க்க இயக்கத்தைக் கையாளுவது எப்படி என்பது சம்பந்தமாக அவரது அமைச்சரவை நெருக்கடியில் இருந்த நிலையில், சிறிமாவோ பண்டாரநாயக்கா ஐக்கிய இடது முன்னணியில் இருந்த கட்சிகளுடன் பேச்சுவார்த்தையை தொடங்கினர். மார்ச் 21 அன்று, காலிமுகத் திடலில் மிகப்பெருந்தொகையான தோட்டத் தொழிலாளர்களின் பங்கேற்றத்துடன் 21 அம்சக் கோரிக்கைகள் இயக்கத்தின் பெரும் கூட்டமொன்றில் ல.ச.ச.க. தலைவர்கள் உரையாற்றிக்கொண்டிருந்த

---

37. *நியூஸ் லெட்டரில்* இருந்து, வை. ரன்ஜித் அமரசிங்க எழுதிய *புரட்சிகர கருத்தியல்வாதமும் பாராளுமன்ற அரசியலும்* என்ற நூலில் மேற்கோள் காட்டப்பட்டுள்ளது, பக்.261-262

நிலையில், என்.எம். பெரேரா ஒரு கூட்டணி அரசாங்கத்தை அமைப்பது பற்றி சிறிமாவோ பண்டாரநாயக்காவுடன் இரகசியக் கலந்துரையாடலை நடத்திக்கொண்டிருந்தார். பேச்சுவார்த்தைகள் அம்பலத்துக்கு வந்ததும் தனது நடவடிக்கைகளை நியாயப்படுத்திய, முதலாளித்துவத்தின் வர்க்க நனவுகொண்ட பிரதிநிதியான சிறிமாவோ பண்டாரநாயக்கா, தனது பல்வேறு யோசனைகளைப் பற்றி வெளிப்படையாக விளக்கமளித்தார்: "ஒரு சர்வாதிகாரத்தை ஸ்தாபிப்பதன் மூலம் மட்டுமே இத்தகைய [வேலை நிறுத்த] பிரச்சினைகளை தீர்க்க முடியும் என சிலர் நினைக்கின்றனர். வேறு சிலர் தொழிலாளர்களை துப்பாக்கி முனையில் வேலைக்கு இழுத்துச் செல்ல வேண்டும் என்கின்றனர். இன்னும் பலர் இந்தப் பிரச்சினையை தீர்ப்பதற்கு தேசிய அரசாங்கமொன்றை அமைக்க வேண்டும் என்கின்றனர். நான் இந்த கருத்துக்களை வெவ்வேறாகவும் மற்றும் உலக நிகழ்வுகளின் சூழ்நிலையிலும் வைத்து நோக்கினேன். இந்தத் தீர்வுகளில் எதுவும் நாங்கள் செல்லவேண்டிய இடத்துக்கு செல்ல உதவாது என்பதே எனது முடிவு... எனவே, கனவான்களே, நான் தொழிலாள வர்க்கத் தலைவர்களுடன், குறிப்பாக திரு. பிலிப் குணவர்த்தனா மற்றும் திரு என்.எம். பெரேரா உடன் பேச்சுவார்த்தைகளை நடத்தத் தீர்மானித்தேன்".[38]

16-6. கொல்வின் ஆர். டி சில்வா மற்றும் லெஸ்லி குணவர்த்தனா தலைமையிலான "மத்திய" கன்னை என அழைக்கப்பட்டதன் ஆதரவுடன், என்.எம்.பெரேரா தலைமையிலான ல.ச.ச.கட்சியின் வலது கன்னை, ஸ்ரீ.ல.சு.க. உடனான ஒரு கூட்டணிக்கு ஒப்புதலளிப்பதற்காக ஜூன் 6-7ம் திகதிகளில் கட்சி மாநாடு ஒன்றை அவசரமாக கூட்டியது. நான்காம் அகிலத்தின் அனைத்துலகக் குழுவின் சார்பில் இலண்டனில் இருந்து கொழும்புக்கு விரைந்த ஜெரி ஹீலி மாநாட்டுக்குள் நுழைவது தடை செய்யப்பட்ட போதிலும், அவர் மண்டபத்திற்கு வெளியில் தீவிரமாக பிரச்சாரம் செய்தார். உள்ளே என்.எம். பெரேரா முன்வைத்த தீர்மானம் காட்டிக்கொடுப்பை நியாயப்படுத்தியது. ஸ்ரீ.ல.சு.க. ஒரு முதலாளித்துவக் கட்சி அல்ல, மாறாக "அது தீவிரவாத குட்டி-முதலாளித்துவத்தையும் நடுத்தர வர்க்கத்தின் கீழ்த்தட்டினரையும் அடித்தளமாகக் கொண்ட ஒரு கட்சியாகும். அது மிகவும் பிற்போக்கான சக்திகளைக் கைவிட்டிருக்கிறது என்பதோடு பல்வேறு தேசியமயமாக்கல் நடவடிக்கைகளை மேற்கொண்டிருக்கிறது" என வாதிட்டது. இந்தப் பிரகடனங்கள், சீனாவில் கோமிண்டாங் போன்ற அமைப்புகள் பற்றி ட்ரொட்ஸ்கி எழுதிய சகலதையும் முழுமையாக

38. *Trotskyism Versus Revisionism* நூலில் மேற்கோள் காட்டப்பட்டுள்ளது, பாகம் 4. பக். 241.

நிராகரித்த அதேவேளை, கியூபா மற்றும் அல்ஜீரியாவில் குட்டி முதலாளித்துவ தலைமைகள் பற்றிய பப்லோவாத புகழ்ச்சியின் பாதையில் முழுமையாக பயணித்தன. ல.ச.ச.கட்சியின் தலைமை ஸ்ரீ.ல.சு.கட்சியின் இனவாதத்துக்கு முழுமையாக சரணடைந்ததை இந்தத் தீர்மானம் தெளிவாக்கியது. சிறிமாவோ பண்டாரநாயக்காவுடன் உடன்பாடு கொண்ட 10 கொள்கைகளின் பட்டியலில் மொழி மற்றும் பிரஜா உரிமை பிரச்சினைகள் குறித்து எதுவும் குறிப்பிடப்பட்டிருக்கவில்லை. "மத்திய" கன்னை முன்வைத்த தீர்மானங்கள் டி சில்வா மற்றும் பிலிப் குணவர்த்தனா போன்ற முன்னாள் பி.எல்.பீ.ஐ.யின் புரட்சியாளர்களின் அரசியல் மற்றும் நெறிமுறை பிறழ்வை வெளிச்சத்துக்கு கொண்டுவந்தது. ஸ்ரீ.ல.சு.கட்சிக்கு சரணடைவது சம்பந்தமான நிபந்தனைகளில், வெறுமனே ல.ச.ச.கட்சியை மட்டுமன்றி, ஏனைய ஐக்கிய இடது முன்னணி கட்சிகளையும் கூட்டணி அரசாங்கம் உள்ளடக்கிக்கொள்ள வேண்டும் என்பதில் மட்டுமே அவர்கள் என்.எம். பெரேராவுடன் "கருத்துவேறுபாடு" கொண்டிருந்தனர்.

16-7. புதிதாக அமைக்கப்பட்ட புரட்சிகர சிறுபான்மையினரின் தீர்மானம், கூட்டணி அரசாங்கத்திற்கான முன்மொழிவை "பாட்டாளி வர்க்கப் புரட்சியை காட்டிக்கொடுத்ததாக" ஐயத்திற்கிடமின்றி கண்டனம் செய்தது. அது அறிவித்ததாவது: "ஸ்ரீ.ல.சு.க. அரசாங்கத்துக்குள் ல.ச.ச.க. தலைவர்கள் நுழைந்தமை, பகிரங்கமான வர்க்கக் கூட்டுழைப்புக்கும், வெகுஜனங்களை தவறாக நோக்குநிலைப்படுத்துவதற்கும், தொழிலாள வர்க்கத்தில் பிளவை ஏற்படுத்துவதற்கும் மற்றும் போராட்ட முன்னோக்கை கைவிடுவதற்கும் வழிவகுப்பதுடன், தொழிலாள வர்க்க இயக்கம் தகர்த்தெறியப்படுவதற்கும் இடதுகளின் சுயாதீன புரட்சிகர அச்சு அழிக்கப்படுவதற்கும் வழிவகுக்கும். இதன் விளைவாக, முதலாளித்துவ பிற்போக்கு சக்திகள், பலவீனமடைவதற்கு அல்லது தூக்கிவீசப்படுவதற்குப் பதிலாக, இறுதியில் பலமடையும்." என்.எம்.பெரேராவின் தீர்மானத்துக்கு 501 வாக்குகளும், "மத்திய" உட்குழுவுக்கு 75 வாக்குகளும் மற்றும் எதிர் தரப்பினருக்கு 159 வாக்குகளுமாக வாக்களிப்பு முடிந்ததை அடுத்து, புரட்சிகர சிறுபான்மை மாநாட்டை விட்டு வெளியேறி, தனியாக கூடி லங்கா சமசமாஜக் கட்சி [புரட்சிகர] (LSSP -R) என உருவாகவிருந்த அமைப்பை ஸ்தாபித்தது.

16-8. இவை முழுவதிலும் ஐக்கிய செயலகம் முற்றிலும் சந்தர்ப்பவாதப் பாத்திரத்தை வகித்த்து. ஏப்பிரலில், அதாவது மாநாட்டுக்கு ஒரு வாரத்துக்கு முன்னதாக அது, இலங்கையில் ஐக்கிய

இடது முன்னணியால் "இன்னொரு கியூபாவை அல்லது அல்ஜீரியாவை உருவாக்கவும், மற்றும் உலகம் பூராவும் உள்ள புரட்சிகரச் சிந்தனை கொண்ட தொழிலாளர்களுக்கு மேலும் உயர்ந்த ஊக்கத்தை கொடுக்கவும் முடியும்" எனப் பிரகடனம் செய்தது.[39] சிறிமாவோ பண்டாரநாயக்காவுடன் என்.எம். பெரேரா பேச்சுவார்த்தை நடத்தும் செய்தி பாரிசுக்குக் கிடைத்தபோது, ஐக்கிய செயலகம், தமது சொந்த அரசியல் பொறுப்பினை மூடிமறைக்கும் தடுமாற்றத்துடன் மீண்டும் ஐக்கிய இடது முன்னணிக்கு திரும்புமாறு அழைப்பு விடுத்தது. ஆனால், "கூட்டணியெனும் கசப்பான மாத்திரைக்கு இனிப்புச் சாயம் பூசுவது" என ஐக்கிய இடது முன்னணி பற்றி ஹீலி பொருத்தமாகக் கூறினார் - சிறிமாவோ பண்டாரநாயக்கா அரசாங்கத்துக்குள் நுழைவதற்கு என்.எம். பெரேரா பயன்படுத்திக்கொண்ட படிக்கல்லாக அது இருந்தது. ஐக்கிய இடது முன்னணியின் வேலைத்திட்டத்துக்கும் சிறிமாவோ பண்டாரநாயக்காவுடனான ல.ச.ச.கட்சியின் கொடுக்கல் வாங்கலுக்கும் இடையில் அடிப்படை வேறுபாடுகள் எதுவும் கிடையாது. ஐக்கிய செயலகம், ஸ்ரீ.ல.சு.க. அரசாங்கத்தில் அமைச்சர்களான என்.எம். பெரேராவையும் ஏனைய இரு உறுப்பினர்களையும் வெளியேற்றி, அவரது பிரேரணைகளுக்கு வாக்களித்த ல.ச.ச.க. உறுப்பினர்களையும் இடைநீக்கம் செய்தது. ஆனால், ல.ச.ச.கட்சிக்குள்ளேயே இருந்த "மத்திய" கன்னை என அழைக்கப்பட்டதற்கு எதிராக பல மாதங்களாக எந்தவொரு நடவடிக்கையையும் எடுக்கவில்லை.

16-9. ல.ச.ச.கட்சியின் காட்டிக்கொடுப்பு சம்பந்தமாக தனது உறுப்பினர்கள் மத்தியிலான விமர்சனத்தையும் ஐக்கிய செயலகம் நசுக்கியது. அமெரிக்க சோசலிச தொழிலாளர் கட்சிக்குள், உத்தியோகபூர்வமாக ஒரு சிறுபான்மைக் குழுவாக இருந்த ரிம் வோல்போர்த் தலைமையிலான நான்காம் அகிலத்தின் அனைத்துலகக் குழு ஆதரவாளர்கள், நான்காம் அகிலத்தின் வரலாற்றில் முன்னெப்போதும் கண்டிராத ஒரு நிகழ்வாய் ல.ச.ச.க. சிறிமாவோ பண்டாரநாயக்கா அரசாங்கத்துக்குள் நுழைந்ததைப் பற்றி கட்சிக்குள் கலந்துரையாட வேண்டும் என வலியுறுத்தியமைக்காக கட்சியிலிருந்து இடைநீக்கம் செய்யப்பட்டார்கள். அமெரிக்க சோசலிச தொழிலாளர் கட்சி பப்லோவாதிகளுடன் மறுஐக்கியப்பட்டதற்கு எதிராக 1961ல் இருந்து பிரிட்டன் சோசலிச தொழிலாளர் கழகத்துடன் சேர்ந்து போராடி வந்த சிறுபான்மையினர், நான்காம் அகிலத்தின் அமெரிக்கக் குழுவொன்றை ஸ்தாபித்தனர். இதுவே 1966 நவம்பரில் தொழிலாளர் கழகமாக [Workers League] மாற்றம்பெற்றது.

---

39. *Trotskyism Versus Revisionism*, பாகம் 4, பக். 235

16-10. 1964 ஜூலையில் வெளியிடப்பட்ட ஒரு அறிக்கையில், நான்காம் அகிலத்தின் அனைத்துலகக் குழு இந்த தொலைநோக்குடைய முடிவை எடுத்தது: "ல.ச.ச.க. உறுப்பினர்கள் சிறிமாவோ பண்டாரநாயக்கா கூட்டரசாங்கத்துக்குள் நுழைந்தமை, நான்காம் அகிலத்தின் பரிமாணத்தில் ஒரு முழு சகாப்தம் முடிவுக்கு வந்துள்ளதை குறிக்கின்றது. உலக ட்ரொட்ஸ்கிச இயக்கத்தினுள் இருந்த திருத்தல்வாதம் தொழிலாள வர்க்கத்திற்கு தோல்வியை அளிப்பதற்கான ஒரு தயாரிப்பில் ஏகாதிபத்தியத்துக்கு நேரடியான சேவை செய்வதில் தன்னை வெளிப்படுத்திக் கொண்டது."[40]

17. புரட்சிக் கம்யூனிஸ்ட் கழகம் ஸ்தாபிக்கப்பட்டது

17-1. ல.ச.ச.கட்சியின் காட்டிக்கொடுப்புடன், 1968ல் நான்காம் அகிலத்தின் அனைத்துலகக் குழுவின் இலங்கை பகுதியாக புரட்சிக் கம்யூனிஸ்ட் கழகம் (பு.க.க.) அமைக்கப்பட்டமை, பப்லோவாதத்துக்கு எதிராக நான்காம் அகிலம் மேற்கொண்ட அரசியல் மற்றும் தத்துவார்த்தப் போராட்டங்களினதும், மற்றும் 1968 முதல் 1975 வரை உலகம் பூராவும் புரட்சிகர எழுச்சி காலகட்டத்தை முன்னறிவித்த, இலங்கையில் தொழிலாளர்கள் மற்றும் இளைஞர்களின் தீவிரமயமாதலினதும் வெளிப்பாடாகும்.

17-2. சர்வதேச பொருளாதார அரசியல் அதிர்வுகளால் பாதிக்கப்படக்கூடிய ஒரு சிறிய தீவாக, இலங்கை எப்போதும் பரந்த சர்வதேச நிகழ்வுப் போக்கின் முன்னறிவிப்பாளராக இருந்து வந்துள்ளது. 1960களின் முற்பகுதியில் தேயிலை விலை வீழ்ச்சியின் காரணமாக ஏற்பட்ட கூர்மையான அந்நிய செலாவணி நெருக்கடியுடன் சர்வதேசப் பொருளாதார வீழ்ச்சியும் சேர்ந்துகொண்டதால், வேலையின்மை உயர்ந்த மட்டத்தை எட்டியது. பல்கலைக்கழக பட்டதாரிகள் உட்பட இளைஞர்கள் கடுமையாகப் பாதிக்கப்பட்டனர். சிறிமாவோ பண்டாரநாயக்கா அரசாங்கத்துக்கு எதிராக வளர்ச்சியடைந்து வந்த இயக்கத்தினால் மட்டுமன்றி, 1961ல் பற்றிஸ் லுமும்பா கொலை மற்றும் வியட்னாம் யுத்தத்தில் அமெரிக்காவின் தலையீடு அதிகரித்தமை உட்பட அமெரிக்க ஏகாதிபத்தியத்தின் குற்றங்களாலும் இளைஞர்களும் தொழிலாளர்களும் தீவிரமயமாகினர். ல.ச.ச.க. அரசியல்ரீதியாக சீரழிந்திருந்த போதிலும், அதனுள் இணைந்திருந்த பி.எல்.பீ.ஐ.யின் ட்ரொட்ஸ்கிச பாரம்பரியங்கள் இன்னமும் ஈர்ப்புத்தன்மை கொண்டவை என்பது நிரூபணமானது. பாடசாலைகளிலும் பல்கலைக்கழகங்களிலும் கணிசமான மாணவர் தட்டுக்கள் தங்களை

40. Trotskyism Versus Revisionism, பாகம் 4, பக். 255.

ட்ரொட்ஸ்கிஸ்டுகள் எனக் கருதினர். நாட்டின் பிரதானமான பேராதனைப் பல்கலைக்கழகத்தில், ட்ரொட்ஸ்கிஸ்டுகள் செல்வாக்குச் செலுத்தினர்.

17-3. ல.ச.ச.கட்சியின் காட்டிக்கொடுப்பு இலங்கையிலும் உலகம் பூராவும் ஆழமான தாக்கத்தைக் கொண்டிருந்தது. பப்லோவாத தலைமையுடன் சேர்ந்து ல.ச.ச.க., ஸ்ராலினிசத்துக்கு அடிபணிந்ததன் ஊடாக, விசேடமாக மாவோவாதத்தை புகழ்வதன் ஊடாக, ஆசியா பூராவும் ஸ்ராலினிசக் கட்சிகள் சவாலை எதிர்கொள்ளாமல் செல்வாக்குச் செலுத்த அனுமதித்தது. இப்போது தமது சொந்த அரசியல் குற்றங்களில் இருந்து கவனத்தை திசைதிருப்ப ல.ச.ச.கட்சியின் துரோகத்தை ஸ்ராலினிஸ்டுகளால் பயன்படுத்திக்கொள்ளகூடியதாக இருந்தது. குறிப்பாக இந்தியாவில் அதுவே நடந்தது. அங்கு பப்லோவாதம் நடைமுறையில் ட்ரொட்ஸ்கிச இயக்கத்தை அழித்து, இந்தியக் கம்யூனிஸ்ட் கட்சியை (சி.பீ.ஐ.) எதிர்ப்பின்றி வளர்ச்சியடைய அனுமதித்தது. 1961 சீனா-சோவியத் பிளவு மற்றும் 1962 இந்தியா-சீன எல்லை யுத்தத்தை அடுத்து சி.பீ.ஐ.யை நெருக்கடி சூழ்ந்துகொண்டபோது எந்தவொரு தலையீடும் செய்யப்படவில்லை. இது 1964ல் "திருத்தல்வாத" சி.பீ.ஐ.க்கு வெளிவேடமான எதிர்ப்புக் காட்டி அதிலிருந்து பிரிந்து இந்தியக் கம்யூனிஸ்ட் கட்சி (மார்க்சிஸ்ட்) [Communist Party of India (Marxist)-CPI (M)] என்ற ஒன்று அமைவத்றகு வழிவகுத்தது. சி.பீ.ஐ., சி.பீ.ஐ.(எம்) மற்றும் சி.பீ.ஐ.(எம்) இல் இருந்து 1968-69ல் பிரிந்த நக்சலைட்டுகள் அல்லது மாவோவாதிகள் அனைவரும், 1960களின் பிற்பகுதியில் தொடங்கிய தசாப்தத்தில் இந்தியாவை மூழ்கடித்த தொழிலாளர்கள் மற்றும் விவசாயிகளின் போராட்ட அலைகளின்போது முதலாளித்துவத்துக்கு தொழிலாள வர்க்கத்தை அரசியல்ரீதியில் அடிபணியச் செய்ய சேவை செய்தனர். நக்சலைட்டுகள் விவசாயிகளைத் தளமாகக் கொண்ட தனது கெரில்லா யுத்த மூலோபாயத்தை முன்னெடுத்த அதேவேளை, வழமையான ட்ரொட்ஸ்கிசம் பற்றிய ஸ்ராலினிச பொய்கள் மற்றும் அவதூறுகளுக்கு ஊக்கமளிக்கக்கூடிய வகையில், ல.ச.ச.கட்சியின் காட்டிக்கொடுப்பை தமது வாயடிப்புகளுக்கு பயன்படுத்திக் கொண்டனர்.

17-4. இலங்கையில், ல.ச.ச.க. பாட்டாளி வர்க்க சர்வதேசியவாதத்தை வெளிப்படையாக கைவிட்டு ஸ்ரீ.ல.சு.க.யின் சிங்கள மேலாதிக்கவாதத்தை தழுவிக்கொண்டமை, தீவில் அழிவுகரமான விளைவுகளை ஏற்படுத்திய இனவாத அரசியல் கட்டற்று வளர்ச்சியடைவதற்கு கதவுகளைத் திறந்து விட்டது. சிங்கள

மற்றும் தமிழ் தொழிலாளர்களின் ஐக்கியப்பட்ட 21 அம்சக் கோரிக்கை இயக்கமானது, ல.ச.ச.க. சிறிமாவோ பண்டாரநாயக்கா அரசாங்கத்துக்குள் நுழைந்துகொண்டு தனது ஆதரவை விலக்கிக்கொண்டதை அடுத்து தகர்ந்து போனது. 1964 அக்டோபரில் அரை மில்லியன் தமிழ் தோட்டத் தொழிலாளர்களை பலவந்தமாக இந்தியாவிற்கு திருப்பி அனுப்ப அனுமதித்து, சிறிமாவோ பண்டாரநாயக்காவுக்கும் இந்தியப் பிரதமர் லால் பஹதூர் சாஸ்திரிக்கும் இடையில் கையெழுத்தான உடன்படிக்கையை ல.ச.ச.க. ஆதரித்தமை, அந்த பிரதான தொழிலாள வர்க்க தட்டினரின் மத்தியில் ல.ச.ச.கட்சிக்கு இருந்த ஆதரவை உடனடியாக வீழ்ச்சியடையச் செய்தது.

17-5. தீவிரமயமான இளைஞர்கள் மத்தியில், ல.ச.ச.கட்சியின் காட்டிக்கொடுப்பின் காரணமாக உண்மையான மார்க்சிசத்தின் அழிவில் பல்வேறு வடிவிலான குட்டி முதலாளித்துவ வகுப்புவாத அரசியல் பலனடைந்தது. முன்னாள் கம்யூனிஸ்ட் கட்சியைச் சேர்ந்த ஸ்ராலினிஸ்டுகள் மற்றும் மாவோவாதிகளைக் கொண்டு ஸ்தாபிக்கப்பட்ட மக்கள் விடுதலை முன்னணி அல்லது ஜனதா விமுக்தி பெரமுன (ஜே.வி.பி.), தீவின் தெற்கில் வேலையற்றிருந்த சிங்கள கிராமப்புற இளைஞர் தட்டினர் மத்தியில் விரிவடையும் வாய்ப்பைப் பெற்றது. மாவோவாதம் மற்றும் காஸ்ட்ரோவாதத்தில் வேண்டியதை எடுத்துக் கொண்டு உள்ளூர் சிங்கள ஜனரஞ்சகவாதத்துடன் கலந்து அந்தக் கலவையில் நின்றுகொண்டுள்ள ஜே.வி.பீ., "ட்ரொட்ஸ்கிசத்தை" வாய்ச்சவடாலுடன் கண்டனம் செய்ய ல.ச.ச.கட்சியின் காட்டிக்கொடுப்பை பயன்படுத்திக் கொண்டது. 1970களில், இரண்டாவது ஸ்ரீ.ல.சு.க. கூட்டணியின் சிங்கள பேரினவாதக் கொள்கைகள், தமிழ் இளைஞர்களை தீவிரமயமாக்கிய நிலையில், தமிழீழ விடுதலைப் புலிகள் உட்பட பல்வேறு தமிழ் ஆயுதக் குழுக்கள், ட்ராட்ஸ்கிசத்துக்கும் மார்க்சிசத்துக்குமான தமது எதிர்ப்பை நியாயப்படுத்த ல.ச.ச.க. அமைச்சர்களின் நடவடிக்கைகளை மேற்கோள் காட்டின. ல.ச.ச.க. காட்டிக்கொடுத்து கிட்டத்தட்ட இரண்டு தசாப்தங்களில், இலங்கை முதலாளித்துவத்தின் பிற்போக்கு இனவாத அரசியல் அடுத்த கால் நூற்றாண்டு பூராவும் தீவை நடுங்கச் செய்த உள்நாட்டு யுத்தமாக வெடித்தது.

17-6. இந்த அரசியல் அலைக்கு எதிராக, தீவிரமயமான இளைஞர்களின் திறமைபடைத்த ஒரு தட்டு, ட்ரொட்ஸ்கிசம் மற்றும் பி.எல்.பீ.ஐ.யின் பாரம்பரியத்தில் ஈர்ப்புக்கொண்டு 1968ல் புரட்சிக் கம்யூனிஸ்ட் கழகத்தை (பு.க.க.) ஸ்தாபித்தது. எவ்வாறெனினும்,

ல.ச.ச.கட்சியின் காட்டிக்கொடுப்புக்கு வழிவகுத்ததும் மற்றும் அதில் இருந்து பிரிந்த புரட்சிகர லங்கா சமசமாஜக் கட்சி மீது தொடர்ந்தும் மேலாதிக்கம் செய்வதுமான பப்லோவாத அரசியலை தெளிவுபடுத்துவதற்கு நான்காம் அகிலத்தின் அனைத்துலகக் குழு செய்த தலையீட்டின் மூலம் மட்டுமே இது சாத்தியமானது. வெறும் 19 வயதில் பொதுச் செயலாளராக தேர்ந்தெடுக்கப்பட்டு 1987ல் அகால மரணமாகும் வரை பு.க.கழகத்தின் தலைவராக இருந்த கீர்த்தி பாலசூரியாவும், அந்த கடினமான சூழ்நிலைகளில் பொதுச் செயலாளர் பொறுப்பை ஏற்று கடந்த கால் நூற்றாண்டு காலமாக கட்சியை வழிநடத்தி வந்துள்ள விஜே டயஸும் அந்த இளைஞர்களில் மிகவும் முன்னணியில் இருந்தவர்களாவர். ல.ச.ச.கட்சியின் காட்டிக்கொடுப்பு மற்றும் தீவின் நீண்ட உள்நாட்டு யுத்தத்தால் உருவாக்கப்பட்ட மிகப் பிரமாண்டமான அரசியல் அழுத்தங்களுக்கு மத்தியில் பு.க.கழகத்தால் நிலைத்து நிற்க முடிந்ததானது, அது நான்காம் அகிலத்தின் அனைத்துலகக் குழுவின் பகுதியாக ஸ்தாபிக்கப்படுவதற்கு அடித்தளமாயிருந்த ட்ரொட்ஸ்கிசக் கொள்கைகளின் உறுதிக்கான சான்றாகும்.

17-7. பிரிட்டிஷ் சோசலிச தொழிலாளர் கழகம் [Socialist Labour League (SLL)] மூலமாக - முதலாவதாய் 1964ல் ஜெரி ஹீலி மூலமாகவும், பின்னர் 1964 டிசம்பரில் அதன் நியூஸ்லெட்டர் பத்திரிகையின் ஆசிரியர் மைக் பண்டா மூலமாகவும் - நான்காம் அகிலத்தின் அனைத்துலகக் குழு இலங்கையில் மேற்கொண்ட தலையீட்டின் விளைவாக புரட்சிகர ல.ச.ச.கட்சியில் அனைத்துலகக் குழுவுக்கு சார்பான குழுவொன்று ஸ்தாபிக்கப்பட்டது. ஆயினும், புரட்சிகர லங்கா சமசமாஜ கட்சி ஒரு விரோதமான அரசியல் சூழ்நிலையைக் கொண்டிருந்தது. அந்தக் ல.ச.ச.க. உடனான பிளவில் இருந்து ஸ்தாபிக்கப்பட்டிருந்த போதிலும் கூட, அது பப்லோவாதத்தில் இருந்து முறித்துக் கொள்ளாததோடு பப்லோவாத ஐக்கிய செயலகத்தினுள்ளேயே தொடர்ந்தும் இருந்தது. 1963 உலக காங்கிரஸில் பங்கேற்ற அதன் செயலாளர் எட்மண்ட் சமரக்கொடி, அமெரிக்க சோசலிச தொழிலாளர் கட்சியுடன் மறு ஐக்கியத்துக்கு வாக்களித்தார். புரட்சிகர லங்கா சமசமாஜ கட்சியின் முதலாவது மாநாட்டில், "சர்வதேசப் பிரச்சினைகளை", அதாவது, பப்லோவாத திருத்தல்வாதத்துக்கு எதிராக நான்காம் அகிலத்தின் அனைத்துலகக் குழு முன்னெடுத்த போராட்டத்தைப் பற்றி வாதிட வேண்டுமென அனைத்துலகக் குழுவின் ஆதரவாளர் ஒருவர் முன்வைத்த தீர்மானத்தை, அதன் முழுத் தலைமையும் ஒன்று சேர்ந்து தடுத்தது.

17-8. புரட்சிகர லங்கா சமசமாஜக் கட்சியின் அரசியல் நோக்குநிலை, ஐக்கிய இடது முன்னணிக்கு ஐக்கிய செயலகம்

வக்காலத்து வாங்கியதில் இருந்தே ஊற்றெடுக்கின்றது. தொழிற்சங்க கூட்டுக் குழுக்களின் அமைப்பில் எஞ்சியிருந்தவற்றின் ஊடாக 21 அம்சக் கோரிக்கை இயக்கத்திற்கு தொடர்ந்து போராடுவது என்றவாறாக கட்சியின் பிரதான கடமை தொழிற்சங்கவாத கண்ணோட்டத்தில் பார்க்கப்பட்டது. பின்னர் பு.க.க. விளக்கியது போல்: "புரட்சிகர லங்கா சமசமாஜக் கட்சி, 'இடது தலைவர்களை' தொழிலாள வர்க்கத்துக்கு முன்னால் துரோகிகள் எனக் கண்டனம் செய்கின்ற அதேவேளையில், அவர்களை போராட்டத்துக்குள் இழுப்பதற்கு மேல் மட்டத்தில் இருந்து சூழ்ச்சித்திட்டம் வகுக்கும் ஒரு அமைப்பாகவே மாறியிருந்தது. இந்தக் கொள்கையின் வழியில், தொழிலாள வர்க்கத்துக்குள் அவர்களுக்கு இருந்த சிறிய ஆதரவாளர்களை [ல.ச.ச.க. மற்றும் கம்யூனிஸ்ட் கட்சி] தலைவர்களுக்கு எதிரான போராட்டத்தில் தொழிலாள வர்க்கத்தையும் இளைஞர்களையும் சுயாதீனமாக ஒழுங்கமைப்பதை நோக்கி திருப்பாமல், 'தலைவர்களை இடது பக்கம் தள்ளுவதற்கு' தொழிலாள வர்க்கத்தினுள் திட்டங்கள் தீட்டுவதை நோக்கி திருப்பினர்.[41]

17-9. கட்சியின் இரு பாராளுமன்ற உறுப்பினர்களான சமரக்கொடியும் மெரில் பெர்னான்டோவும், அரசியல் குழுவின் கட்டளைகளை அலட்சியம் செய்து, 1964 டிசம்பரில் அரியாசன உரைக்கு கொண்டுவரப்பட்ட வலதுசாரி திருத்தத்துக்கு ஆதரவளித்ததை அடுத்து, புரட்சிகர லங்கா சமசமாஜ கட்சிக்கு ஆதரவாக இருந்த மாணவ இளைஞர்கள் மத்தியில் குறிப்பிடத்தக்களவு அதிருப்தி வளர்ச்சி கண்டது. வெற்றிபெற புரட்சிகர லங்கா சமசமாஜக் கட்சியின் பாராளுமன்ற உறுப்பினர்களின் ஆதரவில் தங்கியிருந்த அந்தத் திருத்தம், ஒரு நம்பிக்கையில்லாப் தீர்மானம் போலாகி ஸ்ரீ.ல.சு.க.-ல.ச.ச.க. அரசாங்கத்தை கவிழ்த்தது. சமரக்கொடியும் பெர்னான்டோவும் அளித்த வாக்குகள், 1965 மார்ச் தேர்தலில் புரட்சிகர லங்கா சமசமாஜ கட்சிக்கு ஆதரவு வீழ்ச்சியடையவும் அது தனது இரு ஆசனங்களையும் இழக்கவும் வழியமைத்தது. தேர்தலில் வென்ற யூ.என்.பீ., ஏழு கட்சி கூட்டணியொன்றை அமைத்தது. மக்கள் ஐக்கிய முன்னணி (MEP) மற்றும் தமிழரசுக் கட்சியும் இதில் அடங்கின. இந்தச் சூழ்நிலையில், புரட்சிகர லங்கா சமசமாஜக் கட்சியின் தலைமையின் நடவடிக்கையை எதிர்த்த ஒரு மாணவர் தட்டினர், பல்வேறு கூறுகளைக் கொண்ட ஒரு குழுவை அமைத்தனர். பரந்தளவில் ட்ரொட்ஸ்கிஸத்தை ஆதரித்த அவர்கள், 1965 நவம்பரில் சக்தி செய்திப் பத்திரிகையை

41. *ஏப்பிரல் நெருக்கடியும் கட்சியின் வரலாறும்*, புரட்சிக் கம்யூனிஸ்ட் கழக (பு.க.க.) 1972 மாநாட்டில் ஏற்றுக்கொள்ளப்பட்ட அந்தரங்க தீர்மானம், பக்.20.

வெளியிட்டனர். அதன் தலைவர்கள் பேராதனைப் பல்கலைக்கழகத்தில் மாணவர் அரசியலில் பிரசித்தி பெற்றவர்களாக இருந்தனர் அல்லது முன்னர் இருந்திருந்தனர். இந்த சக்தி குழு, வியட்னாம் யுத்தத்துக்கு எதிரான ஆர்ப்பாட்டத்துக்கும், வாழ்க்கை நிலைமைகளை மேம்படுத்துமாறும் கோரி 1965 டிசம்பரில் ஒரு வாரமாக நீண்ட மாணவர்கள் பகிஷ்கரிப்புக்கும் தலைமை வகித்தது. இந்தப் போராட்டம் பொலிஸ் வன்முறையால் நசுக்கப்பட்டது. விஜே டயஸும் ஏனைய பலரும் இடைநீக்கம் செய்யப்பட்டனர்; ஒரு முன்னாள் மாணவ தலைவர் அவர் பார்த்து வந்த வேலையில் இருந்து நீக்கப்பட்டார்; மற்றும் ஒரு பொலிஸ் உத்தியோகத்தரை கொல்வதற்கு முயற்சித்தனர் என்ற சோடிக்கப்பட்ட குற்றச்சாட்டின் பேரில் நான்கு மாணவர்களுக்கு எதிராக வழக்கு விசாரணை தொடர்ந்தது.

17-10. ஆயினும், அதன் தீவிரமயம் ஒரு புறம் இருக்க, சக்தி குழு இன்னமும் ல.ச.ச.க. மற்றும் கம்யூனிஸ்ட் கட்சித் தலைவர்களை இடதுபக்கம் செல்ல நெருக்கும் புரட்சிகர லங்கா சமசமாஜ கட்சியின் அரசியலையே அடித்தளமாகக் கொண்டிருந்தது. யுத்தத்தின் போதும் அதன் பின்னரும் பி.எல்.பீ.ஐ.யில் உறுப்பினராக இருந்த வில்பிரட் "ஸ்பைக்" பெரேரா, புரட்சிகர லங்கா சமசமாஜ கட்சி உள்ளே, சக்தி குழுவின் நோக்குநிலையை சவால் செய்தார். அரியாசன உரை வாக்கெடுப்பை நிராகரிக்குமாறு சிறிமாவோ பண்டாரநாயக்காவுக்கு அழைப்பு விடுத்து 1964 டிசம்பரில் நடத்தப்பட்ட ஸ்ரீ.ல.சு.க. - ல.ச.ச.க. எதிர்ப்பு ஆர்ப்பாட்டத்தில் தலையிடாமைக்கு புரட்சிகர லங்கா சமசமாஜ கட்சியை விமர்சித்த, சக்தி தலைவர், நிமல் (நந்த விக்கிரமசிங்க), 1965 செப்டெம்பரில் எழுதிய "டிசம்பர் படிப்பினைகள்" என்ற தலைப்பிலான ஆவணத்துக்கு வில்பிரட் பெரேரா ஒரு நீண்ட பதிலை எழுதினார். "டிசம்பரின் படிப்பினைகள் அல்ல, மாறாக, ஜூனின் படிப்பினைகளே" என்ற தனது பதிலில், ஆவணத்தில் இருந்த இத்தகைய "பாராளுமன்றத்துக்கு புறம்பான போராட்டங்களின்" புரட்சிகர சாத்தியங்கள் பற்றிய காட்சிவாத கூற்றை நிராகரித்த ஸ்பைக், அவர்களது கோரிக்கை முதலாளித்துவ அரசாங்கத்தைப் பேணுவதும் இனவாத சிறிமா-சாஸ்திரி உடன்படிக்கையை அமுல்படுத்துவதுமே ஆகும் என்பதை சுட்டிக்காட்டினார். 1964 ஜூனில் ல.ச.ச.கட்சியின் காட்டிக்கொடுப்பில் இருந்து தீர்க்கமான அரசியல் படிப்பினைகளைப் பெற்றுக்கொள்ள வேண்டும் என அவர் வலியுறுத்தினார். எவ்வாறெனினும், அவர் ஒரு பாகமாய் இருந்த நான்காம் அகிலத்தின் அனைத்துலகக் குழுவிற்கு சார்பான குழுவின் பெரும்பகுதியினர் புரட்சிகர லங்கா சமசமாஜ கட்சி தலைமையுடனான குழுவின் உறவை முறித்துக் கொள்ள விரும்பாத நிலையில், ஸ்பைக்கின் ஆவணம் சுற்றறிக்கையாக விடப்பபடவில்லை.

17-11. இதன் விளைவாக, சக்தி குழு வி. காராளசிங்கத்தின் செல்வாக்கின் கீழ் வந்தது. முன்னாள் பி.எல்.பீ.ஐ.யின் தலைவரான காராளசிங்கம், புரட்சிகர லங்கா சமசமாஜ கட்சி அரசியல் குழு உறுப்பினருமாவார். ஒரு வழக்கறிஞரான அவர் பேராதனைப் பல்கலைக்கழக மாணவர்களுக்காக வாதாடினார். புரட்சிகர லங்கா சமசமாஜக் கட்சி தலைமைக்கு எதிரானவராகவும் இருந்த காராளசிங்கம், பண்டாரநாயக்கா அரசாங்கத்தை கவிழ்க்க அளிக்கப்பட்ட சமரக்கொடியின் வாக்கை ஒரு "இமயமலையளவு பெரும் தவறு" என விமர்சித்தார். பாராளுமன்ற தந்திரோபாய தவறு பற்றிய இந்த மிகைப்படுத்தப்பட்ட விமர்சனம், காராளசிங்கத்தின் நோக்குநிலையையே காட்டிக்கொடுத்தது. அவரது நோக்குநிலை புரட்சிகர மார்க்சியத்தை நோக்கியதாக அன்றி, மீண்டும் ல.ச.ச.க. நோக்கியதாக இருந்தது. *சக்தியில்* 1966 மே தினத்துக்கு பிரசுரிக்கப்பட்ட ஒரு பகிரங்க கடிதத்தில், தற்போதுள்ள ஐக்கிய தேசிய கட்சி அரசாங்கத்துக்கு ஒரு முற்போக்கான மாற்றீடாக ஸ்ரீ.ல.சு.க.-ல.ச.ச.க. அரசாங்கம் இருக்கும் எனவும், "ஒரு உண்மையான புரட்சிகர அராசாங்கத்திற்கான" பாதையில் ஒரு அடிவைப்பாக இருக்கும் எனவும் காரளசிங்கம் வாதிட்டார். புரட்சியாளர்கள் அத்தகைய அபிவிருத்திகளையிட்டு பீதியடையக் கூடாது, "மாறாக அத்தகைய [கூட்டணி] அரசாங்கத்தின் தோற்றத்துக்கு உதவ வேண்டும்" என அவர் எழுதினார். அந்தக் கட்டுரையை ஒரு பூரணமான விமர்சனத்துக்கு உட்படுத்திய ஸ்பைக், காராளசிங்கத்தின் "இடைப்பட்ட அரசாங்க வரிசை" முதலாளித்துவ அரசாங்கங்களின் வரிசையே அன்றி வேறொன்றுமல்ல மற்றும் அது யூ.என்.பீ.க்கு எதிரான மிகவும் பின்தங்கிய வெகுஜனத் தட்டுக்களின் தற்போதைய நனவு மட்டத்திற்கு சரணடைவதை" பிரதிநிதித்துவம் செய்கின்றது என விளக்கினார். 1966 ஜனவரியில், தமிழ் மொழியை மட்டுப்படுத்தப்பட்ட அளவில் உத்தியோகபூர்வமாக பயன்படுத்தும் அரசாங்கத்தின் சட்டத்துக்கு எதிரான வெளிப்படையான இனவாத ஆர்ப்பாட்டங்கள் மற்றும் வேலை நிறுத்தங்களில் ஸ்ரீ.ல.சு.க. மற்றும் கம்யூனிஸ்ட் கட்சியுடன் ல.ச.ச.கட்சியும் இணைந்துகொண்டது.

17-12. 1966 அக்டோபருக்குள்ளாக, ல.ச.ச.கட்சியுடனான பிளவு ஒரு தவறு என சமரக்கொடிக்கு எதிராக ஒரு வாதத்தை முன்வைத்த காராளசிங்கம், ல.ச.ச.கட்சிக்கு மீண்டும் திரும்புமாறு வெளிப்படையாக பரிந்துரைத்தார். விஜே டயஸும் இன்னுமொரு *சக்தி* குழு உறுப்பினரும் மட்டுமே அந்த முன்மொழிவுக்கு எதிராக வாக்களித்தனர். ல.ச.ச.கட்சியினுள் "நுழைவதற்கு" என்பதாக காராளசிங்கத்தின் உருமறைக்கப்பட்ட சூழ்ச்சியினால் கவரப்பட்ட ஏனையவர்கள் ஆரம்பத்தில் ஆதரவாக வாக்களித்தனர். ஆயினும்,

அனுர ஏக்கநாயக்க, கீர்த்தி பாலசூரிய மற்றும் நந்த விக்கிரமசிங்க தலைமையிலான அதன் இடது பிரிவு, அப்போது இலங்கையில் இருந்த பிரிட்டிஷ் சோசலிச தொழிலாளர் கழகத்தின் அரசியல் குழு உறுப்பினர் ரொனி பண்டா உடன் தொடர்பை ஏற்படுத்திக்கொண்டதை அடுத்து சக்தி குழு துரிதமாக பிளவுபட்டது. லங்கா சமசமாஜக் கட்சியில் சேர வேண்டாம் என ரொனி பண்டா கொடுத்த அறிவுறுத்தலை ஏற்றுக்கொண்ட அவர்கள், ஸ்பைக்குடன் தொடர்பில் வைக்கப்பட்டதோடு அவர்களுக்கு முதல் தடவையாக அவரது ஆவணங்களை வாசிக்கக் கிடைத்தது. டயஸ் உட்பட்ட ஒரு குழுவை பலப்படுத்திக்கொண்ட அவர்கள், 1953 மற்றும் 1961-63ல் பப்லோவாதத்துக்கு எதிரான நான்காம் அகிலத்தின் அனைத்துலகக். குழுவின் போராட்ட ஆவணங்களை முறையாகக் கற்றனர்.

17-13. ஆரம்பத்தில் ரொனி பண்டாவின் வழிநடத்தலின் கீழ், இந்தக் குழு விரோதய (எதிர்ப்பு) என்ற பத்திரிகையை வெளியிடத்தொடங்கியதோடு தொழிலாள வர்க்கப் போராட்டங்களில் தலையீடு செய்தது. புரட்சிகர லங்கா சமசமாஜக் கட்சியில் ஸ்பைக்கின் தலையீடு, பப்லோவாதத்தின் பாத்திரத்தை மேலும் தெளிவுபடுத்திக்கொள்ள உதவியது. 1967 பெப்பிரவரியில் ஐக்கிய செயலகத் தலைவரான ஏர்னெஸ்ட் மண்டேல் கொழும்புக்கு வருகை தந்திருந்தபோது, அவரை சவால் செய்வதற்கு ஒரு உறுப்பினர் கூட்டத்தை ஸ்பைக் பயன்படுத்திக்கொண்டார். "லங்கா சமசமாஜக் கட்சியின் சீரழிவுக்கும் இறுதி வீழ்ச்சிக்கும் நான்காம் அகிலமே நேரடிப் பொறுப்பு, மற்றும் எல்லாவற்றுக்கும் மேலாக, இந்தச் சீரழிவு, லங்கா சமசமாஜக் கட்சி உறுப்பினர்களையும் உள்ளடக்கிய நான்காம் அகிலத்தில் இருந்தே ஊற்றெடுத்துள்ளது, என நான் குற்றஞ்சாட்டுகிறேன்." சில வாரங்களில், மூன்று-கண்டங்களின் மாநாட்டில், காஸ்ட்ரோ நான்காம் அகிலத்தின் மீது தொடுத்த பித்துப்பிடித்த தாக்குதலை கண்டனம் செய்து, ஆறு மாதங்களுக்கு முன்னர் ஸ்பைக் எழுதிய யங் சோசலிஸ்ட் (இளம் சோசலிஸ்டுகள்) ஆசிரியர் தலையங்கம் பற்றிய ஒரு "விசாரணையை" நடத்த மண்டேலின் தூண்டுதலின் பேரில் புரட்சிகர லங்கா சமசமாஜக் கட்சி நடவடிக்கை எடுத்தது. "பிடல் காஸ்ட்ரோவின் புரட்சிகரத் தூய்மை பற்றி சந்தேகத்தை ஏற்படுத்தும் வகையில் அவரை விமர்சித்து, அவருக்கு எதிராக புதுமையான குற்றச்சாட்டுக்களை சுமத்தியதாக"க் கூறி, பாலா தம்புவும் மத்திய குழுவும் தன்னை கண்டனம் செய்கின்றன எனத் தெரிவித்த ஸ்பைக், தனது பாதுகாப்புக்காக உத்வேகமாக நடவடிக்கை எடுத்தார். பதிலளிக்கும் போது அவர் பிரகடனம்

செய்ததாவது: "ஆயினும், 'பெரும் கியூபத் தலைவருடன்' ஒப்பிடுகையில், ஒரு சாதாரண வெறும் மனிதனானக இருந்து காஸ்ட்ரோவை நான் விமர்சிக்கவில்லை, மாறாக, லியோன் ட்ரொட்ஸ்கியால் ஸ்தாபிக்கப்பட்ட, சோசலிசப் புரட்சிக்கான உலகக் கட்சியான நான்காம் அகிலத்தின் ஒரு உறுப்பினர் என்ற பெருமை கொண்ட மனிதனாக இருந்தே அதை செய்தேன் என்பதை தாழ்மையுடன் கூறிக்கொள்கிறேன். சர்வதேசத் தொழிலாள வர்க்கத்தை ஏமாற்றி தவறாக வழிநடத்தவும் ட்ரொட்ஸ்கிஸ்டுகளை வேட்டையாட மறைமுகமாய் தூண்டிவிடுவதற்கும் முயற்சிப்பதனாலேயே நான் காஸ்ட்ரோவை விமர்சிக்கத் தள்ளப்பட்டேன்." 1968ல் நடந்த புரட்சிகர லங்கா சமசமாஜக் கட்சி மாநாட்டில், ஸ்பைக் முன்வைத்த தீர்மானம் ஒன்று, ஐக்கிய செயலகத்தின் திருத்தல்வாத அரசியலில் இருந்து முழுமையாக பிரிந்து, மத்திய குழுவை கலைப்பதோடு நான்காம் அகிலத்தின் அனைத்துலகக் குழுவுடன் உடனடியாக உறவுகளை ஸ்தாபித்துக்கொள்ளும் ஒரு அமைப்பை உருவாக்கிக்கொள்ள வேண்டும் என அழைப்புவிடுத்தது. அவர் அதன் பின் குறுகிய காலத்துள், புரட்சிகர லங்கா சமசமாஜக் கட்சியில் இருந்து பிரிந்து பப்லோவாத அரசியலை பகிரங்கமாக கண்டனம் செய்தார்.

17-14. 1966ல் நடந்த நான்காம் அகிலத்தின் அனைத்துலகக் குழுவின் மூன்றாவது மாநாட்டின் படிப்பினைகள், *விரோதய* (*Virodhaya*) குழு உறுப்பினர்களுக்கு கல்வியூட்டுவதில் அதிமுக்கியமானதாக இருந்தது. பப்லோவாதம் நான்காம் அகிலத்தின் அநேக பகுதிகளை கலைத்துவிட்டிருந்த கடினமான நிலைமைகளில், அமெரிக்க சோசலிச தொழிலாளர் கட்சியின் மறு ஐக்கியத்தை அடுத்தே இந்த காங்கிரஸ் நடைபெற்றது. இந்த நிலைமையை ஏற்றுக்கொண்ட வரைவுத் தீர்மானம், நான்காம் அகிலமே உடைக்கப்பட்டிருந்தது என்றும் அதை "மீண்டும் கட்டியெழுப்ப வேண்டும்" எனவும் பிரகடனம் செய்தது. மாநாட்டின் போது, பப்லோவாதத்துக்கு எதிரான அரசியல் தத்துவார்த்தப் போராட்டத்தின் ஊடாகவே நான்காம் அகிலத்தின் தொடர்ச்சி பேணப்பட்டுள்ளது என்பதை பிரிட்டிஷ் சோசலிச தொழிலாளர் கழகம் வலியுறுத்தியது. திருத்தப்பட்ட ஆவணம் தெரிவித்ததாவது: "நான்காம் அகிலத்தின் வரலாற்றுத் தொடர்ச்சி அனைத்துலகக் குழுவினால் உறுதிப்படுத்தப்பட்டது, அதற்குக் காரணம் புரட்சிகர அகிலத்தைக் கட்டியெழுப்புவதற்கு இன்றியமையாத, திருத்தல்வாதத்துக்கு எதிரான தத்துவார்த்த நடைமுறைப் போராட்டத்தை முன்னெடுக்க அதனால் மட்டுமே சாத்தியமானது." பிரான்சில் தொழிலாளர் குரல், (Voix Ouvrière) அமெரிக்காவில் இருந்து ஜேம்ஸ் ரொபேட்சனின் ஸ்பார்டசிஸ்ட்

போக்கு ஆகிய இரு குழுக்களுடன் அரசியல் கூட்டுழைப்பு சாத்தியமானதா இல்லையா என்பதைத் தீர்மானிப்பதற்காக அவை இரண்டும் அழைக்கப்பட்டிருந்தன. அவை பப்லோவாத சந்தர்ப்பவாதத்துக்கு எதிரான போராட்டத்தை சிறுமைப்படுத்தின. "தற்போதைய முதலாளித்துவ நெருக்கடி மிகவும் கூர்மையானதாகவும் ஆழமானதாகவும் உள்ளது, அதனால் இரண்டாவது மற்றும் மூன்றாவது அகிலங்களின் சீரழிவுடன் ஒப்பிடக்கூடிய அளவில், தொழிலாளர்களை கீழ்படியச் செய்வதற்கு ட்ரொட்ஸ்கிச திருத்தல்வாதம் தேவைப்படுகிறது என்ற கருத்தை" ரொபேட்சன் முழுமையாக நிராகரித்தார். இரண்டே ஆண்டுகளுக்கு முன்னர் நடந்த ல.ச.ச.கட்சியின் காட்டிக்கொடுப்பின் படிப்பினைகளை நிராகரித்த ரொபேட்சன், இது "தற்போதைய எமது முக்கியத்துவத்தை பெருமளவில் மிகைமதிப்பீடு செய்வதை" உள்ளடக்கியுள்ளது எனத் தெரிவித்தார். காங்கிரஸில் இருந்து வெளியேறி அவர் உருவாக்கிய ஸ்பார்டசிஸ்ட் போக்கு எப்போதும் நான்காம் அகிலத்தின் அனைத்துலகக் குழுவுக்கான அதன் ஆழமான விரோதத்தினால் குணாதிசயப்படுத்தப்பட்டு வந்துள்ளது.

17-15. 1968 ஜூன் 16-17ம் திகதிகளில், புரட்சிக் கம்யூனிஸ்ட் கழகத்தின் (பு.க.க.) ஸ்தாபக மாநாடு இடம்பெற்றது. மாநாட்டுக்கான பிரதான அறிக்கையில், நான்காம் அகிலத்தின் அனைத்துலகக். குழுவின் மூன்றாவது காங்கிரஸின் மிகவும் முக்கியமான படிப்பினைகளையும் பு.க.கழகத்தின் ஸ்தாபிதத்துக்கு அவற்றின் முக்கியத்துவத்தையும் பாலசூரியா வெளிக்கொணர்ந்தார். கலந்துரையாடலின் போது தோன்றிய பிரதான விடயங்கள், ட்ரொட்ஸ்கிசத்துக்கான போராட்டத்தின் தொடர்ச்சியில் அக்கறை செலுத்துவனவாக இருந்தன. ல.ச.ச.க., புரட்சிகர லங்கா சமசமாஜக் கட்சி மற்றும் *சக்தி* குழு ஊடாக அதன் வரலாற்றைக் காணும், இலங்கையின் ஒரு தேசிய புரட்சிகர சக்தியை நான்காம் அகிலத்தின் அனைத்துலகக் குழுவுடன் மறு ஐக்கியம் செய்யும் ஒன்றாக அந்த மாநாட்டை கண்ட ஒரு போக்குக்கு எதிராக, பாலசூரியா, பப்லோவாதத்துக்கு எதிரான நான்காம் அகிலத்தின் அனைத்துலகக் குழுவின் போராட்டத்திலேயே ட்ரொட்ஸ்கிசத்தின் தொடர்ச்சி தங்கியிருக்கின்றது என வலியுறுத்தினார். 1953 மற்றும் 1961-63 பிளவுகளின் படிப்பினைகளின் அடிப்படையிலும், ல.ச.ச.க., புரட்சிகர லங்கா சமசமாஜக் கட்சி மற்றும் அதே போல் *சக்தி* குழுவினதும் சந்தர்ப்பவாத அரசியலில் இருந்து அடிப்படையில் பிரிவதன் மூலமும் மட்டுமே நான்காம் அகிலத்தின் அனைத்துலகக் குழுவின் பகுதியாக பு.க.கழகத்தை ஸ்தாபிக்க முடிந்தது.

17-16. மாநாட்டில் ஒருமனதாக ஏற்றுக்கொள்ளப்பட்ட தீர்மானம் பிரகடனம் செய்ததாவது: "1966 ஏப்பிரலில் நடந்த நான்காம் அகிலத்தின் அனைத்துலகக் குழுவின் மூன்றாவது மாநாட்டில் ஏற்றுக்கொள்ளப்பட்ட 'நான்காம் அகிலத்தை மீண்டும் கட்டியெழுப்பும்' தீர்மானத்துடன் முழு உடன்பாட்டை இந்த மாநாடு பிரகடனம் செய்கின்றது. மையப்படுத்தப்பட்ட பாட்டாளி வர்க்கத் தலைமையாக நான்காம் அகிலத்தைக் கட்டியெழுப்புவதின் புதிய சவால்களை எதிர்கொள்வதற்கு, நான்காம் அகிலத்தின் வேலைத்திட்டத்துக்கும் வழிமுறைக்குமான அதன் இடைவிடாத போராட்டத்தின் ஊடாக நான்காம் அகிலத்தின் அனைத்துலகக் குழு ஈட்டிக்கொண்டிருக்கிற அதன் செயல்திறனின் மீது இந்த மாநாடு முழு நம்பிக்கையை வெளிப்படுத்துகிறது. சகல வடிவிலுமான திருத்தல்வாதத்துக்கும் எதிரான ஒரு தளர்ச்சியற்ற போராட்டத்தில் நான்காம் அகிலத்தின் அனைத்துலகக் குழுவின் பகுதியாக இலங்கையில் பாட்டாளி வர்க்க புரட்சியின் கட்சியை கட்டியெழுப்பும் பணிக்கு இந்த காங்கிரஸ் உறுதியுடன் அர்ப்பணித்துக்கொள்வதோடு, சகல சூழ்நிலைகளின் கீழும் சகல இடங்களிலும் சாத்தியமானளவு அதிகமாக வர்க்கப் போராட்டங்களில் செயலூக்கத்துடன் தலையிடுவதுடன் இந்தப் பணி பிரிக்கமுடியாமல் கட்டுண்டுள்ளது என்றும் அறிவிக்கிறது."

18. குட்டி முதலாளித்துவ தீவிரவாதத்துக்கு எதிராக புரட்சிக் கம்யூனிஸ்ட் கழகம் (பு.க.க.) முன்னெடுத்த போராட்டம்

18-1. 1968 தொடங்கி 1975 வரை உலகின் அநேகப் பகுதிகளை உலுக்கிய சர்வதேசத் தொழிலாள வர்க்கத்தின் புரட்சிகரப் போராட்டங்களின் ஒரு அலை தோற்றம் எடுத்தபோதுதான் பு.க.கழகத்தின் ஸ்தாபிதமும் நடந்தது. பிரான்சில் கொந்தளிப்பான மே-ஜூன் வேலை நிறுத்த இயக்கத்தையும் 1968ல் செக்கோஸ்லொவக்கியாவில் "பிராக் வசந்தகாலத்தையும்" தொடர்ந்து, 1969ல் இத்தாலியில் நடந்த "உஷ்ண கோடை" காலப் போராட்டங்கள், 1974ல் ஹீத் அரசாங்கத்தை கவிழ்த்த பிரிட்டிஷ் சுரங்கத் தொழிலாளர்களது வேலை நிறுத்தம் மற்றும் போர்ச்சுக்கல் மற்றும் கிரேக்கத்தில் பாசிச ஆட்சிகளின் வீழ்ச்சி உட்பட அடுத்தடுத்த எழுச்சிகள் இடம்பெற்றன. யுத்தத்துக்குப் பிந்திய பொருளாதாரச் செழிப்பு மற்றும் 1971 ஆகஸ்டில் அமெரிக்க டாலருக்குத் தங்கத்தை மாற்றிக் கொள்ளும் முறை முடிவுக்கு வந்த நிலையால் சமிக்ஞையளிக்கப்பட்ட பிரெட்டன் வூட்ஸ் நாணய முறைமையின் தகர்வு ஆகியவற்றால் ஏற்படுத்தப்பட்ட பொருளாதாரக்

கொந்தளிப்பின் விளைபொருளாக இந்தப் போராட்டங்கள் அமைந்திருந்தன. இத்தகைய புரட்சிகர இயக்கங்களை காட்டிக்கொடுப்பதில் சமூக ஜனநாயகவாதிகள், ஸ்ராலினிஸ்டுகள் மற்றும் தொழிற்சங்க அதிகாரத்துவங்கள் பிரதான பாத்திரம் ஆற்றினர், எவ்வாறெனினும், 1964ல் ல.ச.ச.கட்சியின் முந்திய காட்டிக்கொடுப்பில் இருந்து நான்காம் அகிலத்தின் அனைத்துலகக் குழு முடிவெடுத்ததைப் போல், தொழிலாள வர்க்கம் அதன் பழைய கட்சிகள் மற்றும் அமைப்புக்களின் துரோகத்துக்கு எதிராக மேற்கொள்கின்ற அரசியல் போராட்டங்களைத் தடுப்பதில் முதலாளித்துவத்தின் இன்றியமையாத இரண்டாம் நிலை முட்டுத்தூணாக பல்வேறு பப்லோவாத அமைப்புக்களும் நிரூபணமாயின.

18-2. இலங்கையில் முதலாளித்துவ வர்க்கம் ல.ச.ச.கட்சியையே நேரடியாகச் சார்ந்திருந்தது. 1970 மே மாதம் பெரும் தேர்தல் வெற்றியை பெற்று ஆட்சிக்கு வந்து, 1977 இல் இழிவான முறையில் தோற்கடிக்கப்படும் வரை ஆட்சியில் இருந்த இரண்டாவது சிறிமாவோ பண்டாரநாயக்கா அரசாங்கத்துக்கு அவசியமாகியிருந்த "ட்ரொட்ஸ்கிச" மூடு திரையை ல.ச.ச.கட்சியே வழங்கியது. ல.ச.ச.கட்சியின் தலைவர்களான என்.எம். பெரேரா, கொல்வின் ஆர். டி. சில்வா, லெஸ்லி குணவர்த்தனா ஆகிய அனைவரும் அமைச்சர்களானார்கள். இந்தக் காலகட்டம் முழுவதும், உலகம் பூராவும் உள்ள தமது பப்லோவாத சமதரப்பினரைப் பின்பற்றி, புரட்சிகர லங்கா சமசமாஜக் கட்சி மற்றும் அதன் பல்வேறு பிரிவுகளும், பல்வேறு வேடங்களில், ஐக்கிய இடது முன்னணியை புதுப்பிப்பதையும் மற்றும் தொழிலாளர்களின் நலன்களைக் காக்க லங்கா சமசமாஜக் கட்சியையும் கம்யூனிஸ்ட் கட்சியையும் நெருக்க முடியும் என்ற மாயையையும் ஊக்குவிப்பதன் மூலம், பெருகி வந்த தொழிலாள வர்க்கத்தின் எதிர்ப்பின் மத்தியில் ஸ்ரீ.ல..சு.க., ல.ச.ச.க. மற்றும் கம்யூனிஸ்ட் கட்சி கூட்டரசாங்கத்திற்கு முட்டுக் கொடுப்பதில் உதவி செய்தன.

18-3. முன்னைய யூ.என்.பீ. அரசாங்கத்தின் மீது தொழிலாள வர்க்கத்தின் மத்தியில் எதிர்ப்பு கரைபுரண்டோடிய நிலையில், 1970 தேர்தலில் ஸ்ரீ.ல.சு.க.-ல.ச.ச.க.-கம்யூனிஸ்ட் கட்சி கூட்டணிக்கு விமர்சனத்துடன் வாக்களிக்குமாறு பு.க.க. அழைப்பு விடுத்தது. இந்த முக்கியமான தந்திரோபாய தவறைப் பற்றி மைக்கல் பண்டா புரட்சிக் கம்யூனிஸ்ட் கழகத்துக்கு அனுப்பிய கடிதத்தில் சுட்டிக்காட்டினார். இந்தக் கொள்கை "சீர்திருத்தவாதிகளுக்கும் மற்றும் தீவிரவாத முதலாளித்துவத்துக்கும் ஒரு அனுமதிக்க முடியாத சலுகையாகும்"

என அவர் விளக்கினார். "நிச்சயமாக, இப்போதைய பணி இன்னுமொரு கூட்டணிக்கு கதவைத் திறந்துவிடுவதாக இருக்கக் கூடாது (எங்களுக்கு இன்னும் எத்தனை கூட்டணிகள் தேவை!). மாறாக, ஸ்ரீ.ல.சு.கட்சிக்கு எந்தவொரு ஆதரவும் கொடுப்பதை மறுத்து, ல.ச.ச.க.-கம்யூனிஸ்ட் கட்சி தலைவர்களை ஸ்ரீ.ல.சு.கட்சியில் இருந்து வெளியேறுமாறு கோருவதன் மூலம், முதலாளித்துவப் பொறியில் இருந்து தொழிலாள வர்க்கத்தை விடுவிக்க முயற்சிப்பதே இப்போதைய பணியாக இருக்க வேண்டும்," என அவர் மேலும் கூறினார்.

18-4. கீர்த்தி பாலசூரியாவும் புரட்சிக் கம்யூனிஸ்ட் கழகமும் அளித்த பதிலிறுப்பு, ஒரு மார்க்சிசக் கட்சி ஒரு கோட்பாடுடனான திருத்தத்தை எவ்வாறு செய்கின்றது என்பதற்கு ஒரு உன்னதமான உதாரணத்தை வழங்கியது. பண்டாவின் கடிதம் குறித்தும் தவறின் அரசியல் தாக்கங்கள் பற்றியும் ஒரு பூரணமான உட்கட்சி கலந்துரையாடலுக்கு கட்சித் தலைமை முதலில் ஏற்பாடு செய்தது. தவறை திருத்தி 1970 ஜூலையில் வெளியிடப்பட்ட அறிக்கையொன்றில் புரட்சிக் கம்யூனிஸ்ட் கழகம் விளக்கியதாவது: "ல.ச.ச.க.-கம்யூனிஸ்ட் கட்சி தலைவர்களுக்கு எதிரான எதிர்ப்பில் மட்டுமே அதிகாரத்தை கைப்பற்றும் திறன் கொண்ட ஒரு கட்சியைக் கட்டியெழுப்ப முடியும். தொழிலாளர்கள் மற்றும் விவசாயிகளது அரசாங்கத்துக்கான ஒரு முன்னோக்கின் அடிப்படையில், ல.ச.ச.க.-கம்யூனிஸ்ட் கட்சித் தலைவர்களின் கூட்டணி முன்னோக்குக்கு எதிரான ஒரு போராட்டம் இன்றி, நம்மால் தொழிலாள வர்க்கத்தை சுயாதீனமாக அணிதிரட்ட முடியாது. சமசமாஜிஸ்டுகள் மற்றும் ஸ்ராலினிச தலைவர்களை கூட்டணி அரசாங்கத்தில் இருந்தும் கூட்டணி அமைப்பில் இருந்தும் வெளியேறுமாறு நெருக்குவதானது, தொழிலாள வர்க்கத்தின் வர்க்க சுயாதீனத்துக்கான போராட்டம் எடுக்கின்ற ஒரு வடிவமாகும்."

18-5. புரட்சிக் கம்யூனிஸ்ட் கழகத்தின் புதிய தந்திரோபாய நோக்குநிலை, ல.ச.ச.க. மற்றும் கம்யூனிஸ்ட் கட்சி மீதான போலி நம்பிக்கைகளை ஊக்குவிப்பதல்ல. மாறாக, அது ஆட்சியைக் கைப்பற்றுவதற்காக தொழிலாள வர்க்கத்தையும் கிராமப்புற வெகுஜனங்களையும் சுயாதீனமாக அணிதிரட்டுவதன் பாகமாக, ல.ச.ச.க. மற்றும் கம்யூனிஸ்ட் கட்சியின் வர்க்க ஒத்துழைப்பு அரசியலை அம்பலப்படுத்துவதாகும். நான்காம் அகிலத்தின் இடைமருவு வேலைத் திட்டம் தெரிவிப்பது போல்: "தொழிலாளர்களையும் விவசாயிகளையும் அடிப்படையாகக் கொண்டு, அவர்களின் பேரில் பேசிவரும் சகல கட்சிகளையும் அமைப்புக்களையும் நாம் முதலாளி வர்க்கத்தில் இருந்து அரசியல்

ரீதியில் பிரிந்து, தொழிலாளர்-விவசாயிகள் அரசாங்கத்துக்கான போராட்டப் பாதையில் காலடி எடுத்து வைக்குமாறு அழைக்கின்றோம். இந்தப் பாதையில் நாம் முதலாளித்துவ பிற்போக்குக்கு எதிராக, அவர்களுக்கு முழு ஆதரவு வழங்க வாக்குறுதியளிக்கின்றோம். அதே சமயம், நாம் தொழிலாளர்-விவசாயிகள் அரசாங்கத்தின் வேலைத் திட்டமாக அமைய வேண்டுமெனக் கருதும் இடைமருவு கோரிக்கைகளைச் சூழ நமது போராட்டத்தினை சளைக்காமல் அபிவிருத்தி செய்வோம்."42

18-6. எவ்வாறெனினும், அந்த உடனடி தவறை திருத்துவதுடன் பு.க.க. நின்றுவிடவில்லை. ஒரு மார்க்சிஸ்ட் என்ற வகையில், குறிப்பாக குட்டி முதலாளித்துவ தீவிரவாதம் மற்றும் சந்தர்ப்பவாதத்தின் முகவர்களின் ஊடாக, கட்சியின் மீது திணிக்கப்படும் கணிசமான அரசியல் அழுத்தங்களின் விளைவே இந்த தவறு என பாலசூரியா புரிந்துகொண்டார். "பு.க.க. மீது தாக்கம் செய்த இதே எதிரி வர்க்க அழுத்தம், இன்னுமொரு வடிவில் வேறொரு சூழ்நிலைகளில் தோன்ற முடியும் என்பதால், இதன் வேர்களை" புரிந்துகொள்வது அத்தியாவசியமானது என பு.க.கழகத்தின் அறிக்கை பிரகடனம் செய்தது. இந்தக் கலந்துரையாடல்கள் தோன்றிய உடனேயே, பாலசூரியா, நடுத்தர வர்க்க தீவிரவாதத்தின் உருவமாக இருந்த ஜே.வி.பீ. பற்றி ஒரு நூலளவு ஆய்வை மேற்கொண்டார். பப்லோவாதிகளாலும் முன்னிலைப்படுத்தப்பட்ட காஸ்ட்ரோவாதத்தின் விவசாய கெரில்லாவாதம் மற்றும் மாவோவாதம் ஆகிய அந்நாளின் கவர்ச்சிகரமான தத்துவங்களில் இருந்து ஜே.வி.பீ.யின் வேலைத்திட்டம் வரையப்பட்டிருந்தது. ஜே.வி.பீ.யை விமர்சனபூர்வமாக ஆய்வுக்குட்படுத்திய பாலசூரியா, தீவிர சிங்கள ஜனரஞ்சகவாதம் மற்றும் அதற்கு அடிபணிந்திருந்த ல.ச.ச.க. மற்றும் புரட்சிகர ல.ச.ச.க. உட்பட சகல கட்சிகளில் இருந்தும், பு.க.கழகத்தின் வர்க்க வேறுபாட்டை ஆழப்படுத்தினார்.

18-7. தனது நூலின் முன்னுரையில் பாலசூரியா தெரிவித்ததாவது: "மாவோ சேதுங் மற்றும் சீனப் புரட்சியின் அனுபவங்களில் தாம் காலூன்றியிருப்பதாக கூறிக்கொள்ளும் பல சக்திகள், புரட்சி பற்றிய பிரச்சினையை, வெறுமனே ஏதாவதொரு வழியில் ஒரு நீண்ட 'மக்கள் யுத்தத்தை' அல்லது வேறொரு வடிவிலான ஆயுதப் போராட்டத்தை முன்னெடுக்கும் ஒன்றாக தரம் குறைக்க முயற்சிக்கின்றன. இத்தகைய முயற்சிகளுக்கும் புரட்சி பற்றிய மார்க்சிச நிலைப்பாடுகளுக்கும் பொதுவான எதுவும் கிடையாது.

---

42. முதலாளித்துவத்தின் மரண ஓலமும் நான்காம் அகிலத்தின் பணிகளும் -இடைமருவு வேலைத்திட்டம் (தொழிலாளர் பாதை வெளியீடு), பக்கம். 46.

வர்க்கங்களுக்கும் அதன் இயக்கவியலுக்கும் இடையிலான உள்-உறவுகளை உண்மையாக புறநிலையில் மதிப்பீடு செய்யாமல் புரட்சி பற்றிய பிரச்சினையை எழுப்பக்கூட முடியாது... தொழிலாள வர்க்கத்தால் அமைதியான வழிமுறையில் ஆட்சிக்கு வரமுடியாது என வலியுறுத்தும் மார்க்சிசக் கருத்துக்கும், ஆயுதங்களைக் கையில் எடுப்பதன் மூலம் வெற்றியை உறுதிப்படுத்தி விட முடியும் என்ற மதிகெட்ட சூத்திரத்துக்கும் இடையில் பொதுவான எதுவும் கிடையாது. தொழிலாள வர்க்கத்தின் கையில் ஆயுதங்கள் இருந்தும் கூட, முதலாளித்துவத்தால் தாக்கப்பட்டு நசுக்கப்பட்ட புரட்சியின் அனுபவங்களை கொஞ்சமேனும் மதிக்கும் எவரும், அத்தகைய நிலைப்பாடுகளை பரிந்துரை செய்யமாட்டார்கள்."[43]

18-8. பாலசூரியா விளக்கியவாறு, காஸ்ட்ரோ, சேகுவேரா மற்றும் மாவோ போல் ஜே.வி.பீ.யும் இயல்பிலேயே தொழிலாள வர்க்கத்துக்கு விரோதமானது என்பதோடு அது பிற்போக்கு தேசியவாதத்தில் வேரூன்றியிருக்கிறது. ஜே.வி.பீ.யின் திரிபுபடுத்தப்பட்ட சொற்பதங்களில், "பாட்டாளி வர்க்கம்" என்பது விவசாயிகளின் ஒடுக்கப்பட்ட தட்டினராகக் காட்டப்படுகிறது. இந்த அமைப்பு, தொழிலாளர்களின் பொருளாதாரப் போராட்டங்களை, "கஞ்சிக் கோப்பைக்கான போராட்டங்கள்" என்று சிறுமைப்படுத்தியது, அது ஏகாதிபத்தியத்துக்கு எதிரான "தேசப்பற்று" போராட்டத்திலிருந்து கவனத்தை திருப்பியது என்றது. தம்மை காஸ்ட்ரோ முறையில் வடிவமைத்துக்கொண்டுள்ள ஜே.வி.பீ., "தேசப்பற்றுள்ளவர்களின் ஒரு குழுவினால் அரங்கேற்றப்படும் ஒரு எழுச்சியினால் ஆளும் வர்க்கத்தின் ஆட்சியை வலுவற்றதாக்க முடியும்" எனப் பிரகடனம் செய்தது. ஸ்ராலினிஸ்ட்டுகளைப் போலவே, ஜே.வி.பீ.யும் தேசிய முதலாளித்துவத்தின் முற்போக்குப் பண்பைப் பற்றிய ஆபத்தான மாயைகளை ஊக்குவிக்கின்றது. 1925-27 சீனப் புரட்சிக்கான ஸ்ராலினின் சூத்திரத்தை மீண்டும் கூறுவதற்கு நிகராய், "சகல சமூக வர்க்கங்கள் மத்தியிலான ஏகாதிபத்திய-விரோத வெறுப்பு", "ஒன்றாய் குவிக்கப்பட்டு" அது "தேசப்பற்றுக்கு சமமானதாகிறது" எனப் பிரகடனம் செய்கின்றது.

18-9. ஆரம்பத்தில் இருந்தே, ஜே.வி.பீ.யின் பிரச்சாரம் இனவாத பண்பைக் கொண்டிருந்தது: தேசப்பற்று என்பது சிங்கள தேசப்பற்றை அர்த்தப்படுத்தியது; ஏகாதிபத்திய-எதிர்ப்பு போராட்டம் "இந்திய விஸ்தரிப்புவாதத்துக்கு" எதிரான போராட்டத்தையும் உள்ளடக்கியிருந்ததோடு, "சலுகை கொண்ட

---

43. கீர்த்தி பாலசூரியா, *ஜே.வி.பீ.யின் அரசியலும் வர்க்க சுபாவமும்* (சிங்களத்தில்) 1970 டிசம்பர்.

தமிழ் பேசும் தோட்டத் தொழிலாளர்கள் சிங்களத் தொழிலாளர்களின் எதிரிகளாக பிரகடனப்படுத்தப்பட்டனர். பாலசூரியா தீர்க்கதரிசனமாக எச்சரித்ததாவது: "பிரிட்டிஷ் ஏகாதிபத்தியமும் இலங்கை முதலாளித்துவமும் தமது சொந்த வர்க்க நலன்களுக்காக தோட்டத் தொழிலாளர்களின் வாழ்க்கை நிலைமைகளை அழிக்க தூண்டப்படும் ஒரு காலகட்டத்தில், அதே தொழிலாளர்களுக்கு எதிரான குட்டி முதலாளித்துவ பகைமை என்பது ஏகபோக முதலாளித்துவத்தின் கைகளில் ஒரு ஆயுதமாக மாறும். பாசிசத்துக்கு வழிவகுக்கும் இனவாதத்தில் இதுவும் ஒன்று. ஜே.வி.பீ. இலங்கையில் தொழிலாள வர்க்கத்துக்கு எதிரான ஒரு இயக்கத்தை உருவாக்குகின்றது. இது எதிர்காலத்தில் ஒரு பாசிச இயக்கத்தால் நன்கு பயன்படுத்திக்கொள்ளக்கூடியதாக இருக்கும்." இந்த புத்தகம் பிரசுரிக்கப்பட்டதற்குப் பதிலிறுத்த ஜே.வி.பீ. தலைவர் ரோஹன விஜேவீரா, ஜே.வி.பீ. ஆட்சிக்கு வந்தால் பாலசூரியா தூக்கிலிடப்படுவார் என எச்சரித்தார்.

18-10. தனது தந்திரோபாய தவறை பு.க.க. கொள்கைரீதியில் திருத்தியமை, அடுத்து வரவிருந்த பிரமாண்டமான அரசியல் சோதனைகளுக்கான அத்தியாவசியமான தயாரிப்பாக இருந்தது. சில மாதங்களுக்குள், "தேசப்பற்றாளர்கள் குழுவொன்று அரங்கேற்றும் கிளர்ச்சியினால் ஆளும் வர்க்கத்தின் ஆட்சியை கீழறுக்க முடியும்" என்ற தனது தத்துவத்தை ஜே.வி.பீ. நடைமுறைப்படுத்தியது. 1971 ஏப்பிரலில், தீவின் தென்பகுதியில் இருந்த பொலிஸ் நிலையங்கள் மீது ஒரு தொடர்ச்சியான தாக்குதல்களை அதன் உறுப்பினர்கள் முன்னெடுத்தனர். ல.ச.ச.க. மற்றும் கம்யூனிஸ்ட் கட்சியின் முழு ஆதரவுடன் பதிலிறுத்த சிறிமாவோ பண்டாரநாயக்க அரசாங்கம், கொடூரமான அரச ஒடுக்குமுறையை முன்னெடுத்தது. 15,000க்கும் மேற்பட்ட கிராமப்புற இளைஞர்கள் இராணுவம் மற்றும் பொலிசாரால் கொல்லப்பட்டதோடு 30,000க்கும் மேற்பட்டவர்கள் கைதுசெய்யப்பட்டனர். அவசரகால நிலைமை அமல்படுத்தப்பட்டதோடு ஜே.வி.பீ. தலைவர்களை சதித்திட்ட குற்றச்சாட்டுக்களின் பேரில் விசாரிப்பதற்காக விசேட நீதிமன்றமொன்றை ஸ்தாபிக்க புதிய கொடூரமான சட்டம் நிறைவேற்றப்பட்டது.

18-11. பு.க.க. ஸ்தாபிக்கப்பட்டு மூன்றே ஆண்டுகளில் வந்துசேர்ந்த அந்தக் காலகட்டம் அதற்கு ஒரு அக்கினிப் பரிட்சையாகியது. ஜே.வி.பீ. உடன் பு.க.க. கொண்டுள்ள அடிப்படை அரசியல் வேறுபாடுகள் ஒருபுறம் இருக்க, ஜே.வி.பீ. மற்றும் கிராமப்புற இளைஞர்களுக்கு எதிரான கொலைகார அரச ஒடுக்குமுறை

பிரச்சாரத்தை எதிர்ப்பதில் அது ஒரு கொள்கை ரீதியான நிலைப்பாட்டை எடுத்தது. இதன் விளைவாக, அரசாங்கம் பு.க.கழகத்தின் பிரசுரங்களை தடை செய்ததோடு கட்சி தலைமறைவாக செயற்படத் தள்ளப்பட்டது. அது அவசரகாலச் சட்டங்களையும் மீறி தனது அரசியல் வேலைகளைத் தொடர்ந்ததோடு பயங்கரமான இழப்புக்களையும் சந்தித்தது. மத்திய குழு உறுப்பினர் லக்ஸ்மன் வீரக்கோன் மற்றும் எல்.ஜி. குணதாசா ஆகிய இரு உறுப்பினர்கள் கைது செய்யப்பட்டு பொலிஸ் காவலில் இருக்கும் போது கொல்லப்பட்டனர்.

18-12. ஆயினும், வேதனை மிக்க அனுபவங்களால் பு.க.க. அழிந்துவிடவில்லை. மாறாக அதன் அரசியல் புகழ் குறிப்பிடத்தக்களவு பரவியது. தடை செய்யப்பட்டிருந்த நிலைமையிலும், அது அரச ஒடுக்குமுறைக்கு எதிராக தொழிலாள வர்க்கத்தை அணிதிரட்ட முயற்சித்தது. கட்டுப்பாடுகள் தளர்ந்த நிலையில், பு.க.க. தடுத்துவைக்கப்பட்டிருந்த கிராமப்புற இளைஞர்களைப் பாதுகாக்க தீவு பூராவும் பிரச்சாரத்தை மேற்கொண்டது. நிரந்தரப் புரட்சி தத்துவத்தின் அடிப்படை நிலைப்பாடுகளில் நின்று, முதலாளித்துவ அரசுக்கு எதிராக விவசாயிகளுடன் ஒரு கூட்டை அமைத்துக்கொள்ளும் நடவடிக்கையின் பாகமாக, கிராமப்புற வெகுஜனங்களை பாதுகாக்கும் அரசியல் பொறுப்பு தொழிலாள வர்க்கத்துக்கு உண்டு, என கட்சி விளக்கியது. கிராமப்புற இளைஞர்கள் மீதான தாக்குதல்கள், தொழிலாள வர்க்கத்தின் மீதான தாக்குதல்களையும் முன்னறிவிக்கின்றன என பு.க.க. எச்சரித்தது. பு.க.க. முன்வைத்த "அரசியல் கைதிகளை விடுதலை செய்" என்ற கோரிக்கை, 1970களின் நடுப்பகுதியில் அபிவிருத்தி கண்ட வேலை நிறுத்த இயக்கத்தில் தொழிலாளர்களின் சுலோகங்களில் ஒன்றாக மாறியது. ஜே.வி.பீ. தலைவர் விஜேவீர 1978ல் விடுதலை செய்யப்பட்ட பின்னர், புரட்சிக் கம்யூனிஸ்ட் கழகம் முன்னெடுத்த பிரச்சாரத்துக்கு நன்றி தெரிவிக்க கட்சியின் தலைமையகத்துக்கு வருகைதந்தார்.

18-13. பு.க.க. முன்னெடுத்த பாதுகாப்புப் பிரச்சாரத்தின் ஒரு அம்சம் விசேடமாக குறிப்பிடப்பட வேண்டிய ஒன்றாகும். ஜே.வி.பீ.யின் எழுச்சியைத் தொடர்ந்து அவசரகால அதிகாரங்களின் கீழ் அச்சுறுத்தலுக்கு உள்ளான கலைஞர்களின் ஜனநாயக உரிமையை காக்க கட்சி தீவிரமாக தலையீடு செய்தது. பு.க.க.கழகத்தின் பிரச்சாரமும் புதிய நாடகம், சினிமா மற்றும் இலக்கியங்கள் பற்றிய அதன் திறனாய்வுகள் பிரசுரிக்கப்பட்டமையும் விசேடமாக இளைஞர்கள் மத்தியில் பரந்த வாசகர்களை ஈர்த்தது. ட்ரொட்ஸ்கி

எழுதிய "கலாச்சரமும் சோசலிசமும்" என்ற சிறிய முக்கிய பிரசுரத்தை பு.க.க. மொழிபெயர்த்ததோடு, கலை பற்றிய மார்க்சிச அணுகுமுறையை விரிவுபடுத்தியமை, செல்வாக்கான முதலாளித்துவ கருத்தியல்களையும், அதே போல் ஸ்ராலினிச "சமூக யதார்த்தத்தை" அடிப்படையாகக் கொண்ட தத்துவத்தையும் கிழித்தெறிந்தது. 1985ல் முன்னணி கல்விமானாகிய பேராசிரியர் எதிரிவீர சரச்சந்திர, கட்சியின் வேலைகள் மீது பகிரங்கமாக தாக்குதல் தொடுக்கத் தள்ளப்படுமளவுக்கு பு.க.கழகத்தின் எழுத்துக்கள் செல்வாக்கு செலுத்தியிருந்தன. அதற்கு பதிலிறுப்பாக, கீர்த்தி பாலசூரியா, அப்போதைய பு.க.கழகத்தின் மத்திய குழு உறுப்பினராக இருந்த சுச்சரித்த கம்லத்துடன் சேர்ந்து, ஒரு நூலை எழுதினார். அந்த பதில், மார்க்சிச இலக்கிய விமர்சனத்தின் வரலாற்றுச் சடவாத அடித்தளங்களை விளக்கியது. இந்த தத்துவார்த்த அபிவிருத்திகளுக்கு பியசீலி விஜேகுணசிங்கா கட்சிப் பிரசுரத்துக்கு எழுதிய பல திறனாய்வுகள் மற்றும் மூன்று நூல்களின் ஊடாக பங்களிப்பு செய்தார், அவற்றில் கடைசி நூல், 1989ல் பு.க.கழகத்தில் இருந்து வெளியேறிய பேராசிரியர் கம்லத்துக்கு எதிராக எழுதப்பட்டது, கம்லத் கட்சியையும் மார்க்சிசத்தையும் கசப்புடன் தாக்கினார்.

18-14. ஏப்பிரல் 1971 கிளர்ச்சிக் காலமும் அதை அடுத்துவந்த காலமும் கட்சிக்குள் கணிசமான அரசியல் சிரமங்களை உருவாக்கிவிட்டன. பாலசூரியாவை ட்ரொட்ஸ்கிசத்துக்கு வென்றெடுக்க உதவிய அனுர ஏக்கநாயக்கா உட்பட பல முன்னணி பு.க.க. உறுப்பினர்கள் கட்சியைவிட்டு வெளியேறினர். முன்னைய தந்திரோபாய தவறு சம்பந்தமாக எவ்வாறு செயற்பட்டாரோ அவ்வாறே பாலசூரியா இந்த நெருக்கடி சம்பந்தமாகவும் செயற்பட்டு அதன் அரசியல் வேர்களை தெளிவுபடுத்த முயற்சித்தார். ஏக்கநாயக்காவும் ஏனையவர்களும் கட்சியை விட்டோடியதை புரிந்துகொள்வதன் பேரில், அவர் பு.க.கழகத்தின் வரலாறு மற்றும் அதை ஸ்தாபித்த பல்வேறு தட்டினரையும் பற்றி, பப்லோவாத சந்தர்ப்பவாதத்துக்கு எதிரான போராட்டத்தின் நிலைப்பாட்டில் இருந்து ஆழமாக ஆராய்வதன் பக்கம் திரும்பினார். ஜே.வி.பீ. பற்றிய அவரது முன்னைய ஆய்வுகளைப் போலவே, இந்த உட்கட்சி வரலாறும், பு.க.க. மத்தியதர வர்க்க தீவிரவாதத்தின் அனைத்து வடிவங்களில் இருந்தும் பிரிவதை ஆழமாக்கியது.

18-15. பாலசூரியா 1972ல் பிரிட்டனுக்கு சென்றிருந்த போது, "ஏப்பிரல் நெருக்கடியும் கட்சியின் வரலாறும்" என்ற ஆவணத்தின் ஆங்கில மொழிபெயர்ப்பொன்றை பிரிட்டன் சோசலிச தொழிலாளர்

கழகத்தின் தலைவர் ஜெரி ஹீலியிடம் கொடுத்து அவரது கருத்தைக் கோரினார். எவ்வாறெனினும், 1972 அளவில் சோசலிச தொழிலாளர் கழகம் (எஸ்.எல்.எல்) பப்லோவாதத்துக்கு எதிரான தனது முன்னைய போராட்டத்தை கைவிடும் நிலையில் இருந்தது. ஒரு 23 வயது ட்ரொட்ஸ்கிசத் தலைவருக்கு உகந்த ஆலோசனைகளை வழங்குவது தான் கடந்த காலத்தில் நடந்திருக்கும். ஆனால் இப்போதோ அந்த ஆவணத்தை நிராகரித்த ஹீலி, பு.க.கழகத்துக்கு ஒரு முன்னோக்குத்தான் தேவை வரலாறு அல்ல எனத் தெரிவித்தார். பிரிட்டனில் இருந்த பு.க.க. உறுப்பினர் ஒருவருக்கு எழுதிய கடிதத்தில், இவ்வாறு தவறாக முன்னோக்குக்கு எதிராய் வரலாற்றை நிறுத்துவதை எதிர்த்து பாலசூரியா பதிலளித்தார்: "இந்த ஆவணம் ஒரு முன்னோக்கு ஆவணத்துக்கு மாற்றீடானது அல்ல. மாறாக அதற்கான ஒரு முன்நிபந்தனையாகும். நாங்கள் ஒரு முன்னோக்கு ஆவணத்தை ஏற்றுக்கொண்டுள்ளோம். அதை மொழிபெயர்ப்பு முடிந்த உடனேயே உங்களுக்கு அனுப்புவோம். ஆனால், ஒரு முன்னோக்கு ஆவணத்தை வரைவதற்கு, நாம் முதலில் தொழிலாள வர்க்கத்தின் கடந்த கால போராட்டங்களுக்கும் மார்க்சிச இயக்கத்துக்குமான எமது உறவைப் புரிந்துகொள்ள வேண்டும். இந்த உறவை வரையறுப்பதும் புரிந்துகொள்வதும் இல்லாமல், எதிர்வரும் வர்க்க மோதல்களில் நாம் ஆற்ற வேண்டிய பாத்திரத்தைப் புரிந்துகொள்வது சாத்தியமற்றதாக இருக்கும். இதில்தான் வரலாற்றின் முக்கியத்துவம் உள்ளது."[44]

18-16. பு.க.க. தலைமையின் வளர்ச்சியடைந்துவரும் அரசியல் பக்குவத்தின் ஒரு அறிகுறியாக, ஹீலியின் கருத்துக்களை அலட்சியம் செய்த பாலசூரியா, கட்சியின் வரலாறு மற்றும் முன்னோக்கு சம்பந்தமாக இரு ஆவணங்களை 1972ல் பு.க.கழகத்தின் மாநாட்டில் முன்வைத்தார். அடுத்த நான்கு ஆண்டுகள் பூராவும் சமரக்கொடி, பாலா தம்பு மற்றும் சமரக்கொடிக்கு துணையாக இருந்த துல்சிரி அந்திராதி போன்றோரின் அரசியலுக்கு எதிராக, பு.க.கழகத்தின் செய்தித் தாள்களில் எழுதிய நீண்ட தொடர் கட்டுரைகள் மூலமாக, இலங்கையில் பப்லோவாத அரசியலின் பல்வேறு பிரதிநிதிகளுடன் கட்சி கொண்டிருந்த வேறுபாடுகளை ஆழப்படுத்தினார். சமரக்கொடி, 1968ல் புரட்சிகர லங்கா சமசமாஜக் கட்சியில் இருந்து பிரிந்து, தனது மத்தியவாத அரசியலையும் நான்காம் அகிலத்தின் அனைத்துலகக் குழுவுக்கான விரோதத்தையும் பகிர்ந்து கொள்கின்ற ஸ்பாடசிஸ்ட் போக்குடன் சேர்ந்துகொண்டார். இலங்கை வர்த்தக

---

44. *நான்காம் அகிலம் (சஞ்சிகை)* Fourth International, Volume 14, No 1, March 1987, p. 47.

ஊழியர்கள் தொழிற்சங்கத்துக்கு தலைமைவகித்த பாலா தம்புவின் கீழ், புரட்சிகர லங்கா சமசமாஜக் கட்சி அவரது தொழிற்சங்கத்தின் ஒரு துணைப்பகுதியானதோடு அவரது தொழிற்சங்க வாதத்திற்கு (Syndicalism) ஒரு ஊதுகுழலாகவும் ஆனது. இருந்த போதிலும், 1981 வரை அது தொடர்ந்தும் ஐக்கிய செயலகத்தின் உத்தியோகபூர்வ இலங்கைப் பகுதியாக அங்கீகரிக்கப்பட்டிருந்தது.

19. பிரிட்டிஷ் சோசலிச தொழிலாளர் கழகத்தின் (எஸ்.எல்.எல்) அரசியல் சீரழிவு

19-1. புரட்சிக் கம்யூனிஸ்ட் கழகத்தின் வரலாற்றின் முக்கியத்துவம் பற்றி பாலசூரியாவுக்கும் பிரிட்டிஷ் சோசலிச தொழிலாளர் கழகத்தின் [Socialist Labour League (SLL)] தலைவர் ஹீலிக்கும் இடையிலான உடன்பாடின்மைகள், ஒரு பரந்த சர்வதேச நிகழ்வுப்போக்கின் அறிகுறியாக இருந்தது. அமெரிக்காவில் தொழிலாளர் கழகம், 1971 செப்டெம்பரில் ஜேர்மனியில் ஸ்தாபிக்கப்பட்ட சோசலிச தொழிலாளர் கழகம் (புன்ட் சோசலிஸ்ட் ஆர்பைடர்) மற்றும் 1972 நவம்பரில் ஆஸ்திரேலியாவில் ஸ்தாபிக்கப்பட்ட சோசலிச தொழிலாளர் கழகம் போன்ற நான்காம் அகிலத்தின் அனைத்துலகக் குழுவின் புதிய பகுதிகள், 1950கள் மற்றும் 1961-63ல் நடந்த பிளவுகளின் படிப்பினைகளை அடிப்படையாகக் கொண்டு ஸ்தாபிக்கப்பட்டன. ஆயினும், அதே சமயம், பிரிட்டிஷ் சோசலிச தொழிலாளர் கழகம் (எஸ்.எல்.எல்) முன்னதாய் 1950களிலும் 1960களின் முற்பகுதியிலும் அது பாதுகாத்துப் போராடிய கோட்பாடுகளில் இருந்து விலகிச் சென்றுகொண்டிருந்தது.

19-2. 1966ல் நடந்த அனைத்துலகக் குழுவின் மூன்றாவது மாநாட்டை அடுத்து அதன் பிரெஞ்சுப் பகுதியான கம்யூனிச சர்வதேச அமைப்பு (Organisation Communiste Internationale -OCI) - அச்சமயம் பிரிட்டிஷ் எஸ்.எல்.எல்.க்கு ஆதரவளித்து வந்தநிலையில்- நான்காம் அகிலத்தை "மீள்கட்டுமானம் செய்ய" வேண்டிய தேவையை மீண்டும் எழுப்பத் தொடங்கியது. இந்த வாசகத்துக்குப் பின்னால், பப்லோவாதத்துக்கு எதிரான நான்காம் அகிலத்தின் அனைத்துலகக் குழுவின் போராட்டங்களின் அடிப்படை முக்கியத்துவத்தை மறுத்த மத்தியவாத அமைப்புகளுக்கு, பிரான்சின் கம்யூனிச சர்வதேச அமைப்பு அடிபணிவது வெளிச்சத்துக்கு வந்தது. இதன் போக்கை எஸ்.எல்.எல். எதிர்த்த போதிலும், அதே வர்க்க அழுத்தங்களுக்கு அது கீழ்படிந்தது. "நான்காம் அகிலத்தின் பிரச்சினைகள்" என்ற தனது 1966 ஆவணத்தில், பிரிட்டனில் ஒரு பலமான அரசியல் கட்சியை கட்டியெழுப்புவதே எஸ்.எல்.எல். உடைய பிரதான கடமை,

அது உலகம் பூராவும் உள்ள ஏனைய நாடுகளில் உள்ள புரட்சியாளர்களை உற்சாகப்படுத்தி அவ்வாறே செயற்படத் "தூண்டும்" என ஜெரி ஹீலி வாதிட்டார். இந்த தேசியவாத நிலைப்பாடு நான்காம் அகிலத்தைக் கட்டியெழுப்புவதற்கான அத்திவாரமான சர்வதேசியவாதத்தில் இருந்து, அதாவது சகல வடிவிலுமான தேசிய சந்தர்ப்பவாதங்களுக்கு எதிரான ஒரு உலகக் கட்சியின் சர்வதேசியப் போராட்டத்தின் பாகமாக மட்டுமே தேசியப் பகுதிகளை கட்டியெழுப்ப முடியும் என்பதில் இருந்து, கணிசமாக பின்வாங்குவதைக் குறித்தது:

19-3. பப்லோவாதத்துக்கு எதிரான போராட்டத்தில் இருந்து பிரிட்டிஷ் எஸ்.எல்.எல். தூர விலகியமை, ட்ரொட்ஸ்கியின் நிரந்தரப் புரட்சி தத்துவத்தை பாதுகாக்க அது எடுத்த நடவடிக்கைகள் பலவீனமடைய வழிவகுத்தது. பின்னர் டேவிட் நோர்த் எழுதியவாறு: "1960களின் பிற்பகுதியில் வியட்னாம், சீனா மற்றும் பொதுவில் பின்தங்கிய நாடுகளில் புரட்சிகர இயக்கங்கள் பற்றிய [மைக்] பண்டாவின் கட்டுரைகள், நிரந்தரப் புரட்சித் தத்துவத்தின் இரு மையக் கொள்கைகளை நிராகரித்தது: (1) பின்தங்கிய நாடுகளில் ஜனநாயகப் புரட்சி, பாட்டாளி வர்க்க சர்வாதிகாரத்தின் ஊடாக மட்டுமே பூர்த்தி செய்யப்பட முடியும், மற்றும் (2) சர்வதேசத் தொழிலாள வர்க்கம் உலகம் பூராவும் முதலாளித்துவத்தை தூக்கி வீசாமல், சோசலிச சமுதாயத்தை ஸ்தாபிப்பது சாத்தியமற்றது. பண்டாவின் எழுத்துக்கள், காலனித்துவ முதலாளித்துவத்துக்கு ஒரு வக்காலத்து வாங்குகிற மற்றும் ஸ்ராலினிச இரண்டு-கட்டப் புரட்சி தத்துவத்தை ஏற்றுக்கொள்கிற பண்பைப் பெற்றது."[45]

19-4. 1967 ஜனவரியில் நியூஸ்லெட்டரில் எழுதும் போது, உயர்ந்த பாட்டாளி வர்க்க கலாச்சாரப் புரட்சி எனச் சொல்லப்படுவதற்கு மாவோ விடுத்த அழைப்பை விமர்சனமின்றி பாராட்டிய பண்டா தெரிவித்ததாவது: "செம்படைகளின் ஆதரவுடன் மாவோவின் தலைமை இந்தக் குழுவுக்கு எதிராக 'சரிநிகர் தத்துவம்' என்ற பதாகையின் கீழ் போராடிக்கொண்டிருக்கின்றனர். அவர்கள் சொத்துடமையாளர்களுக்கு எதிராகவும், எதேச்சதிகார சக்திகளுக்கு எதிராகவும் மற்றும் சீனாவில் ஜனநாயகத்துக்காக; விமர்சிப்பதற்கான உரிமை மற்றும் விமர்சனங்களின் படி செயற்படுவதற்கான உரிமை; மக்கள் உண்மையில் தமது கொள்கைகள் தொடர்பாக என்ன நினைக்கின்றார்கள் என்பதை நீதிபதிகளுக்கும், பொலிசுக்கும் மற்றும் அமைச்சர்களுக்கும் சொல்லுவதற்கான உரிமை என்பவற்றுக்காகப்

45. www.wsws.org <http://www.wsws.org> தமிழ்/நூலகம்/நாம் காக்கும் மரபியம் (*The Heritage We Defend*, p. 423.)

போராடிக்கொண்டிருக்கின்றனர்; அவர்கள் தமது பாதையை மேம்படுத்தாவிட்டால் அவர்களைத் தூக்கிவீசுவதற்கான உரிமையையும் பாதுகாப்பதற்காகப் போராடிக் கொண்டிருக்கின்றனர்.46 1966ல் மாவோ கலாச்சாரப் புரட்சியை முன்னெடுத்ததற்கும், சரிநிகர் தத்துவத்துக்கும் அல்லது அவ்விடயத்தில், கலாச்சாரத்துக்கும் அல்லது தொழிலாள வர்க்கத்துக்கும் கூட எந்தத் தொடர்பும் கிடையாது. சீனக் கம்யூனிஸ்ட் கட்சியின் தலைமைக்குள் கன்னை போராட்டத்தின் பாகமாக, தனது விவசாய ஜனரஞ்சகவாதத்தின் அடிப்படையில் செம்படையை அவர் அணிதிரட்டியிருந்தார். தொழிலாளர்கள் ஈடுபாடுகொண்ட உடனேயே, மிகவும் குறிப்பிடத்தக்க வகையில் ஷங்ஹாயில் ஒரு கிளர்ச்சி எழுச்சி வெளித்தோன்றிய போது, தொழிலாள வர்க்கத்தின் எந்தவொரு சுயாதீன இயக்கத்தையிட்டு எப்போதும் அச்சமுற்றவரான மாவோ, எதிர்ப்பு இயக்கத்தைக் கட்டுப்பாட்டுக்குள் கொண்டுவருவதற்காக இராணுவத்தின் பக்கம் துரிதமாகத் திரும்பினார்.

19-5. "வியட்னாம் புரட்சியும் நான்காம் அகிலமும்" என்ற தலைப்பில் 1968ல் நான்காம் அகிலம் சஞ்சிகையின் ஆசிரியர் தலையங்கத்தில், ஹோ சி மின் வியட்னாமில் முன்னெடுத்திருந்த "நீண்டகால மக்கள் யுத்தத்தை" பண்டா புகழ்ந்து பேசியதோடு, "இன்று 'கெரில்லாப் போராட்டத்தின்' முதன்மையான நிபுணர்" என மாவோவையும் பாராட்டினார். பிரிட்டிஷ் எஸ்.எல்.எல்.க்கு எழுதிய இலங்கையின் விரோதய குழு, இவ்வாறு மாவோவாதத்தை புகழ்வது, ஆசியா பூராவும் தொழிலாளர்களையும் இளைஞர்களையும் தவறாக மட்டுமே வழிநடத்தும் எனச் சுட்டிக்காட்டியிருந்தது. நான்காம் அகிலம் சஞ்சிகையின் அடுத்த வெளியீடு, ஒரு சிறிய குறிப்பை வெளியிட்டிருந்தது. அது அந்த ஆசிரியர் தலையங்கம் மைக் பண்டாவின் "தனிப்பட்ட கருத்து" என அறிவித்திருந்த போதிலும், அவர் வெளியிட்டிருந்த கருத்துக்கள் பற்றி எந்தவொரு விமர்சனத்தையும் வைக்கவில்லை. பண்டாவின் மாவோ-சார்பு நிலைப்பாடு அவ்வண்ணமே இருக்க அனுமதித்த எஸ்.எல்.எல். இன் போக்கு, அமெரிக்க சோசலிச தொழிலாளர் கட்சிக்கு எதிராக 1961-63 காலத்தில் நிரந்தரப் புரட்சித் தத்துவத்தை கொள்கை ரீதியில் பாதுகாத்ததில் இருந்து கவலைக்கிடமாக பின்வாங்குவதையும் காஸ்ட்ரோ, மாவோ மற்றும் ஹோ சி மின்னின் "ஆயுதப் போராட்டங்களை" பப்லோவாதிகள் மேன்மைபடுத்துவதை ஏற்றுக்கொள்வதையும் குறிக்கின்றது.

---

46. அதே நூல், பக்கம் 425

19-6. நிரந்தரப் புரட்சி தத்துவத்தில் இருந்து பிரிட்டிஷ் எஸ்.எல்.எல். தூர விலகியமை, பின்தங்கிய முதலாளித்துவ நாடு ஒன்றில் நான்காம் அகிலத்தின் அனைத்துலகக் குழுவின் பகுதியாக இருந்த பு.க.க. மேற்கொண்ட அரசியல் வேலைகளில் கடுமையான தாக்கத்தை ஏற்படுத்தியது. இந்தியா - பாகிஸ்தான் யுத்தம் சம்பந்தமாக 1971ல் எஸ்.எல்.எல். மற்றும் பு.க.கழகத்துக்கு இடையில் கூர்மையான வேறுபாடுகள் தோன்றின. பங்களாதேஷ் விடுதலை இயக்கத்துக்கு ஆதரவளிப்பது என்ற பெயரில், கிழக்கு பாகிஸ்தானுக்குள் இந்திய இராணுவத்தின் தலையீட்டுக்கு "விமர்சன ரீதியான ஆதரவு" கொடுத்து எஸ்.எல்.எல். அனைத்துலகக் குழுவின் பெயரில் அறிக்கையொன்றை வெளியிட்டது. புரட்சிக் கம்யூனிஸ்ட் கழகம் அதற்கு நேர் மாறாக, "தொழிலாள வர்க்கத்தின் பணி, யுத்தம் நடத்தும் முதலாளித்துவத்தின் ஏதாவதொரு பிரிவுக்கு ஆதரவு கொடுப்பதல்ல, மாறாக, வர்க்க எதிரியின் முகாமிலான ஒவ்வொரு மோதலையும் சுதந்திர சோசலிசக் குடியரசுகளை அமைக்கும் முன்னோக்குடன் அதிகாரத்தைக் கைப்பற்றுவதற்காக பயன்படுத்திக் கொள்வதாகும். சுதந்திர சோசலிசக் குடியரசுகளை அமைப்பதன் மூலம் மட்டுமே, துணைக்கண்டத்தில் உள்ள மில்லியன் கணக்கான உழைப்பாளிகளின் சமூக மற்றும் தேசிய அபிலாசைகளைப் பூர்த்தி செய்ய முடியும்" எனப் பகிரங்கமாக பிரகடனம் செய்திருந்தது.[47]

19-7. இன்னமும் அரச ஒடுக்குமுறை நிலைமையின் கீழ் வேலை செய்துகொண்டிருந்த பு.க.க. இந்திய இராணுவத் தலையீட்டுக்கு எதிரான அதனது அறிக்கையை வெளியிட்டு ஒரு வாரத்தின் பின்னரே, பிரிட்டிஷ் எஸ்.எல்.எல். "விமர்சனபூர்வமான ஆதரவை" வழங்கி அறிக்கை விட்டிருந்ததைப் பற்றி அறிந்துகொண்டது. உடனடியாக அனைத்துலகக் குழுவின் செயலாளர் கிளிஃப் சுலோட்டருக்கு எழுதிய கடிதத்தில் பாலசூரியா தெரிவித்ததாவது: "இந்தியா-பாகிஸ்தான் யுத்தத்தை எதிர்க்காமல், வங்காள மக்களின் தேசிய விடுதலைப் போராட்டத்தை ஆதரிப்பதும் சோசலிச அடித்தளங்களில் இந்தியாவை சுயாதீனமாக ஐக்கியப்படுத்துவதும் சாத்தியமற்றது. இந்தியாவுக்குள்ளும் பாகிஸ்தானுக்குள்ளும் யுத்தத்தை எதிர்க்காமல், இந்திய துணைக்கண்டத்தில் பல மக்களின் சுய-நிர்ணய உரிமையைக் காக்கக்கூடிய ஒரு ஐக்கியப்பட்ட சோசலிச இந்தியாவைப் பற்றி பேசுவது கேலிக்கூத்தானது."[48] இந்திய இராணுவத் தலையீட்டுக்கான நோக்கம், நிச்சயமாக கிழக்கு மற்றும் மேற்கு வங்காளத்தை ஐக்கியப்படுத்துவதற்கான புரட்சிகர போரட்டத்தை நசுக்குவதும்,

---

47. *Fourth International*, Volume 14, No. 1, March 1987, p. 37.
48. அதே சஞ்சிகை, பக்கம் 42.

1947-48ல் ஸ்தாபிக்கப்பட்ட பிற்போக்கு அரச அமைப்பு முறையைப் பாதுகாப்பதுமே ஆகும், என பாலசூரியா சுட்டிக்காட்டினார்

19-8. அனைத்துலகக் குழுவின் நிலைப்பாட்டுக்கு பு.க.கழகத்தின் உறுதியான எதிர்ப்பை தெரிவித்த பாலசூரியா, அனைத்துலகக் குழுவின் அரசியல் அதிகாரத்தை ஏற்றுக்கொண்டதோடு குறிப்பிட்ட பிரச்சினை சம்பந்தமாக கலந்துரையாடல் ஒன்றை ஏற்படுத்த முயற்சித்தார். பு.க.க. அதன் சொந்த அறிக்கையை திரும்பப் பெற்றுக்கொள்கிறது என விளக்கிய அவர் எழுதியதாவது: "அனைத்துலகக் குழுவின் அறிக்கையை பாதுகாப்பது கடினமானது என்பதை சொல்ல வேண்டியதே இல்லை. இருந்தபோதிலும் அகிலத்துக்குள்ளான அரசியல் தெளிவு தான் எல்லாவற்றையும் விட முக்கியத்துவம் கொண்டதாகும், ஏனென்றால் அகிலத்தைக் கட்டியெழுப்பப் போராடாமல் ஒரு தேசியப் பகுதியை கட்டியெழுப்புவது சாத்தியமற்றது."[49] ஆயினும், ஒரு சர்வதேசக் கலந்துரையாடலை தொடங்குவதற்கு மாறாக, பு.க.க. எழுதிய கடிதத்தை அனைத்துலகக் குழுவின் ஏனைய பகுதிகளுக்கு பிரிட்டிஷ் எஸ்.எல்.எல். விநியோகிக்காததோடு அது மேலும் மேலும் பு.க.கழகத்தை தனிமைப்படுத்தத் தொடங்கியது.

19-9. இந்தியா-பாகிஸ்தான் யுத்தத்தை சூழவுள்ள அரசியல் பிரச்சினைகள் குறித்து கலந்துரையாட எஸ்.எல்.எல். மறுத்தமை, ட்ரொட்ஸ்கிச வேலைத் திட்டத்தில் இருந்து பரந்தளவில் தூரவிலகுவதன் பாகமாக இருந்தது. 1971 நவம்பரில், அனைத்துலகக் குழுவின் மற்றைய ஒரே பகுதியாக இருந்த பிரான்சின் கம்யூனிச சர்வதேச அமைப்பு உடன் பிரிட்டிஷ் எஸ்.எல்.எல். பிளவை அறிவித்தது. கம்யூனிச சர்வதேச அமைப்பு மற்றும் அதன் அரசியலை மத்தியவாதம் என எஸ்.எல்.எல். குணாம்சப்படுத்தியது சரியானதாக இருந்த அதே வேளை, கீழமைந்திருந்த அரசியல் பிரச்சினைகளை தெளிவுபடுத்த எஸ்.எல்.எல். எந்தவொரு முயற்சியும் எடுக்காததோடு, அதற்குப் பதிலாக, அந்தப் பிளவு "மார்க்சிச தத்துவம்" சம்பந்தமாக ஏற்பட்டது என வலியுறுத்தியது. பின்னர் டேவிட் நோர்த் எழுதியதாவது: "1971 இலையுதிர் காலத்தில் பிரான்சின் கம்யூனிச சர்வதேச அமைப்புடனான திடீர் பிளவு, 'பிரிட்டனில் புரட்சிகர கட்சியைக் கட்டியெழுப்பியதன் அனுபவம், வேலைத் திட்டம் மற்றும் கொள்கை சம்பந்தமான பிரச்சினைகளை விட கருத்தியல்வாத வழியிலான சிந்தனைக்கு எதிரான மிகவும் ஆழமான மற்றும் கடுமையான போராட்டம் அவசியம்' என்பதை வெளிப்படுத்தியது, என வாதிடுவதற்கு [கிளிஃப்] சுலோட்டருக்கு ஒரு சந்தர்ப்பத்தை

---

49.   அதே சஞ்சிகை, பக்கம் 43.

வழங்கியது.... வேலைத்திட்டத்தின் ஊடாகவே மார்க்சிசத் தத்துவம் அதன் வெளிப்பாட்டைக் காண்கின்றது, அந்த வேலைத்திட்டமே புரட்சிகரக் கட்சியை கட்டியெழுப்புகிறது என ட்ரொட்ஸ்கி எப்பொழுதும் வலியுறுத்தி வந்துள்ளார். ஆனால் சுலோட்டரோ, வேலைத்திட்டத்துக்கு எதிராக தத்துவத்தை மேலே நிறுத்தி, ட்ரொட்ஸ்கிச வேலைத்திட்டத்துக்கான போராட்டத்தினால் உருவாக்கப்பட்ட கட்சிகளின் பெறுமதி மற்றும் அதன் தாக்குப்பிடிப்பு நிலை இரண்டையும் கேள்விக்கு உட்படுத்துகிறார்."[50]

19-10. 1973 நவம்பரில் எஸ்.எல்.எல்., தொழிலாளர் புரட்சிக் கட்சியாக (WRP) மாற்றம் செய்யப்பட்டதில் அதன் அரசியல் பின்னடைவு வெளிப்படுத்தப்பட்டது. அனைத்துலகக் குழுவில் எந்தவொரு கலந்துரையாடலோ அல்லது அவசியமான எந்த வேலைத்திட்ட தெளிவுமோ இல்லாமல், பிரிட்டனில் அபிவிருத்தியடைந்து வந்த டோரி-எதிர்ப்பு இயக்கத்தை நோக்கி நோக்குநிலை பெற்ற ஒரு தேசியத் தந்திரோபாயத்தின் அடிப்படையில் தொழிலாளர் புரட்சிக் கட்சி ஸ்தாபிக்கப்பட்டது. அதனையடுத்து பிரிட்டனில் தொழிற் கட்சி மற்றும் தொழிற்சங்க அதிகாரத்துவத்துக்கு தொழிலாளர் புரட்சிக் கட்சி அடிபணிந்தமை, அது நிரந்தரப் புரட்சி தத்துவத்தை முழுமையாக கைவிட்டு ட்ரொட்ஸ்கிசத்தின் அடிப்படைக் கொள்கைகளை காட்டிக்கொடுத்ததுடன் கைகோர்த்து நடந்தது.

20. இரண்டாவது கூட்டணி அரசாங்கத்தின் வீழ்ச்சி

20-1. 1971 ஜே.வி.பி.யின் எழுச்சியுடன், அதிகரித்துவந்த பொருளாதார மற்றும் அரசியல் நெருக்கடியை எதிர்கொண்ட ஸ்ரீ.ல.சு.க. - ல.ச.ச.க. - கம்யூனிஸ்ட் கட்சி அரசாங்கம், அரச ஒடுக்குமுறையை விரிவுபடுத்துவதன் மூலமும் சிங்கள இனவாதத்துக்கு எரியூட்டுவதன் மூலமும் அதற்கு தனது பிரதிபலிப்பை காட்டியது. 1956ல் "சிங்களம் மட்டும்" கொள்கையை எதிர்த்த கொல்வின் ஆர். டி சில்வாவே, 1972ல் அரசியலமைப்பு விவகார அமைச்சராக இருந்து, புத்த மதத்தை அரச மதமாகவும் சிங்கள மொழியை மட்டும் உத்தியோகபூர்வ மொழியாகவும் உத்தியோகபூர்வமாக பிரகடனம் செய்த புதிய அரசியலமைப்பை வரைவதில் மையப் பாத்திரம் ஆற்றினார். அரசத்துறை தொழில்வாய்ப்பிலும் பல்கலைக்கழக அனுமதியிலும் தமிழ் மக்களுக்கு எதிராக பாரபட்ச நடவடிக்கைகள் மேற்கொள்ளப்பட்டன. தமிழரசுக் கட்சி, அகில இலங்கை தமிழ்

50. ஜெரி ஹீலியும் நான்காம் அகிலத்தின் வரலாற்றில் அவரது இடமும், டேவிட் நோர்த், www.wsws.org <http://www.wsws.org>, தமிழ், நூலகம்

காங்கிரஸ் போன்ற தமிழ் கட்சிகளும் மற்றும் இலங்கை தொழிலாளர் காங்கிரஸ் போன்ற பிரதான பெருந்தோட்டத் தொழிலாளர் அமைப்பும் புதிய அரசியலமைப்பை கசப்புடன் எதிர்த்ததோடு தமிழர் ஐக்கிய முன்னணி (TUF) என்பதை அமைத்தனர். இதுவே 1975ல் தமிழர் ஐக்கிய விடுதலை முன்னணியாக (TULF) மாற்றப்பட்டது.

20-2. 1973-74 எண்ணெய் அதிர்ச்சிகளும் உலக பொருளாதார மந்தநிலையும் இலங்கை மீது கடும் தாக்கத்தை ஏற்படுத்தின. உற்பத்திப் பொருட்களின் விலை அதிகரிப்பு, குறிப்பாக எண்ணெய் மற்றும் உணவு இறக்குமதியில் விலையேற்றம், ஒரு கூர்மையான அந்நியச் செலாவணி நெருக்கடியை ஏற்படுத்தியது. இதற்கு நிதி அமைச்சர் என்.எம். பெரேரா, உணவு இறக்குமதி மீது கடும் கட்டுப்பாடுகள், அரிசி போக்குவரத்தில் அரசின் ஏகபோக உரிமை மற்றும் சம்பளக் கட்டுப்பாடு போன்றவற்றை உள்ளடக்கிய தேசியப் பொருளாதார ஒழுங்குமுறையை விரிவாக்கினார். பெருந்தோட்டப் பகுதிகளில் வேலையின்மை, தொழில் நிரந்தரமின்மை மற்றும் விலைவாசி அதிகரிப்பும் கடுமையான வறுமைக்கும் நூற்றுக்கணக்கானவர்களின் பட்டினிச் சாவுக்கும் வழிவகுத்தது. இதற்கு சிறிமாவோ பண்டாரநாயக்க, 1974ல் இந்தியப் பிரதமர் இந்திரா காந்தியுடன் செய்துகொண்ட உடன்படிக்கையின் ஊடாக பலாத்காரமாக தோட்டத் தொழிலாளர்களை மீண்டும் இந்தியாவுக்கு திருப்பி அனுப்பும் நடவடிக்கையை துரிதப்படுத்துவதன் மூலம் எதிர்வினை ஆற்றினார். கூட்டணி அரசாங்கத்தின் மீது விரிவடைந்த பகைமை, ஒரு போர்க்குணமிக்க தொழிலாள வர்க்க போராட்ட அலையை உருவாக்கியது.

20-3. 1970ல் பு.க.கழகத்தின் அரசியல் நிலைப்பாடு பற்றிய தெளிவுபடுத்தல், அபிவிருத்தியடைந்து வரும் வெகுஜன இயக்கத்தில் கட்சி தலையீடு செய்வதற்கு தீர்க்கமானதாக நிரூபணமானது. ல.ச.ச.க. மற்றும் கம்யூனிஸ்ட் கட்சியும் ஸ்ரீ.ல.சு.க.யில் இருந்து முறித்துக்கொண்டு தொழிலாளர்களதும் விவசாயிகளதும் அரசாங்கத்துக்காகவும் சோசலிசக் கொள்கைகளுக்காகவும் போராட வேண்டும் என்று பு.க.க. முன்வைத்த கோரிக்கை, கூட்டணி அரசாங்கத்தை கடுமையாக எதிர்த்த தொழிலாளர்களின் கணிசமான தட்டினரின் உணர்வுகளை ஈர்த்தது. இரத்மலானை புகையிரத வேலைத் தளங்களிலும், மத்திய வங்கி மற்றும் அரசுக்குச் சொந்தமான துல்ஹிரிய ஆடைத் தொழிற்சாலையிலும் குறிப்பிடத்தக்களவு தொழிற்சங்க அணிகளை அமைக்க கட்சியால் முடிந்தது. மற்றும் அது யாழ்ப்பாண குடாநாட்டில் சீநோர் தொழிற்சாலையிலும் குழுவொன்றை அமைத்தமை, சிங்கள மற்றும் தமிழ் தொழிலாள

வர்க்கத்தை ஐக்கியப்படுத்துவதற்கான அதன் போராட்டத்தை பிரதிபலித்தது.

20-4. அரசாங்கத்தின் நெருக்கடி மோசமடைந்த நிலையில், சிறிமாவோ பண்டாரநாயக்க ஜனநாயக-விரோத வழிமுறைகளை நாடினார். ஸ்ரீ.ல.சு.க. தலைமையிலான அரசாங்கம், 1972 அரசியலமைப்புச் சபையில் அதற்கிருந்த அறுதிப் பெரும்பான்மையைப் பயன்படுத்தி 1977 வரை இரண்டு ஆண்டுகளுக்கு தனது ஆட்சிக் காலத்தை எதேச்சதிகாரமான முறையில் நீடித்துக்கொண்டது. ஜே.வி.பி. எழுச்சியின் போது திணிக்கப்பட்ட அவசரகால நிலைமையை அது நடைமுறையில் வைத்திருந்ததோடு ஊடகங்கள் மற்றும் அரசியல் எதிரிகளின் வாயை அடைப்பதற்காக அவசரகாலச் சட்டத்தை பயன்படுத்திக்கொண்டது. பொருளாதார கொள்கைகள் சம்பந்தமான வேறுபாடுகள் வளர்ச்சி கண்ட நிலைமையில், சிறிமாவோ பண்டாரநாயக்க 1975ல் ல.ச.ச.க. அமைச்சர்களை பதவி நீக்கம் செய்ததோடு தீவை வெளிநாட்டு முதலீட்டுக்கு திறந்துவிடுவதை குறிக்கோளாகக் கொண்ட முதல் நடவடிக்கைகளை எடுக்கத் தொடங்கினார்.

20-5. 1975 செப்டெம்பரில் அரசாங்கத்தில் இருந்து ல.ச.ச.க. வெளியேற்றப்பட்டதில் இருந்து, 1977 ஜூலையில் அது அழிவுகரமாக தோல்வியடைந்தது வரையான காலப்பகுதி, 1968ல் இருந்து சர்வதேச அளவில் இடம்பெற்ற புரட்சிகர எழுச்சிகளின் பாகமாக, இலங்கை முதலாளித்துவத்துக்கும் பெரும் அரசியல் நெருக்கடி கொண்ட காலகட்டமாக இருந்தது. சிறிமாவோ பண்டாரநாயக்கவின் சிக்கனக் கொள்கைகள் வேலைநிறுத்த அலைகளை பெருக்கெடுக்கச் செய்ததோடு, அவற்றில் பு.க.க. மேலும் மேலும் முனைப்பான பாத்திரம் ஆற்றியது. பு.க.கழகத்தின் தலையீட்டையிட்டு கவலைகொண்ட அரசாங்கம், பாராளுமன்றத்தில் கட்சியை பகிரங்கமாகத் தாக்கியது. இந்த நிலைமைகள் 1976 பிற்பகுதியில் உச்சக்கட்டத்தை அடைந்தன. நவம்பரில், பேராதனைப் பல்கலைக் கழகத்தில் ஒரு மாணவன் மீது துப்பாக்கிப் பிரயோகம் செய்ததற்கு எதிராக நடந்த பரந்தளவிலான மாணவர்களின் ஆர்ப்பாட்டங்களில் பத்தாயிரக்கணக்கான தொழிலாளர்களும் இணைந்துகொண்டார்கள். 1976 டிசம்பரில் இருந்து, ரத்மலானை புகையிரத வேலைத் தளங்களில் பணிகள் நிறுத்தப்பட்டதுடன் தொடங்கிய ஒரு பொது வேலை நிறுத்த இயக்கம், புகையிரத பகுதி பூராவும் துரிதமாக பரவியது. அரசாங்கம் வேலை நிறுத்தத்தினை தடை செய்த போதிலும் அது ஏனைய பொதுத் துறை தொழிலாளர்களின் வேலை நிறுத்தத்துக்கே ஊக்குவிப்பு கொடுத்தது. வாரக்கணக்காக சிறிமாவோ

பண்டாரநாயக்க அரசாங்கத்தின் தலைவிதி ஊசலாடிக் கொண்டிருந்தது.

20-6. தொழிலாள வர்க்கத்தின் உறுதியான எதிர்த்தாக்குதலை எதிர்கொண்ட முதலாளித்துவ ஆட்சியின் உயிர்பிழைப்பு ல.ச.ச.க., கம்யூனிஸ்ட் கட்சி மற்றும் புரட்சிகர லங்கா சமசமாஜக் கட்சியின் தலைவர்களில்தான் தங்கியிருந்தது, அவர்கள் வெகுஜன இயக்கம் எந்தவகையிலும் ஆட்சியைக் கைப்பற்றுவதை நோக்கி அபிவிருத்தியடைய விடாமல் தடுத்தனர், வேலை நிறுத்தக்காரர்களுக்கு எதிரான பொலிஸ் அரச நடவடிக்கைகளுக்கு ஆதரவளித்துக்கொண்டு அரசாங்கத்தில் நீடித்திருந்த கம்யூனிஸ்ட் கட்சி, வேலை நிறுத்தம் நசுக்கப்பட்ட பின்னர் 1977 பெப்பிரவரியிலேயே ஆளும் கூட்டணியை விட்டு வெளியேறியது. வேலை நிறுத்த இயக்கம் "அரசியல்-அற்றது" என பிரகடனம் செய்த ல.ச.ச.க. தலைவர்கள், வேலை நிறுத்தம் செய்த தொழிலாளர்களுக்கு ஆதரவளிக்க மறுத்தனர், அல்லது சிறிமாவோ பண்டாரநாயக்க அரசாங்கத்தை பதவியிறக்க எந்தவொரு அழைப்பும் விடுக்க மறுத்தனர். புரட்சிகர லங்கா சமசமாஜ கட்சி தலைவர் பாலா தம்புவின் கீழ் இருந்த சி.எம்.யூ. (Ceylon Mercantile Union) வேலை நிறுத்தத்தில் பங்குபற்ற மறுத்ததோடு சி.எம்.யூ. உறுப்பினர்களை அணிதிரட்ட பு.க.க. எடுத்த முயற்சிகளையும் எதிர்த்தது.

20-7. ல.ச.ச.க. மற்றும் கம்யூனிஸ்ட் கட்சியும் தொழிலாளர்களதும் விவசாயிகளதும் அரசாங்கத்துக்கும் மற்றும் சோசலிசக் கொள்கைகளுக்கும் போராட வேண்டும் என்று பு.க.க. முன்வைத்த கோரிக்கையை தாக்குவதில் புரட்சிகர லங்கா சமசமாஜ கட்சியும் அதில் இருந்து பிரிந்து சென்ற பல்வேறு குழுக்களும் தீர்க்கமான பாத்திரம் ஆற்றின. ஆட்சியைக் கைப்பற்றக் கோருவதன் மூலம் சீர்திருத்தவாத கட்சிகளான ல.ச.ச.க. மற்றும் கம்யூனிஸ்ட் கட்சி சம்பந்தமாக பு.க.க. மாயையை உருவாக்கிவிடுவதாக துல்சிறி அந்திராதி விமர்சித்தார். எவ்வாறெனினும், பு.க.க. முன்வைத்த கோரிக்கையானது, இந்தக் கட்சிகளுக்கு ஆதரவாக பிரச்சாரம் செய்வதை குறிக்கோளாகக் கொண்டதல்ல. மாறாக, ல.ச.ச.க. மற்றும் கம்யூனிஸ்ட் கட்சியிடம் இன்னமும் மனமின்றி தலைமையை எதிர்பார்த்திருக்கும் தொழிலாள வர்க்கத்தில் சோசலிச-எண்ணம் கொண்ட தட்டினர் மீது அவர்கள் கொண்டுள்ள பிடியை அகற்றுவதை இலக்காகக் கொண்டதாகும். இடது-கோசம் எழுப்பும் அந்திராதியின் கண்டனம், உண்மையில், ல.ச.ச.க. மற்றும் கம்யூனிஸ்ட் கட்சியை அம்பலப்படுத்தும் இன்றியமையாத அரசியல் பணியை தட்டிக்கழிப்பதோடு, அதன் மூலம் தொழிலாளர்களை இத்தகைய

கட்சிகளின் பிடியிலேயே விட்டுவைப்பதை குறிக்கோளாகக் கொண்டதாகும். ல.ச.ச.க., கம்யூனிஸ்ட் கட்சி மற்றும் புரட்சிகர லங்கா சமசமாஜக் கட்சி இந்த வெகுஜன இயக்கத்தை காட்டிக் கொடுத்தமை, யூ.என்.பீ. மீண்டும் ஆட்சிக்கு வருவதற்கு வழிவகுத்தது. 1977 ஜூலை தேர்தலில், கூட்டணிக் கட்சிகள் தோல்வியில் நசுங்கின: 168 ஆசனங்களில் யூ.என்.பீ. 140 ஆசனங்களை வென்றது; ஸ்ரீ.ல.சு.க. 8 ஆசனங்களையே தக்க வைத்துக்கொண்டது; ல.ச.ச.க. மற்றும் கம்யூனிஸ்ட் கட்சி சகல ஆசனங்களையும் இழந்தன.

20-8. இலங்கைத் தொழிலாள வர்க்கத்தில் பழைய தலைமைகளுக்கு எதிராக தனது அரசியல் போராட்டத்தை பு.க.க. ஆழப்படுத்திக்கொண்டிருந்த நிலையில், பிரிட்டனில் அத்தகைய போராட்டத்தில் இருந்து தொழிலாளர் புரட்சிக் கட்சி (WRP) தூர விலகி நின்றது. 1974ல் பிரிட்டிஷ் சுரங்கத் தொழிலாளர்களின் உறுதியான வேலை நிறுத்தத்தின் விளைவாக, பிரிட்டனில் ஹீத் அரசாங்கம் கவிழ்க்கப்பட்டமை, சிறுபான்மை தொழிற்கட்சி அரசாங்கத்தை ஆட்சிக்கு கொண்டுவந்தது. போர்க்குணம் மிக்க தொழிலாள வர்க்கத்தின் டோரிவாத-எதிர்ப்பின் அடிப்படையிலேயே முக்கியமாக ஒரு வருடத்துக்கு முன்னர் ஸ்தாபிக்கப்பட்டிருந்த தொழிலாளர் புரட்சிக் கட்சி ஒரு அரசியல் நெருக்கடியை எதிர்கொண்டதோடு நூற்றுக்கணக்கான உறுப்பினர்களின் இழப்பை எதிர்கொண்ட நிலையில், இப்போது சமூக ஜனநாயகத்தில் தொழிலாளர்களுக்கு எஞ்சியிருந்த போலி நம்பிக்கைகளுக்கு எதிராகப் போராடுவது அதற்கு அவசியமாக இருந்தது. இந்தப் போலி நம்பிக்கைகள், ஒரு மத்திய குழு உறுப்பினரும் முன்னணி தொழிற்சங்க வாதியுமான அலன் தோனட்டின் தலைமையிலான ஒரு கொள்கையற்ற, வலதுசாரிக் குழுவினால் தெளிவாக வெளிப்படுத்தப்பட்டன. தொழிற்கட்சி அரசாங்கம் முதலாளித்துவத்துடன் மோதலுக்கு வரும் என அது வாதிட்டது. தொழிற்கட்சி வாதத்தின் வர்க்கப் பண்பைப் பற்றி உறுப்பினர்களுக்கு தெளிவுபடுத்தி அதன் மூலம் தொழிலாள வர்க்கத்துக்குத் தெளிவுபடுத்தப் போராடுவதற்கு மாறாக, தொழிலாளர் புரட்சிக் கட்சி அரசியல் கலந்துரையாடல்கள் இன்றியே தோர்நெட் குழுவை வெளியேற்றியது. தொழிற் கட்சி இன்னமும் அநேகமான தொழிலாளர்களின் விசுவாசத்தை கொண்டிருந்த அதே வேளை, புரட்சிகர கட்சி ஒரு பதிலீட்டை கொடுக்கும் நிலையில் இல்லாதபோது, தொழிலாளர் புரட்சிக் கட்சி 1975 ஜூலையில் தொழிற் கட்சி அரசாங்கத்தை பதவியிறக்க அழைப்பு விடுத்தமை, அது தொழிலாளர்களை அரசியல் ரீதியில் பயிற்றுவிப்பதற்கு பொறுமையாக போராடுவதை கைவிட்டிருந்தது தெரியவந்தது. இந்த

இடது-கோசம் கொண்ட அழைப்புகளின் பின்னால், தொழிற்கட்சித் தலைமைக்கு எதிரான அரசியல் போராட்டத்தை தொழிலாளர் புரட்சிக் கட்சி கைவிட்டிருந்ததோடு தொழிற்சங்க அதிகாரத்துவத்தின் ஒரு பிரிவினருக்கும் அடிபணிந்தது.

20-9. பு.க.கழகத்துக்குள்ளேயும் இத்தகைய ஒரு நிலைப்பாட்டை திணிப்பதற்கு தொழிலாளர் புரட்சிக் கட்சி முயற்சித்தது. 1975 செப்டெம்பரில் பாலசூரியவுக்கு கடிதம் எழுதிய மைக் பண்டா, "பிரச்சாரவாத வால் மீண்டும் மார்க்சிய நாயை ஆட்டுவதையிட்டு நான் கவலை கொண்டுள்ளேன். உங்களது பிரசுரத்தில், திருத்தல்வாதிகளை அம்பலப்படுத்த (சரியான முறையில்) அதிக இடம் கொடுக்கப்பட்டது பிரதிபலித்துள்ளது ஆனால் அதிகாரத்திற்கான போராட்டத்தின் ஊடாக கருத்துப்பொருட்களை ஸ்தூலமாக அபிவிருத்தி செய்வதற்காக போதுமானளவு செய்யப்படவில்லை" எனத் தெரிவித்தார். ல.ச.ச.க. மற்றும் கம்யூனிஸ்ட் கட்சி மீதான கோரிக்கைகளை பு.க.க. கைவிட வேண்டும் என அழைப்பு விடுத்த பண்டா, இது கட்சி "மத்தியவாதிகளுக்கு அடிபணிவதில் முடிவடையும்" என எச்சரித்து, ஸ்ரீ.ல.சு.க. அரசாங்கத்தைக் கவிழ்க்க அழைப்பு விடுமாறு கோரினார். ல.ச.ச.கட்சியும் மற்றும் கம்யூனிஸ்ட் கட்சியும் தொழிலாளர் அரசாங்கத்திற்காகப் போராடவேண்டும் எனக்கோருவதன் மூலம் அவற்றை அம்பலப்படுத்துவதில் பு.க.க. உறுதியாக இருந்தது. எல்லாவற்றுக்கும் மேலாக, "நான்காம் அகிலத்தை பாதுகாத்து: ட்ரொட்ஸ்கிச-விரோத வஞ்சகனுக்கு ஒரு பதில்" என்ற தலைப்பில் 1975ல் அந்திராதிக்கு எழுதிய புத்தக அளவிலான பதில் உள்ளடங்கியதும் பு.க.கழகத்தின் "பிரச்சாரவாதம்" என மற்றவர்களால் கூறப்பட்டதுமான பல்வேறு பப்லோவாத குழுக்களுக்கு எதிரான பாலசூரியாவின் வாதங்கள், தொழிலாள வர்க்கத்தினுள் பு.க.க. தலையீடு செய்வதற்கான இன்றியமையாத தயாரிப்பாக இருந்தன.

20-10. 1975-77 எழுச்சிகள் தீர்மானகரமான அரசியல் பரீட்சை என்பது நிரூபிக்கப்பட்டது. தனது அரசியல் பாதை பற்றிய 1970 ஆம் ஆண்டின் தெளிவுபடுத்தலில் உறுதியாக நின்ற பு.க.க., வர்க்க நனவுகொண்ட தொழிலாளர்கள் மத்தியில் அதனது நிலையை சிறப்பாக விரிவுபடுத்திக்கொண்டது. சிறிமாவோ பண்டாரநாயக்கா அரசாங்கத்துக்கு எதிராக சோசலிச வேலைத்திட்டத்தின் அடிப்படையில் தொழிலாள வர்க்கத்தை அணிதிரட்டப் போராடிய ஒரே கட்சி பு.க.க. மட்டுமே ஆகும். பாலா தம்பு, சமரக்கொடி மற்றும் அந்திராதி தலைமையிலான புரட்சிகர லங்கா சமசமாஜ கட்சியின் சகல குழுக்களும் அடுத்த சில ஆண்டுகளுக்குள் இலங்கை

அரசியலில் இருந்து காணாமல் போயின. அவர்களின் இடத்தை, முன்னாள் ல.ச.ச.க. உறுப்பினர்களினால் 1978ல் ஸ்தாபிக்கப்பட்ட நவசமசமாஜக் கட்சி எடுத்துக்கொண்டது. நவசமசமாஜக் கட்சியை ஸ்தாபித்தவர்கள், 1964 காட்டிக்கொடுப்புக்கும், இரண்டாவது கூட்டணி அரசாங்கத்துக்கும் அதன் இனவாத கொள்கைகளுக்கும் ஆதரவளித்திருந்ததோடு வேலை நிறுத்த அலை தோன்றிய காலம் பூராவும் ல.ச.ச.கட்சியிலேயே இருந்தனர். 1977 தேர்தல் தோல்வியின் பின்னரே அவர்கள் அதில் இருந்து வெளியேறினர். அதனது பெயரில் சுட்டிக்காட்டப்படுவது போலவே, நவசமசமாஜக் கட்சி வெறுமனே புதிய முகத்தைக்கொண்ட பழைய சந்தர்ப்பவாத சமசமாஜவாதமாகவே இருந்தது. அது ல.ச.ச.கட்சியின் பப்லோவாத வர்க்க கூட்டிணைவையும் மற்றும் கூட்டணிவாதத்தையும் தொடர்ந்தும் பேணியதோடு, மிகவும் பொருத்தமான முறையில், 1981ல் பப்லோவாத ஐக்கிய செயலகத்தின் இலங்கை பகுதியாகவும் மாறியது.

20-11. இலங்கையில் பண்டாரநாயக்க அரசாங்கத்தின் எழுச்சியும் வீழ்ச்சியும், தெற்காசியாவில் ஏனைய இடங்களிலும் உறைக்கத்தக்க சமாந்தர நிகழ்வுகளைக் கண்டன. 1970களின் பொருளாதார நெருக்கடியின் மத்தியில், பாகிஸ்தானில் சுல்பிகார் அலி பூட்டோவின் அரசாங்கமும் இந்தியாவில் இந்திரா காந்தியின் அரசாங்கமும், போலி-சோசலிச வாய்ச்சவடால்கள் மற்றும் ஜனரஞ்சகவாத தேசியவாதத்தின் ஊடாக தொழிலாள வர்க்கத்தையும் ஒடுக்கப்பட்ட உழைப்பாளிகளையும் முதலாளித்துவத்துடன் கட்டிப்போட முயற்சித்தனர். இரு அரசாங்கங்களும் ஆரம்பத்தில் மிகவும் மட்டுப்படுத்தப்பட்ட சீர்திருத்தங்களை நடைமுறைப்படுத்தி, பின்னர் தொழிலாள வர்க்கத்துடன் மூர்க்கமான மோதல்களுக்கு வந்ததோடு, எதிர்ப்புக்களை நசுக்குவதற்காக எதேச்சிகார வழிமுறைகளை நாடின. பாகிஸ்தானிலும் இந்தியாவிலும், பல்வேறு ஸ்ராலினிசக் கட்சிகள், இத்தகைய இடது அரசாங்கங்கள் என சொல்லப்பட்டவற்றை தொழிலாள வர்க்கம் சவால் செய்வதைத் தடுக்கவும், அதன் மூலம் முதலாளித்துவம் அதன் நடவடிக்கைகளை மீண்டும் தொடங்க உதவுவதிலும் தீர்க்கமான பாத்திரம் ஆற்றின. 1977ல் ஐந்து மாதகால இடைவெளியில், பூட்டோ, இந்திரா காந்தி மற்றும் சிறிமாவோ பண்டாரநாயக்க போன்ற சகலரும் ஆட்சியில் இருந்து வீழ்ந்தனர். முதலாளித்துவ அரசியல் பின்னர் கூர்மையாக வலதுபக்கம் நகர்ந்தது. இந்திரா காந்தியின் விடயத்திலும், அவர் 1980ல் மீண்டும் ஆட்சிக்கு வந்த போதே இந்த நகர்வை உள்ளடக்கியிருந்தார். பாகிஸ்தானில் ஜெனரல் ஸியா-உல்-ஹக்கின் தலைமையில் அமெரிக்க ஊக்குவிப்புடன் நடத்தப்பட்ட இராணுவ சதிக்கவிழ்ப்பால் பூட்டோ வெளியேற்றப்பட்டார். இந்த அரசாங்கங்கள் ஒரு பிற்போக்குவாத

வரலாற்றினை விட்டுச் சென்றன. பேரினவாதத்தில் ஊறியதும், தேசியவாத மற்றும் மத-வகுப்புவாத அடையாளங்களுக்கு அழைப்புவிடுத்ததுமான அவர்களது "இடது" ஜனரஞ்சகவாதம், 1980களில் ஆசியா பூராவும் இன-வகுப்புவாத அரசியல் பண்புரீதியில் விரிவடைவதற்கு விதைகளை விதைத்தன.

21. ஐக்கிய தேசியக் கட்சி (யூ.என்.பீ.) அரசாங்கமும் அது போரில் இறங்குவதும்

21-1. இலங்கையில் யூ.என்.பீ. அரசாங்கத்தின் வருகை பரந்த உலகளாவிய பொருளாதார மற்றும் அரசியல் நிகழ்வுப்போக்குகளின் ஒரு பாகம் ஆகும். 1968-1975 காலகட்டத்தின் புரட்சிகரப் போராட்ட அலை தோல்வியடைந்ததை அடுத்து, ஆளும் வர்க்கங்கள் தொழிலாள வர்க்கத்திற்கு எதிர்த்தாக்குதலை தொடுத்தன. 1979ல் பிரிட்டனில் தாட்சர் அரசாங்கம் பதவிக்கு வந்ததும் 1980ல் அமெரிக்காவில் ரீகன் அரசாங்கம் பதவிக்கு வந்ததும் இதனை அரசியல்ரீதியாக குறித்தன. அடுத்து வந்த வருடத்தில் ரீகன், ஏ.எஃப்.எல்.-சி.ஐ.ஓ.வின் (AFL-CIO) சம்மதத்துடன், 11,000 விமானப் போக்குவரத்துக் கட்டுப்பாட்டு ஊழியர்களை பதவிநீக்கி பட்கோ வேலைநிறுத்தத்தை நசுக்கினார். உலகெங்கிலுமான அரசாங்கங்களுக்கு புதிய அடையாளமாக, பணச்சுற்றோட்ட, சந்தை-சார்புக் கொள்கைகள் கீனிசியப் பொருளாதார ஒழுங்கமைப்பை மாற்றீடு செய்தன. கிழக்கு மற்றும் தென் கிழக்கு ஆசியாவில் தொடங்கி, மலிவு உழைப்புக் களங்களை உருவாக்குவதை நோக்கிய ஒரு திருப்பம் உண்டானது. 1980களில் ஆசியப் "புலிகளாக" ஆகவிருந்த சிங்கப்பூர், ஹாங்கொங், தென் கொரியா, தைவான் ஆகிய அனைத்து நாடுகளுமே தங்களது குறைந்த ஊதிய உழைப்பினை அனுகூலமாக எடுத்துக் கொள்ளும் பொருட்டு அந்நிய முதலீட்டாளர்களுக்கு சலுகைகளை வாரிவழங்கின. சீனாவில் டெங் ஜியாவோ பிங் 1978ல் தனது பகிரங்கமான சந்தை-சார்பு வேலைத்திட்டத்தை அறிவித்தார்.

21-2. இலங்கையில் இந்தக் கொள்கைகளை தழுவுகையில், சிறிமாவோ பண்டாரநாயக்கா தற்காலிகமாக ஒரு சுதந்திர சந்தை நிகழ்ச்சிநிரலை நோக்கித் திரும்பியதால் தூண்டப்பட்ட 1975-1977 எழுச்சியில் இருந்து யூ.என்.பீ. திட்டவட்டமான முடிவுகளை வரைந்திருந்தது. பிரதமர் ஜே.ஆர். ஜெயவர்த்தனா அந்நிய முதலீட்டை ஊக்குவிக்கவும், சமூகச் செலவினங்களை வெட்டவும், தனியார்மயமாக்கங்களை மேற்கொள்ளவும் தொடங்கிய நிலையில், அரசு எந்திரத்தை பலப்படுத்துவதன் மூலமும் தனது சொந்த சமூக அடித்தளத்தை பலப்படுத்திக்கொண்டு தொழிலாள வர்க்கத்தைப் பிளவுபடுத்த வகுப்புவாத பதட்டங்களை உச்சத்திற்குக்

கொண்டுசெல்வதன் மூலமும் தொழிலாள வர்க்கத்திற்கு எதிரான தாக்குதலுக்கு தயாரானார். 1978ல் நாடாளுமன்றத்தில் தனது அறுதிப் பெரும்பான்மையை பயன்படுத்திக்கொண்டு அரசியலமைப்பைத் திருத்தி எழுதிய யூ.என்.பீ., பெருமளவிலான ஜனநாயக விரோத அதிகாரங்களுடன் ஒரு நிறைவேற்று அதிகாரம் கொண்ட ஜனாதிபதி முறையை ஸ்தாபித்ததோடு ஜெயவர்த்தனாவை ஜனாதிபதியாக அமர்த்தியது. அரசாங்கம் 1979 ஜூலையில், கைது செய்து விசாரணையின்றி சிறைவைத்திருக்கக் கூடியளவு அதிகாரத்தை பொலிசுக்கு வழங்கும் பயங்கரவாத தடைச் சட்டத்தை திணித்தது.

21-3. தேர்தலின் போது தமிழ் மக்களின் துயரங்களை நிவர்த்தி செய்வதாக யூ.என்.பீ. வாக்குறுதியளித்திருந்த போதிலும், ஜெயவர்த்தனா துரிதமாக தமிழர்-விரோத இனவாதத்தை நோக்கித் திரும்பினார். 1976ல் தமிழர் விடுதலைக் கூட்டணி (TULF) தீவின் வடக்கு மற்றும் கிழக்கு மாகாணங்களை உள்ளடக்கிய ஒரு தனியான ஒரு ஈழத் தமிழ் அரசுக்கு அழைப்பு விடுத்த வட்டுக்கோட்டைத் தீர்மானத்தை நிறைவேற்றியது. தாம் முகங்கொடுத்த பாரபட்சங்களால் தமிழ் இளைஞர்கள் மத்தியில் நிலவிய சீற்றம், பல்வேறு சிறிய ஆயுதக் குழுக்கள் உருவாகுவதற்கு வழி வகுத்தது. ஜெயவர்த்தனா யாழ்ப்பாணத்திற்குள் இராணுவத்தை அனுப்ப உத்தரவிடவும் எல்லா இடங்களிலும் திட்டமிட்ட இனப்படுகொலைகளை ஊக்குவிக்கவும் 1977 ஆகஸ்டில் பொலிஸ் மீது நடத்தப்பட்ட ஒரு சிறு தாக்குதலைப் பயன்படுத்திக்கொண்டார். தமது தேர்தல் வெற்றிகள் ஒரு தனி ஈழத்திற்காக பேச்சுவார்த்தை நடத்துவதற்கான உரிமையை அளித்திருப்பதாக வலியுறுத்திய தமிழர் விடுதலைக் கூட்டணியை அரசாங்கம் கண்டனம் செய்தது. "உங்களுக்கு ஒரு போர் வேண்டுமானால், போர் நடக்கும்", என பிரதமர் பாராளுமன்றத்தில் ஆத்திரமூட்டும் விதத்தில் பிரகடனம் செய்தார். உள்நாட்டுப் போருக்குள் துரிதமாக இறங்குவதற்கான முன்மாதிரியை ஜெயவர்த்தனா அமைத்தார். ஒவ்வொரு கட்டத்திலும், பொலிஸ் மீது ஆங்காங்கே நடத்தப்பட்ட தாக்குதல்களை சுரண்டிக் கொண்ட யூ.என்.பீ., தமிழ் சிறுபான்மையினருக்கு எதிரான பிரமாண்டமான அரசு ஒடுக்குமுறை மற்றும் படுகொலைகள் மூலம் பதிலிறுத்தது.

21-4. வடக்கு மற்றும் கிழக்கில் இருந்து பாதுகாப்புப் படைகளைத் திரும்பப் பெறுவதற்கும் தொழிலாள வர்க்கத்தை ஐக்கியப்படுத்துவதற்கும் பு.க.க. இடைவிடாது பிரச்சாரம் செய்து வந்துள்ளது. தீர்க்கப்படாத ஜனநாயகக் கடமைகளை தீர்ப்பதற்கும் துரிதமாக உள்நாட்டுப் போருக்கு இழுபட்டுச் செல்வதை தடுப்பதற்கும் இலாயக்கான ஒரே சமூக சக்தி தொழிலாள வர்க்கம்

மட்டுமே என்பதை பு.க.க. வலியுறுத்தியது. யூ.என்.பீ.யால் உருவாக்கப்பட்டு ஸ்ரீ.ல.சு.க., ல.ச.ச.க., மற்றும் கம்யூனிஸ்ட் கட்சியாலும் ஆதரிக்கப்பட்ட இனவாதப் பிற்போக்குச் சூழ்நிலையில், பு.க.க. அவசியமான கணிசமானளவு உத்வேகத்துடன் நின்றது. 1979ல் அரசாங்கத்தின் கொள்கைகளை எதிர்த்ததற்காக, யூ.என்.பீ. ஏற்பாடு செய்த பொலிசுடன் செயற்பட்ட குண்டர்களால் பு.க.கழகத்தின் முன்னணி உறுப்பினரான ஆர்.பி. பியாதாச கொடூரமாகக் கொல்லப்பட்டார்.

21-5. 1980 ஜூலையில், ஊதிய உயர்வு கோரி ஒரு பரந்த பொது வேலைநிறுத்த இயக்கம் வெடித்த சமயத்தில், யூ.என்.பீ.யின் தனியார்மயமாக்கம் மற்றும் மறுசீரமைப்பு வேலைத்திட்டத்திற்கான எதிர்ப்பு உச்சகட்டத்தை எட்டியிருந்தது. ஜனாதிபதி ஜெயவர்த்தனா, உடனடியாக அந்த வேலைநிறுத்தத்தை சட்டவிரோதமானதாக அறிவித்ததோடு வேலைநிறுத்தத்தில் பங்கேற்றால் பதவிநீக்கம் செய்வதாகவும் அச்சுறுத்தினார். ல.ச.ச.க. மற்றும் கம்யூனிஸ்ட் கட்சியும், இந்த வேலைநிறுத்தம் "அரசியல்-சார்பற்றது" ஒன்று என அறிவித்ததோடு யூ.என்.பீ. அரசாங்கத்தின அவசரகாலநிலை அதிகாரங்களை சவால் செய்யவோ அதனைப் பதவியிறக்க அழைப்பு விடவோ மறுத்தன. புரட்சிகர லங்கா சமசமாஜக் கட்சித் தலைவரான பாலா தம்பு, தனது சி.எம்.யு. தொழிற்சங்கத்தை வேலைநிறுத்தத்தில் இறங்க அழைக்கவில்லை. நவசமஜசமாஜக் கட்சி, இந்த வேலைநிறுத்தம் வெறும் சம்பளப் பிரச்சினை தான் என்று அறிவித்ததோடு அதனை அரசாங்கத்திற்கு எதிரான ஒரு அரசியல் இயக்கமாக மாற்றுவதற்காக பு.க.க. தொடுத்த பிரச்சாரத்தை கசப்புடன் விமர்சித்தது. இந்தத் தலைமைகளின் துரோகத்தின் விளைவாக, யூ.என்.பீ. அரசாங்கமானது ஏறக்குறைய எந்த எதிர்ப்புமே இல்லாமல் 100,000 பொதுத்துறை ஊழியர்களை வேலைநீக்கம் செய்ய முடிந்தது, இதன்மூலம் தொழிலாள வர்க்கத்தின் மீது அழிவுகரமான தோல்வி திணிக்கப்பட்டது.

21-6. இலங்கைத் தொழிலாள வர்க்கம் கடைசியாக மேற்கொண்ட பெரும் வேலைநிறுத்தமான அந்த 1980 பொது வேலைநிறுத்தத்தின் தோல்வியே முழு அளவிலான உள்நாட்டுப் போருக்குக் கதவைத் திறந்தது. எந்தவொரு அரசியல் சவால் அல்லது நெருக்கடிக்கும் யூ.என்.பீ.யின் பதிலிறுப்பு தமிழர்-விரோத ஆத்திரமூட்டல்களை நாடுவதாக இருந்தது. அது 1983 ஜூலையில் நடந்த படுபயங்கரமான இனப்படுகொலையில் உச்சகட்டத்தை அடைந்தது. தமிழ் போராளிகள் 13 படையினரை கொன்றதை அடுத்து, அந்த சடலங்களை கொழும்புக்கு கொண்டு வந்ததன் மூலம் யூ.என்.பீ.

அரசாங்கம் வேண்டுமென்றே இன துவேஷத்தை பற்றவைத்தது. அடுத்த நாளில், யூ.என்.பீ. குண்டர்கள் முன்னிலை வகித்த, தமிழர்-விரோத வன்முறைகள் தீவு முழுவதிலும் முன்கண்டிராத வகையில் வெடித்தது. தமிழர்களின் வீடுகளும் கடைகளும் தீவைத்துக் கொளுத்தப்பட்டதுடன் நூற்றுக்கணக்கானோர் கொல்லப்பட்டனர். அரசாங்கமும் பொலிசும் நான்கு நாட்களுக்கு இந்த வெறியாட்டம் தடையில்லாமல் தொடர அனுமதித்ததோடு எந்த செய்தியும் வெளியாவதை தடுக்க கடுமையான தணிக்கையையும் அமுல்படுத்தியது.

21-7. இந்தக் கொடூரமான இனப்படுகொலை, அடுத்த கால் நூற்றாண்டு காலமும் நாட்டைச் சீரழிக்கவிருக்கும் ஒரு முழு அளவிலான உள்நாட்டுப் போருக்கான தொடக்கத்தைக் குறித்தது. யூ.என்.பீ. அரசாங்கமானது ஆகஸ்ட் 4 அன்று, ஒரு போர்ப் பிரகடனமாக காணத்தக்க வகையில், தனி ஈழத்தைப் பரிந்துரைப்பதை தடை செய்கின்ற மற்றும் அனைத்துப் பொது ஊழியர்களின் மீதும் விசுவாச உறுதிமொழியை திணிக்கின்ற ஆறாவது அரசியல்சட்டத் திருத்தத்தை திணித்தது. இந்த உறுதிமொழியை எடுக்க மறுத்ததால் தமிழர் விடுதலைக் கூட்டணியின் அனைத்து பாராளுமன்ற உறுப்பினர்களும் தங்களது பதவிகளை இழந்தனர். 1983 டிசம்பருக்குள்ளாக, யாழ்ப்பாண குடாநாடு ஒரு "போர் வலயமாக" அறிவிக்கப்பட்டிருந்தது. யூ.என்.பீ. அரசாங்கத்தின் நடவடிக்கைகளால் ஆத்திரமுற்ற தமிழ் இளைஞர்கள், பல்வேறு தமிழ் ஆயுதக் குழுக்களில் சேருவதற்கு ஆயிரக்கணக்கில் அணிதிரண்டனர்.

21-8. இந்தப் படுகொலையின் போது, பு.க.க. குறிப்பாக தாக்குதலின் இலக்கானது. கம்கறு மாவத்த ஆசிரியர் கே. ரட்நாயக்காவின் வீடு எரித்து தரைமட்டமாக்கப்பட்டதுடன் கட்சியின் அச்சகத்தை தரைமட்டமாக்குவதற்கான முயற்சியும் மயிரிழையில் தடுக்கப்பட்டது. பு.க.க. அரசாங்கத் தணிக்கையை எதிர்த்தது. அது அரசாங்கத்தையும் எதிர்க்கட்சிகளையும் குற்றஞ்சாட்டியும், தமிழ் மக்களைப் பாதுகாக்க தொழிலாள வர்க்கம் முன்வர வேண்டும் என அழைப்பு விடுத்தும் ஒரு நீண்ட அறிக்கையை வெளியிட்டது. பு.க.க. போரை எதிர்த்ததோடு ல.ச.ச.க., கம்யூனிஸ்ட் கட்சி மற்றும் இந்திய அரசாங்கத்தினதும் உடந்தையை அம்பலப்படுத்தியதுடன், வடக்கு மற்றும் கிழக்கில் இருந்து இராணுவத்தைத் திரும்பப் பெறக் கோரியது. 1984 மே மாதத்தில், பு.க.க. செய்தித்தாள்களுக்கு சட்டரீதியாகப் பொறுப்பு வகித்த ஆனந்த வக்கும்புர. ஆறாவது சட்டத்திருத்தத்தை மீறியதாகக் கூறி பொலீசாரால் கைது செய்யப்பட்டு இரண்டு வாரங்கள் தடுத்து வைக்கப்பட்டிருந்தார். பு.க.க.வின் சக்திவாய்ந்த

பிரச்சாரத்தை எதிர்கொண்ட அரசாங்கம், வக்கும்புற மீது சட்ட நடவடிக்கை எடுப்பதில் இருந்து பின்வாங்கிக் கொண்டது.

22. புரட்சிக் கம்யூனிஸ்ட் கழகம், தொழிலாளர் புரட்சிக் கட்சி மற்றும் தேசியப் பிரச்சினை

22-1. ஆரம்பம் முதலே தேசியப் பிரச்சினை சம்பந்தமான புரட்சிக் கம்யூனிஸ்ட் கழகத்தின் (பு.க.க.) நிலைப்பாடானது ட்ரொட்ஸ்கியின் நிரந்தரப் புரட்சிக் கோட்பாட்டின் ஊடாக அபிவிருத்தி செய்யப்பட்ட தொழிலாள வர்க்க சர்வதேசியவாதத்தின் கொள்கைகளை அடிப்படையாகக் கொண்டிருந்தது. தொழிலாளர்களை ஒரு வர்க்க அடிப்படையில் ஐக்கியப்படுத்துவதன் பேரில், கட்சி இடைவிடாமல் தேசியவாதம், மதவாதம் மற்றும் இனவாதத்தின் அத்தனை வடிவங்களுக்கும் எதிராக போராடி வந்துள்ளது. தமிழ் மக்களுக்கு எதிரான உத்தியோகபூர்வ இனப்பாகுபாட்டின் மேலும் மேலும் பட்டவர்த்தனமான வடிவங்களை அது உத்வேகத்துடன் எதிர்த்ததோடு அவர்களின் ஜனநாயக உரிமைகளையும் பாதுகாத்தது. 1970களின் ஆரம்பத்திலே தீவின் வடக்குக்கு அனுப்பப்பட்ட துருப்புகளை திரும்பப் பெறுமாறு பு.க.க. அறைகூவல் விடுத்ததுடன் போர் நடைபெற்ற காலம் முழுவதும் இதை தொடர்ந்தும் வலியுறுத்தி வந்தது. தமிழ் முதலாளித்துவக் கட்சிகளை தவிர்த்து, 1972 அரசியலமைப்பை எதிர்த்தது பு.க.க. மட்டுமே. அரசாங்க அச்சக தொழிற் சங்கத்தில் இருந்த பு.க.க. குழு, அரசியலமைப்பை எதிர்த்து முன்வைத்த தீர்மானம் நிறைவேற்றப்பட்ட போது, ல.ச.ச.க. அலுவலர்கள் கட்சியின் ஆதரவாளர்களுக்கு எதிரான ஒரு வேட்டையாடலை செய்தனர்.

22-2. தமிழ் இளைஞர்கள் தீவிரமயமாவது வளர்ச்சியடைந்து வந்த நிலைமையில், 1972 ஜூனில் பு.க.க. அறிவித்ததாவது: "தமிழ் இனத்தின் சுய நிர்ணய உரிமையை மார்க்சிஸ்டுகளாகிய நாங்கள் அங்கீகரிக்கிறோம். அதே சமயம், இவ்வுரிமையை அங்கீகரிக்கின்ற மற்றும் சோசலிசக் கொள்கைகளை அடிப்படையாகக் கொண்ட தொழிலாளர்களதும் விவசாயிகளதும் அரசாங்கத்தை ஸ்தாபிப்பதற்காக, சிங்கள மற்றும் தமிழ் தொழிலாளர்களை அணிதிரட்டுவதன் மூலம் மட்டும் அந்த உரிமையை வெற்றிகொள்ள முடியும் என நாம் வலியுறுத்துகிறோம்."[51] தேசியப் பிரச்சினை பற்றி லெனின் எழுதிய வழியில், பு.க.க. ஒரு தனித் தமிழ் அரசை பரிந்துரைக்கவில்லை, மாறாக, அவ்வாறு செய்வதற்கு தமிழர்களுக்கு

51. *Fourth Internationa* (நான்காம் அகிலம் சஞ்சிகை) *l*, Volume 14, No. 1, March 1987, p.54.

இருக்கும் உரிமையைப் பாதுகாத்து நின்றது. முதலாளித்துவ தமிழ் அரசியல்வாதிகளின் மோசடியை அம்பலப்படுத்துவதற்கும் ஒட்டுமொத்தமாக இலங்கை மற்றும் இந்தியத் துணைக் கண்டத்திற்கான ஒரு சோசலிச முன்னோக்கிற்கு தமிழ் தொழிலாளர்கள் மற்றும் இளைஞர்களை வென்றெடுப்பதற்குமான ஒரு வழிமுறையாகவே இந்தக் கொள்கை இருந்தது.

22-3. ஆயினும், 1972ல் நடந்த நான்காம் அகிலத்தின் அனைத்துலகக் குழுவின் கூட்டமொன்றில், பிரிட்டிஷ் சோசலிச தொழிலாளர் கழகத்தின் (எஸ்.எல்.எல்.) தலைமை பு.க.கழகத்தின் நிலைப்பாட்டை ஆவேசமாக எதிர்த்தது. சுய நிர்ணயத்திற்கான தமிழ் மக்களின் உரிமைக்கு ஆதரவளிப்பதென்பது தீவைத் துண்டாட நினைக்கும் ஏகாதிபத்தியவாதிகளின் திட்டங்களுக்கே உதவும் என பண்டா வாதிட்டார். 1971ல் கிழக்கு பாகிஸ்தானில் இந்திய இராணுவத் தலையீட்டிற்கு அவர் ஆதரவளித்ததைப் போலவே, பு.க.க. மீதான பண்டாவின் எதிர்ப்பும் 1947-48ல் தெற்காசியாவில் ஏகாதிபத்தியத்தால் ஸ்தாபிக்கப்பட்ட சுதந்திரமான தேசிய அரசுகள் என்று அழைக்கப்படுவனவற்றின் நியாயத்தன்மையை ஏற்றுக் கொள்வதை அடிப்படையாகக் கொண்டிருந்தது. பாலசூரியா பின்னர் விளக்கியதாவது: "தொழிலாளர் புரட்சிக் கட்சியின் நிலைப்பாடு, தேசிய முதலாளித்துவத்திடம் சரணடையவும் அதன் மூலம் ஏகாதிபத்தியத்திடம் சரணடையவும் விடாப்பிடியாக வழிவகுக்கின்றது. ஏனெனில், அதன் கோட்பாடு இந்த முதலாளித்துவ அரசுகள் பாதிப்பின்றி பாதுகாக்கப்பட வேண்டிய அவசியமிருப்பதாகக் கருதுவதையை முழு அடிப்படையைக் கொண்டுள்ளது. விதிவிலக்கின்றி இந்த அரசுக் கட்டமைப்புகள், ஒரே தேசிய இனத்தின் மேலாதிக்கத்தையே அடிப்படையாகக் கொண்டிருப்பதனால் - அதன் முதலாளித்துவம், ஏகாதிபத்தியத்துடன் கூட்டுச் சேர்ந்து மற்ற தேசிய இனங்களை கீழ்ப்படுத்தி வைப்பதற்கு கொடூரமான பலாத்காரத்தை பயன்படுத்துவதனால் - இந்த அரசுக் கட்டமைப்புகளைப் பாதுகாப்பது என்பது ஏகாதிபத்தியத்தையே பாதுகாப்பதாகவே ஆகிறது."[52]

22-4. அந்தக் கட்டத்தில், தமிழ் போராட்டம் அரும்பு வடிவத்தில் இருந்ததால், எஸ்.எல்.எல். தலைமையின் அனுபவத்திற்கும் அரசியல் அதிகாரத்திற்கும் பு.க.க. தயக்கத்துடன் பணிந்தது. பு.க.க. தமிழ் மக்களின் ஜனநாயக உரிமைகளை தளராமல் பாதுகாப்பதையும் தமிழ் மற்றும் சிங்களத் தொழிலாளர்களின் ஐக்கியத்திற்காக

52. அதே சஞ்சிகை, பக்கம். 54-55

போராடுவதையும் தொடர்ந்துகொண்டிருந்தாலும், 1970களின் அநேகக் காலம் பூராகவும் அது ஒரு முக்கியமான தந்திரோபாய ஆயுதம் இன்றி இயங்கிக்கொண்டிருந்தமை அதற்கு ஒரு பெரிய முட்டுக்கட்டையாக இருந்தது. தமிழர் விடுதலைக் கூட்டணியின் காந்திய உபாயங்களுடன் குரோதமுற்றிருந்த தீவிரமான தமிழ் இளைஞர்களுக்கு மாவோயிஸ்டுகள் உபதேசித்த "ஆயுதப் போராட்டம்" ஈர்ப்புடையதாக இருந்ததால், கட்சி மாவோயிஸ்டுகளின் பெருகும் செல்வாக்குக்கு எதிராகப் போராட வேண்டியிருந்தது. ஜே.வி.பீ.யைப் போலவே, மாவோயிஸ்டுகளும் ட்ரொட்ஸ்கிசத்தைக் கண்டனம் செய்வதற்கு சிறிமாவோ பண்டாரநாயக்கா அரசாங்கத்திலிருந்த ல.ச.ச.க. அமைச்சர்களின் துரோகத்தை சுட்டிக் காட்டினர். எவ்வாறெனினும், 1977ம் ஆண்டிற்கு முன்னர், இந்த குழுக்கள் மிகக்குறைந்த அரசியல் முக்கியத்துவத்தையே கொண்டிருந்ததுடன், சிங்கள மற்றும் தமிழ் தொழிலாளர்களிடம் இருந்து வர்க்க அடிப்படையில் ஆதரவைப் பெற்ற தொழிலாள வர்க்கத்தின் பரந்த இயக்கங்களினால் அவை முழுமையாக ஓரங்கட்டப்பட்டிருந்தன.

22-5. 1979ல் தமிழ் தேசிய விடுதலைப் போராட்டம் சர்வதேச முக்கியத்துவத்தைப் பெற்றிருந்த போது, பிரிட்டனில் தொழிலாளர் புரட்சிக் கட்சி (WRP) 180 பாகை திரும்பியது. இலங்கையில் தேசியப் பிரச்சினையின் முக்கியத்துவத்தை தொழிலாளர் புரட்சிக் கட்சி அலட்சியப்படுத்தி விட்டிருந்ததை ஒப்புக்கொண்டு, பண்டா புரட்சிக் கம்யூனிஸ்ட் கழகத்துக்கு ஒரு மன்னிப்புக் கடிதத்தை அனுப்பியிருந்த போதும், அதில் தமிழ் மக்களின் சுயநிர்ணயத்திற்கான உரிமையை பாதுகாக்க தாமதமாகத் திரும்பியதற்கான விளக்கத்தை அக்கடிதத்திலோ அல்லது அதற்குப் பின்னரோ அவர் வழங்கவில்லை. இலங்கை விடயத்திலான தொழிலாளர் புரட்சிக் கட்சியின் புதிய நிலைப்பாடும் பழைய நிலைப்பாட்டைப் போலவே நிரந்தரப் புரட்சிக் கோட்பாட்டை அடிப்படையாக கொண்டிருக்கவில்லை. அது தமிழ் தேசிய விடுதலைப் போராட்டத்தை எதிர்த்த நிலைப்பாட்டில் இருந்து அதை விமர்சனமற்றுத் தழுவிக்கொள்ளும் நிலைப்பாட்டிற்குத் தாவியது. தொழிலாளர் புரட்சிக் கட்சியின் இந்த தலைகீழ் மாற்றம், 1974ல் தொர்னெட் உடனான அரசியல்ரீதியில் விளக்கப்படாத பிளவுக்குப் பின்னர், அதன் வர்க்க அச்சில் ஏற்பட்டிருந்த மாற்றத்துடன் பிணைந்ததாக இருந்தது. 1976ல் முதலாளித்துவத்தின் புதிய சர்வதேச எதிர்த்தாக்குதலுடன் தொடர்புபட்ட புதிய அரசியல் பிரச்சினைகளை தொழிலாளர் புரட்சிக் கட்சி சந்தித்த போது, அது ஆதரவுக்காக ஏனைய வர்க்க சக்திகளான, பிரிட்டனில் தொழிற்கட்சி

மற்றும் தொழிற்சங்க அதிகாரத்துவத்தை நோக்கியும் மற்றும் மத்திய கிழக்கில் அரபு முதலாளித்துவ ஆட்சிகளை நோக்கியும் திரும்பத் தொடங்கியது.

22-6. அரபு முதலாளித்துவத்துடனான அதன் கொள்கையற்ற உறவுகளுக்கு சமாந்தரமாக, தொழிலாளர் புரட்சிக் கட்சி தமிழ் ஈழ விடுதலைப் புலிகள் இயக்கத்துடனும் தொடர்புகளை ஸ்தாபித்துக்கொண்டது. தமிழ் ஈழ விடுதலை இயக்கம் (டெலோ), ஈழ மக்கள் புரட்சிகர விடுதலை முன்னணி (ஈ.பீ.ஆர்.எல்.எஃப்.) ஈழப் புரட்சிகர மாணவர் அமைப்பு (ஈரோஸ்) மற்றும் தமிழீழ மக்கள் விடுதலைக் கழகம் (புளொட்) ஆகியவை அடங்கிய தமிழ் ஆயுதக் குழுக்களில் விடுதலைப் புலிகள் முன்னிலையில் இருந்தனர். இந்தக் குழுக்கள் அனைத்துமே ஏதேனும் ஒரு விதத்தில் ஸ்ராலினிசம் மற்றும் மாவோயிசத்தின் ஆதிக்கத்திற்குள்ளாகி இருந்தன, மற்றும், தமிழர் விடுதலைக் கூட்டணியைப் போல், ஒரு சோசலிசத் தமிழ் ஈழமே தங்கள் நோக்கம் என அறிவித்தன. "தேசிய விடுதலை" என்னும் ஒரு முதலாளித்துவ வேலைத்திட்டத்திற்கு மிகவும் கலப்படமான "சோசலிச" முலாம் பூசுவதில் விடுதலைப் புலிகளின் தத்துவாசிரியராகக் கூறப்பட்ட அன்டன் பாலசிங்கத்துக்கு பிரிட்டனில் தொழிலாளர் புரட்சிக் கட்சி உதவியது.

22-7. பாலசிங்கத்தின் "தமிழ் தேசியப் பிரச்சினை குறித்து" என்கிற கட்டுரையை தொழிலாளர் புரட்சிக் கட்சி அதன் *லேபர் ரிவ்யூ* (*Labour Review*) இதழில் பிரசுரித்ததுடன் இலங்கையில் பு.க.கழகத்தையும் அவ்வாறே செய்ய வலியுறுத்தியது. 1913ல் தேசியப் பிரச்சினை குறித்து லெனின் எழுதியவை எல்லாம் பாலசிங்கத்தின் கைகளில் சிக்கி தலைகீழாய் புரட்டிப் போடப்பட்டன. மார்க்சிஸ்டுகளைப் பொறுத்தவரை, தேசியப் பிரச்சினையில் "தொழிலாள வர்க்கத்தின் சுய நிர்ணயத்துக்கே" முக்கிய கவனம் செலுத்தப்படுகிறது என லெனின் வலியுறுத்திய அதே வேளை, தமிழ் முதலாளித்துவத்தின் பிரிவினைவாத அபிலாசைகளுக்கு விமர்சனமற்ற ஆதரவாளர்களாக மார்க்சிஸ்டுகள் இருக்க வேண்டும் என்று லெனின் கூறியதாக பாலசிங்கம் வாதிட்டார். "[தமிழ் மக்கள்] போராட்டம் முதலாளித்துவ வர்க்கத்தால் தலைமை தாங்கப்பட்டாலும், தொழிலாள வர்க்க புரட்சிகரவாதியின் கடமை, அந்தப் போராட்டத்தை ஆதரிப்பதும், அதனை தேசிய விடுதலை மற்றும் சோசலிசப் புரட்சியை நோக்கி முன்னேற்றுவதற்கான ஒரு மூலோபாயத்தை தழுவிக் கொள்வதுமே ஆகும்," என அவர் அறிவித்தார். முதலாளித்துவத்திலிருந்து சுயாதீனமாக தொழிலாளர்களை ஐக்கியப்படுத்தி, அணிதிரட்டுவதற்கான எந்தவொரு போராட்டமும்

இன்றி, "சோசலிசப் புரட்சி" குறித்து பாலசிங்கம் கூறுவது, முழுக்க முழுக்க ஒரு அலங்கரிப்பாகும். 1980ல் "சோசலிசத் தமிழ் ஈழத்தை நோக்கி" என்ற தலையங்கத்துடனான ஒரு விவாதத்தில், விடுதலைப் புலிகள் அமைப்பு தொழிலாள வர்க்கத்தை நோக்கித் திரும்புவதை முழுமையாக வெளிப்படையாக நிராகரித்தது. "தொழிலாள வர்க்கத்தை ஒன்றுபடுத்துவது மற்றும் ஒட்டுமொத்த இலங்கைக்குமான புரட்சி போன்ற இற்றுப் போன சித்தாந்தத்தை தமிழ் மக்கள் போதுமான அளவு கேட்டாகி விட்டது. பெரும்பான்மையின் ஒடுக்குமுறைப் பிடியில் சிக்கியிருக்கும் ஒரு தேசிய சிறுபான்மை, முதலில் தனது விடுதலைக்காகப் போராடியாக வேண்டும்," என அது பிரகடனம் செய்தது.

22-8. சிங்கள மற்றும் தமிழ் தொழிலாளர்களை அவர்களது பொது வர்க்க நலன்களைச் சூழ ஐக்கியப்படுத்த பு.க.க. சளைக்காமல் தொடர்ந்து போராடியது. தமிழ் மக்களின் ஜனநாயக உரிமைகளைப் பாதுகாக்கவும் 1983 படுகொலைகளில் யூ.என்.பீ. சம்பந்தப்பட்டிருப்பதை அம்பலப்படுத்தவும் விரிவான பிரச்சாரங்களை கட்சி நடத்தியது. ஆனால் விடுதலைப் புலிகளுக்கு தொழிலாளர் புரட்சிக் கட்சி கொடுத்த விமர்சனமற்ற ஆதரவு, புலிகளதும் மற்றும் ஏனைய தமிழ் ஆயுதக் குழுக்களதும் அரசியல் சம்பந்தமாக பு.க.க. எந்தவொரு ஆய்வும் செய்வதை தடுத்ததன் மூலம் அந்த அமைப்புகள் தமிழ் இளைஞர்களிடையேயான தமது செல்வாக்கை பலப்படுத்திக்கொள்ள உதவியது. 1985-87ல் தொழிலாளர் புரட்சிக் கட்சியுடனான பிளவுக்குப் பின்னரே, தேசியப் பிரச்சினை சம்பந்தமாக, குறிப்பாக இலங்கையில் தொழிலாள வர்க்கத்தின் அனுபவங்கள் தொடர்பாக பு.க.க. மற்றும் நான்காம் அகிலத்தின் அனைத்துலகக் குழு மீளாய்வு செய்ய முடிந்தது.

22-9. 1983 தமிழர் விரோதப் படுகொலைகள் இந்தியாவில், குறிப்பாகத் தென்னிந்திய மாநிலமான தமிழ்நாட்டில் ஒரு கடும் கொந்தளிப்பு அலையை உருவாக்கின. இந்திய பிரதமரான இந்திரா காந்தி சமாதான பேச்சுவார்த்தைகளை மத்தியஸ்தம் செய்ய முன்வந்தார். அதே சமயம், இந்திய அரசாங்கம் இரகசியமாகப் பல்வேறு தமிழ் ஆயுதக் குழுக்களுக்கு இராணுவப் பயிற்சி அளிக்க அதிகாரமளித்தது. இது அந்தக் குழுக்களின் நடவடிக்கைகளின் மீது கட்டுப்பாட்டைக் கொண்டிருக்கவும் மற்றும் இலங்கை அரசாங்கத்துடனான தனது கொடுக்கல் வாங்கல்களில் பேரம்பேசுவதற்கான ஒரு அம்சமாக அவர்களைப் பயன்படுத்துவதாவும் இருந்தது. அனைத்து தமிழ்க் குழுக்களும், இந்திய முதலாளித்துவமே தமிழ் மக்களின் பாதுகாவலர்கள் என்ற

மாயையை ஊக்குவித்ததோடு பங்களாதேஷில் போன்று நேரடியான இந்தியத் தலையீட்டிற்கும் ஊக்குவித்தன. இந்தியக் கம்யூனிஸ்ட் கட்சி, இந்தியக் கம்யூனிஸ்ட் கட்சி (மார்க்சிஸ்ட்) ஆகிய ஸ்ராலினிசக் கட்சிகள் இந்திய அரசாங்கத்தின் சூழ்ச்சிகளில் நேரடியாகப் பங்கேற்றதோடு, தமிழ் இளைஞர்களுக்கு இந்திய உளவுத் துறையின் மேற்பார்வையின் கீழ் "அரசியல் பயிற்சியை" வழங்கின. புலிகள் மட்டுமே இதில் விதிவிலக்காக இருந்தனர். புலிகள் இந்திய அரசாங்கத்தில் இருந்து கொஞ்சம் தூர விலகி இருப்பதாகக் காட்டிக்கொண்ட போதிலும், அது இந்தியாவில் பிராந்திய தமிழ் முதலாளித்துவ முகாமுக்குள்ளும் மற்றும் இலங்கை தமிழ் முதலாளித்துவத்துக்குள்ளும் மிக நேரடியாக நுழைவதற்கானதாக இருந்தது. விடுதலைப் புலிகள், தமிழக முதலமைச்சராக இருந்த எம்.ஜி. ராமச்சந்திரனுடனும் மற்றும் விடுதலைப் புலிகளுடனான தொடர்பை தனது சொந்த அரசியல் பிம்பத்தை வலுப்படுத்திக் கொள்ள பயன்படுத்திக் கொண்ட அவரது முதலாளித்துவ அனைத்திந்திய அண்ணா திராவிட முன்னேற்றக் கழகத்துடனும் (அ.இ.அ.தி.மு.க.) நெருக்கமான உறவுகளைப் பேணிவந்தனர். புலிகளுடனான தனது உறவுகளை இடைஞ்சல் செய்வதற்கு விரும்பாத தொழிலாளர் புரட்சிக் கட்சி தமிழ்நாட்டிலும் இந்தியாவிலும் ட்ரொட்ஸ்கிசத்திற்கான போராட்டத்தை அபிவிருத்தி செய்வதற்கு பு.க.க. எடுத்த முயற்சிகளை எதிர்த்தது.

22-10. 1983-85 காலகட்டத்தில் பிரிட்டன் தொழிலாளர் புரட்சிக் கட்சி, அனைத்துலகக் குழுவின் மீதான அதன் பரந்த தாக்குதல்களின் ஒரு பாகமாக இலங்கைப் பகுதியை அரசியல் ரீதியில் அழிக்க நனவாக முயற்சித்தது. 1983 ஜூலையில் தமிழர் விரோத படுகொலையின் உச்சகட்டத்தில், பண்டாவால் எழுதப்பட்டு நியூஸ் லைன் பத்திரிகையில் பிரசுரமான ஒரு கருத்து தெரிவித்ததாவது: "பொலிசும் இராணுவமும் அவசரகாலச் சட்டங்களின் கீழ் அவர்களுக்கு வழங்கப்பட்டிருந்த தன்னிச்சையான கட்டுப்பாடற்ற அதிகாரத்தை எங்களது தோழர்களைக் கொல்வதற்கும், எங்களது அச்சகத்தை அழிப்பதற்கும் பயன்படுத்தியிருக்க சாத்தியமிருக்கிறது அல்லது பயன்படுத்தியிருக்கலாம்." கீர்த்தி பாலசூரியா இது குறித்து பின்னர் எழுதுகையில் பு.க.கழகத்தின் தலைவிதி சம்பந்தமாக தொழிலாளர் புரட்சிக் கட்சி கொண்டிருந்த அலட்சியத்தைக் கண்டனம் செய்தார். "நீங்கள் எங்கள் பாதுகாப்புக்காக ஒரு பிரச்சாரத்தை முன்னெடுக்க எதையுமே செய்யாததோடு, அதன் மூலம் எங்களது கட்சியை சரீரரீதியாக அழித்தாலும் கூட நீங்கள் ஒரு விரலைக் கூட உயர்த்தப் போவதில்லை என்பதை யூ.என்.பீ. அரசாங்கத்திற்கு முன்கூட்டியே தெரிவித்து விட்டீர்கள். அந்தக்

காலகட்டம் முழுவதிலும் பு.க.க. தன்னைத் தானே பாதுகாத்துக் கொண்டதோடு, உலக ட்ரொட்ஸ்கிச இயக்கமான நான்காம் அகிலத்தின் அனைத்துலகக் குழுவின் தத்துவார்த்த மற்றும் அரசியல் அடித்தளங்களில் இருந்து பின்வாங்காத காரணத்தால், பல்வேறு தொழிலாள வர்க்க மற்றும் இளைஞர் தட்டினரிடம் இருந்து மதிப்பை வென்றெடுத்தது. முற்றுமுழுதாக இந்த உண்மையினாலேயே எங்களது கட்சி ஹீலி, பண்டா மற்றும் சுலோட்டர் மூலமான அரசியல் ஆத்திரமூட்டல்களின் நிரந்தர இலக்காக ஆகியிருக்கிறது,"[53] என அவர் விளக்கினார்.

22-11. தமிழீழ விடுதலைப் புலிகளை விமர்சனமின்றி ஆதரித்த அதே வேளை, பு.க.கழகத்தில் இருந்து பிரிந்து சென்று, அதனை சிங்கள இனவாத சொற்பதங்களில் தாக்கிக்கொண்டிருந்த ஒரு குழுவுடன் அரசியல் உறவுகளைப் பேணுவதைப் பற்றி தொழிலாளர் புரட்சிக் கட்சிக்கு மனவுறுத்தல் இருக்கவில்லை. தொழிலாளர் புரட்சிக் கட்சி இந்த ஓடுகாலிகளுடன் சமரசத்திற்குச் செல்வதற்கு பு.க.கழகத்துக்கு அழுத்தம் கொடுத்தது. அது தோல்வியடைந்த நிலையில், அவர்களின் விஷமத்தனமான வீண்பேச்சுக்களைப் பயன்படுத்தி பு.க.கழகத்தை கீழறுக்கும் வேலை தொடர்ந்தது. அந்தக் குழுவின் "செய்திகளின்" அடிப்படையில், அனைத்துலகக் குழுவின் இருந்து பு.க.கழகத்தை வெளியேற்றுவதற்கு 1985ல் நடந்த அதன் பத்தாவது காங்கிரசில் ஹீலியும் பண்டாவும் தீர்மானம் கொண்டுவந்தனர். வெளியேற்றுவது எக்காலத்திலும் நிறைவேற்றப்படாத அதேவேளை, தொழிலாளர் புரட்சிக் கட்சி தலைவர்கள் பு.க.கழகத்தையும் அனைத்துலகக் குழுவையும் அழிப்பதை நோக்கி தெளிவாகத் திரும்பியிருந்தனர்.

23. 1985-1986 தொழிலாளர் புரட்சிக் கட்சியுடனான பிளவு

23-1. 1985 ஜனவரியில் நடந்த நான்காம் அகிலத்தின் அனைத்துலகக் குழுவின் பத்தாவது மாநாட்டில் ஒன்றுக்கொன்று தொடர்புபட்ட இரு விடயங்கள் செல்வாக்கு செலுத்தின: முதலாவது, பிரிட்டனின் தொழிலாளர் புரட்சிக் கட்சிக்குள் நிலவிய ஒரு அழிவுகரமான அரசியல் நெருக்கடி, மற்றும் இரண்டாவது, அதற்கு முந்தைய மூன்று வருடங்களில் அமெரிக்காவின் வேர்க்கர்ஸ் லீக்கினால் (Workers League) எழுப்பப்பட்டிருந்த அடிப்படையான அரசியல் வேறுபாடுகளை ஒடுக்குவது பற்றியதாகும். இவை இரண்டில் எதுவுமே கலந்துரையாடப்படவில்லை. பப்லோவாதத்திற்கு எதிரான தனது முந்தைய கொள்கைரீதியான போராட்டத்தை தொழிலாளர் புரட்சிக்

53. Fourth International, Volume 14, No. 2, June 1987, p. 111.

கட்சி கைவிட்டுக்கொண்டிருந்த போது, வேர்க்கர்ஸ் லீக் எதிர் திசையில் நகர்ந்து கொண்டிருந்தது. 1974ல் தேசியச் செயலாளரான ரிம் வோல்ஃபோர்த் வெளியேறியதை அடுத்து, வேர்க்கர்ஸ் லீக் தொழிலாள வர்க்கத்தை நோக்கித் திடமாகத் திரும்பியதோடு பப்லோவாத சந்தர்ப்பவாதத்திற்கு எதிரான போராட்டத்தை கட்சி வேலையின் மத்தியில் இருத்தியது. அனைத்து பப்லோவாதக் குழுக்களாலும் கடுமையாக எதிர்க்கப்பட்ட "பாதுகாப்பும் நான்காம் அகிலமும்" என்ற விசாரணையில் வேர்க்கர்ஸ் லீக் தலைமை பாத்திரம் வகித்தது. இந்த விசாரணை, ட்ரொட்ஸ்கியின் படுகொலைக்குப் பொறுப்பான ஸ்ராலினிச முகவர்கள், ட்ரொட்ஸ்கிச இயக்கத்திற்குள் கொண்டிருந்த வலையமைப்பை அம்பலப்படுத்தியது. சோசலிச தொழிலாளர் கட்சியின் தலைவரான ஜோசப் ஹான்சன் ஒரு ஸ்ராலினிஸ்டாக இருந்து, பின்னர் எஃப்.பி.ஐ.யின் (FBI -அமெரிக்க புலனாய்வுத் துறை) முகவராகி இருந்தார் என்பதற்கான முடிவான ஆதாரத்தை அது வழங்கியிருந்தது.

23-2. 1982ல், வேர்க்கர்ஸ் லீக்கின் தேசிய செயலரான டேவிட் நோர்த், ஜெரி ஹீலியின் "இயங்கியல் சடவாதத்திலான கற்கைகள்" குறித்து விரிவான விமர்சனங்களை முன்வைத்து, அது மார்க்சின் இயங்கியல் மற்றும் வரலாற்று சடவாதத்தை கைவிடுவதை பிரதிநிதித்துவம் செய்கின்றது என வெளிப்படுத்தினார். "இயங்கியல் சடவாதத்திற்கானதும் மற்றும் பிரச்சாரவாதத்திற்கு எதிரானதுமான போராட்டம் என்ற பெயரில்" ட்ரொட்ஸ்கிசத்திற்கான, குறிப்பாக நிரந்தரப் புரட்சித் தத்துவத்திற்கான போராட்டத்தில் இருந்து ஒரு தொடர்ச்சியான விலகல் இருந்து வந்தது என்பதை நோர்த் சுட்டிக் காட்டினார். நோர்த் தனது விமர்சனங்களைத் திரும்பப் பெறாவிட்டால் வேர்க்கர்ஸ் லீக் உடன் உறவுகளைத் துண்டித்துக் கொள்ளவிருப்பதாக அச்சுறுத்துவதன் மூலம் தொழிலாளர் புரட்சிக் கட்சி தலைமைத்துவம் இதற்குப் பதிலிறுத்தது. 1984 ஜனவரியில் தொழிலாளர் புரட்சிக் கட்சி பொதுச் செயலரான மைக் பண்டாவுக்கு எழுதிய ஒரு கடிதத்தில், தொழிலாளர் புரட்சிக் கட்சியின் நிலைப்பாடுகள் குறித்து, குறிப்பாக மத்திய கிழக்கு விடயத்தில், மேலும் பகுப்பாய்வை செய்திருந்த நோர்த், "முடிவுகளிலும் சரி வழிமுறைகளிலும் சரி, வரலாற்றுரீதியாக நாம் எவற்றையெல்லாம் பப்லோவாதத்துடன் தொடர்புபடுத்தியிருந்தோமோ அவற்றை ஒத்த நிலைகளை நோக்கிய ஒரு அரசியல் சரிவின் பெருகிவரும் அறிகுறிகளால்" வேர்க்கர்ஸ் லீக் ஆழமாக கவலையுற்றுள்ளது என தெரிவித்திருந்தார். 1984 பெப்பிரவரியில், நோர்த் அனைத்துலகக் குழுவுக்கு வழங்கிய அரசியல் அறிக்கை, 1982 டிசம்பரில் அமெரிக்க

சோசலிச தொழிலாளர் கட்சி ட்ரொட்ஸ்கியின் நிரந்தரப் புரட்சித் தத்துவத்தை சந்தேகத்திற்கிடமின்றி கைவிட்டதன் முக்கியத்துவத்தை பகுப்பாய்வு செய்வதுடன் தொடங்கியது. மத்திய கிழக்கின் முதலாளித்துவ ஆட்சிகளுக்கு மட்டுமன்றி பிரிட்டனின் தொழிற்கட்சி இடதுகள் மற்றும் தொழிற்சங்க அதிகாரத்துவத்திற்கும் கூட தொழிலாளர் புரட்சிக் கட்சி அடிபணிந்துள்ளதை அவர் வெளிச்சம் போட்டுக் காட்டினார். மீண்டும் வேர்க்கர்ஸ் லீக் உடன் முறித்துக் கொள்வதற்கு தொழிலாளர் புரட்சிக் கட்சி அச்சுறுத்தியதோடு எந்தவொரு கலந்துரையாடலையும் தடைசெய்தது. கூட்டத்தில் பு.க.க. பிரதிநிதித்துவம் செய்யாததோடு அந்த கலந்துரையாடல் குறித்தும் அதற்கு அறிவிக்கப்படவில்லை.

23-3. 1985ல் பிரிட்டிஷ் சுரங்கத் தொழிலாளர்களின் நீண்டகால வேலைநிறுத்தம் தோற்கடிக்கப்பட்டதை தொடர்ந்து, தொழிலாளர் புரட்சிக் கட்சிக்குள் வெடித்த நெருக்கடி, அது அனைத்துலகக் குழுவிடமிருந்து முறித்துக் கொள்வதற்கும் அதன் அரசியல் சீரழிவுக்கும் துரிதமாக வழிவகுத்தது. 1985 அக்டோபரில் கீர்த்தி பாலசூரியா லண்டன் சென்றதோடு தொழிலாளர் புரட்சிக் கட்சி மீதான டேவிட் நோர்த்தின் விமர்சனங்களைப் பற்றி அப்போதே அவர் முதல் முறையாக தெரிந்துகொண்டார். ஆஸ்திரேலியாவின் சோசலிச தொழிலாளர் கழகம் மற்றும் ஜேர்மன் சோசலிச தொழிலாளர் கழக (BSA) பிரதிநிதிகளுடன் சேர்ந்து, நோர்த்தின் ஆய்வுக்கு தமது உடன்பாட்டை அவர் வெளிப்படுத்தினர். 1985 அக்டோபர் 25 அன்று, ஜெரி ஹீலியின் வெளியேற்றம் பற்றியும் பிரிட்டிஷ் பகுதியின் நெருக்கடி பற்றியும் அனைத்துலகக் குழு இரண்டு அறிக்கைகளை வெளியிட்டது. இந்த அரசியல் நெருக்கடியின் தோற்றுவாய், "தொழிலாளர் புரட்சிக் கட்சித் தலைமை, நீண்டநாட்களாக சோசலிசப் புரட்சிக்கான உலகக் கட்சியைக் கட்டியெழுப்பும் மூலோபாயக் கடமையிலிருந்து விலகி, தேசியவாத முன்னோக்கு மற்றும் நடைமுறை வேலைகளை நோக்கி அதிகளவு முன்நகர்ந்தமையே" ஆகும் என இரண்டாவது அறிக்கை அடையாளம் கண்டது. நான்காம் அகிலத்தின் அனைத்துலகக் குழுவின் அரசியல் அதிகாரத்தை வெளிப்படையாக அங்கீகரிப்பதுடன் அதன் முடிவுகளுக்கும் பிரிட்டிஷ் பகுதி கீழ்ப்படிகின்ற அடிப்படையில் தொழிலாளர் புரட்சிக் கட்சி தனது உறுப்பினர்களை பதிவு செய்ய வேண்டும் என அனைத்துலகக் குழு தீர்மானித்தது.

23-4. 1985 டிசம்பர் 16 அன்று, தொழிலாளர் புரட்சிக் கட்சியின் நிதி கொடுக்கல் வாங்கல் சம்பந்தமாக அனைத்துலகக் குழு தனது கட்டுப்பாட்டுக் குழுவின் அறிக்கையை பெற்றது. அது

கண்டுபிடித்தவற்றுக்கு பதிலிறுத்த அனைத்துலகக் குழு, தொழிலாளர் புரட்சிக் கட்சியானது அனைத்துலகக் குழுவையும் அனைத்துலக தொழிலாள வர்க்கத்தையும் வரலாற்று ரீதியில் காட்டிக்கொடுத்துவிட்டதாக பிரகடனம் செய்து ஒரு தீர்மானத்தை நிறைவேற்றியது. இந்தக் காட்டிக்கொடுப்பு, "பணத்துக்குப் பிரதியுபகாரமாக காலனித்துவ முதலாளித்துவ தட்டுக்களுடன் கொள்கையற்ற உறவுகளை கொண்டிருந்ததன் விளைவாக, நிரந்தரப் புரட்சித் தத்துவத்தை முழுமையாகக் கைவிட்டதை உள்ளடக்கியுள்ளது" என அது தெரிவித்தது. தொழிலாளர் புரட்சிக் கட்சியின் 8வது காங்கிரசை தொடர்ந்து நடக்கவிருந்த அனைத்துலகக் குழுவின் அவசர மாநாடு வரை, தொழிலாளர் புரட்சிக் கட்சியை இடைநீக்கம் செய்வதற்கு அனைத்துலகக் குழு தீர்மானித்து. மறு நாள், அனைத்துலகக் குழுவின் இன்றியமையாத வேலைத்திட்ட அடித்தளங்களையும் பப்லோவாதத்திற்கு எதிரான போராட்டத்தின் வரலாற்று ரீதியான சரியான தன்மையையும் மறு உறுதி செய்து, இன்னுமொரு தீர்மானம் நிறைவேற்றப்பட்டது. அனைத்துலகக் குழுவின் அரசியல் அதிகாரத்தையும் ட்ரொட்ஸ்கிச இயக்கத்தின் வேலைத்திட்ட கோட்பாடுகளின் மத்திய முக்கியத்துவத்தையும் மீண்டும் நிலைநாட்டுவதற்கு தொழிலாளர் புரட்சிக் கட்சியின் இடைநீக்கம் தீர்க்கமானதாக இருந்தது. இந்த அடிப்படைப் பிரச்சினைகளில் எந்த சமரசமும் இருக்க முடியாதென்பதை இந்தத் தீர்மானம் தெளிவாக்கியதோடு தொழிலாளர் புரட்சிக் கட்சிக்குள்ளான நெருக்கடியை தீர்ப்பதற்கான ஒரு கொள்கைரீதியான அடித்தளத்தையும் அது ஸ்தாபித்தது. தொழிலாளர் புரட்சிக் கட்சி பிரதிநிதிகளில், டேவிட் ஹைலன்ட் மட்டுமே தீர்மானங்களுக்கு ஆதரவாக வாக்களித்தார். தொழிலாளர் புரட்சிக் கட்சியினுள் ஹைலன்டின் தலைமையிலான சிறுபான்மைக் குழுவே பின்னர் அனைத்துலகக் குழுவின் பிரிட்டிஷ் பகுதியை அமைத்தது. பண்டா-சுலோட்டர் கன்னை ஹீலியுடன் மோதிக்கொண்டாலும், அவர்களும் அதே சந்தர்ப்பவாத மற்றும் தேசியவாத முன்னோக்கினையே அடிப்படையில் பகிர்ந்து கொண்டிருந்தனர் என்பதை அந்தக் கன்னையின் எதிர்ப்பு வெளிப்படுத்தியது.

23-5. டேவிட் நோர்த்துக்கு சுலோட்டர் எழுதிய கடிதத்தில், அனைத்துலகக் குழுவின் ஆளுமையை தொழிலாளர் புரட்சிக் கட்சி ஏற்கவேண்டுமென்பதை எதிர்த்தார். சர்வதேசியவாதம் என்பது "வர்க்க நிலைப்பாட்டை வரைவதும் அதற்காக போராடுவதுமாகும்" என அவர் வலியுறுத்தினார். வேர்க்கர்ஸ் லீக்கின் அரசியல் குழு எழுதிய பதிலில் பின்வரும் கேள்விகள் எழுப்பப்பட்டன: "ஆனால் இந்த

'வர்க்க நிலைப்பாட்டை' தீர்மானிக்கும் நிகழ்முறை எது? அதற்கு நான்காம் அகிலத்தின் இருப்பு அவசியமாயுள்ளதா?... நான்காம் அகிலத்தின் அனைத்துலகக் குழு என்பது 'ட்ரொட்ஸ்கிசத்தின், மார்க்ஸ் மற்றும் லெனினது மார்க்சிசத்தின் ஒட்டுமொத்த வேலைத்திட்ட அடித்தளத்தின்' வரலாற்று வடிவமாகும். தேசியப் பிரிவுகள் அனைத்துலகக் குழுவின் ஆளுமைக்குட்படுவது அந்த வேலைத்திட்டத்தைப் பாதுகாப்பதற்கு அவர்கள் கொண்டுள்ள உடன்பாட்டின் ஒழுங்கமைந்த வெளிப்பாடே ஆகும். மார்க்சிசக் கோட்பாடுகளின் மற்றும் வேலைத்திட்டத்தின் சமகால அபிவிருத்தியாக ட்ரொட்ஸ்கிசத்தை உறுதியாக கடைப்பிடிக்கும் கட்சிகள், நான்காம் அகிலத்தில் ஒழுங்கமைந்துள்ளதோடு அவை அனைத்துலகக் குழுவின் ஆளுமையை ஏற்றுக் கொள்கின்றன. ஒருவர் அமைப்புரீதியான வெளிப்பாட்டில் இருந்து வேலைத்திட்டத்தை பிரிப்பதையே சர்வதேசியவாதத்தின் வரையறையாகக் கொள்வார் எனில், அது தங்களது நடவடிக்கைகளுக்கான அரங்கில் செயற்படும் சுதந்திரத்தை தக்கவைத்துக் கொள்ளும் பொருட்டு, அனைத்துலகக் குழுவில் பொதிந்துள்ள மார்க்சிசத்தின் தொடர்ச்சியை மறுக்கின்ற, ட்ரொட்ஸ்கிசத்தின் திருத்தல்வாத மற்றும் மத்தியவாத எதிரிகள் அனைவரதும் நிலைப்பாட்டுக்கு அடிபணிவதாகும்".[54]

23-6. "அனைத்துலகக் குழு இத்தோடு புதைக்கப்பட்டு நான்காம் அகிலம் கட்டியெழுப்பப்பட வேண்டியது ஏன் என்பதற்கான 27 காரணங்கள்", என்ற தலைப்பிலான பண்டாவின் ஆவணத்தின் அடிப்படையில், 1986 பிப்ரவரி 8 அன்று நடந்த அதன் பிரதிநிதித்துவம் அற்ற மாநாட்டில் அனைத்துலகக் குழுவில் இருந்து தொழிலாளர் புரட்சிக் கட்சி பிரிந்தது, அந்த ஆவணம் பப்லோவாதத்திற்கு எதிரான அனைத்துலகக் குழுவின் ஒட்டுமொத்த போராட்டத்தையும் கைவிட்டிருந்தது. அனைத்துலகக் குழுவின் ஆதரவாளர்கள் அனைவரும் மாநாட்டில் இருந்து விலக்கப்பட்டனர். சில மாதங்களிலேயே, பண்டா ட்ரொட்ஸ்கிசத்தை நிராகரித்து, சோவியத் ஒன்றியத்தில் முதலாளித்துவ மீட்சி என்பது சாத்தியமற்றது என்று பிரகடனப்படுத்தியதோடு ஸ்ராலினை அக்டோபர் புரட்சியின் வெற்றிகளைப் பாதுகாத்த அவசியமான பொனபார்ட்டிசத் தலைவர் என்று புகழ்ந்தார். 1985-86ல் அனைத்துலகக் குழுவில் இருந்து பிரிந்த அனைவரையும் பற்றி தெளிவாக ஆய்வு செய்த பின், ஒரு வருடம் கழித்து அனைத்துலகக் குழு பின்வரும் முடிவுக்கு வந்தது: "அனைத்துலகக் குழுவுக்கு விரோதமான போக்குகள் அனைத்தினதும் பிரதான நோக்குநிலை முழுக்க முழுக்க ஸ்ராலினிசத்துக்கும் சமூக

54. *நான்காம் அகிலம், Fourth International*, Volume 13, No. 2, p. 77

ஜனநாயகத்துக்கும் அடிபணிவதும், தொழிலாள வர்க்கத்தின் அரசியல் சுயாதீனத்தை நிராகரிப்பதும் மற்றும் முதலாளித்துவத் தட்டுக்களுடன் மக்கள் முன்னணிக் கூட்டணிகளில் பங்கேற்பதை நோக்கி முன்னெப்போதையும் விட திடமாக நோக்குநிலை வகுப்பதுமாகும்."[55]

23-7. அனைத்துலகக் குழுவிலான பிளவானது உலக முதலாளித்துவத்தின் பொருளாதார அடித்தளத்திலும் அதன் அரசியல் மேற்கட்டுமானத்திலும் ஏற்பட்டிருந்த ஆழமான மாற்றங்களின் ஒரு பிரதிபலிப்பு ஆகும். 1970களின் பிற்பகுதியில் ஆரம்பித்த, உற்பத்தி நடவடிக்கைகளிலான பூகோளரீதியான ஒருங்கிணைப்பு மற்றும் ஆசியாவில் மலிவு உழைப்புக் களங்களிலான சுரண்டலும், போருக்குப் பிந்தைய காலகட்டத்தில் சமூக ஜனநாயக, ஸ்ராலினிச மற்றும் முதலாளித்துவ தேசியவாதத் தலைமைகள் தங்கியிருந்த தேசியப் பொருளாதார ஒழுங்கு வேலைத்திட்டங்களை கீழறுத்திருந்தன. தொழிலாள வர்க்கத்தின் மீதான இத்தகைய அதிகாரத்துவ எந்திரங்களின் மேலாதிக்கத்திற்கு சந்தர்ப்பவாத முறையிலான அடிபணிவின் விளைவாகவே நான்காம் அகிலத்திற்குள் பப்லோவாதம் எழுந்தது. பிரிட்டிஷ் சோசலிச தொழிலாளர் கழகம் (எஸ்.எல்.எல்.) ட்ரொட்ஸ்கிச வேலைத்திட்டத்தைப் பாதுகாத்தது ஆனால் குறிப்பாக 1963ல் பப்லோவாதிகளுடன் அமெரிக்க சோசலிச தொழிலாளர் கட்சி மீண்டும் இணைந்ததாலும், 1971ல் பிரான்சின் சர்வதேச கம்யூனிச அமைப்புடன் (OCI) பிளவடைந்ததாலும் அதிகளவு தனிமைப்படலை எதிர்கொண்டது. தேசியவாத நோக்குநிலையை சோசலிச தொழிலாளர் கழகம் மேலும் மேலும் எடுத்ததனால் அது, 1953 மற்றும் 1961-63 பிளவுகளின் படிப்பினைகளை அடித்தளமாகக் கொண்டு 1960கள் மற்றும் 1970களின் ஆரம்பத்தில் உருவாக்கப்பட்டிருந்த அனைத்துலகக் குழுவின் புதிய பகுதிகளில் இருந்து விலகிச் செல்லத் தொடங்கியது. இந்த நிகழ்வுப் போக்கு தொழிலாளர் புரட்சிக் கட்சி அமைக்கப்பட்டதுடன் துரிதமடைந்தது. பப்லோவாதத்திற்கு எதிரான போராட்டத்தினாலேயே அனைத்துலகக் குழுவிற்குள் தனது அரசியல் அதிகாரத்தைத் தக்கவைத்திருந்த தொழிலாளர் புரட்சிக் கட்சி, அந்தப் போராட்டத்தையே கைவிட்ட நிலையில், சர்வதேசிய இயக்கத்திற்குள் அரசியல் கலந்துரையாடல்களை தடுத்ததோடு அமைப்புரீதியான அச்சுறுத்தல்கள் மற்றும் அரசியல் ஆத்திரமூட்டல்களை கொண்டே விமர்சனங்களுக்கு பதிலிறுப்பு செய்தது. அனைத்துலகக் குழுவிற்குள் ட்ரொட்ஸ்கிசவாதிகளின் வெற்றியும் அதன் வேலையின் மையத்தில் ட்ரொட்ஸ்கிசம் மீள்ஸ்தாபிதம் செய்யப்பட்டதும் வர்க்க உறவுகளில் ஒரு ஆழமான

55. நான்காம் அகிலம், Fourth International, Volume, 14 No. 1, p. 4.

மாற்றத்தைக் குறித்தது. அது தொழிலாள வர்க்கத்தின் சகல பழைய அதிகாரத்துவ அமைப்புகளதும் சீரழிவு மற்றும் சிதறல்களிலும் மற்றும் பப்லோவாதக் குழுக்கள் அனைத்தும் துரிதமாக வலதுபக்கம் நகர்ந்ததாலும் மேலும் வெளிப்படையானது.

24. தொழிலாளர் புரட்சிக் கட்சியுடனான பிளவுக்குப் பின்னர்

24-1. அனைத்துலகக் குழு விளக்கியதைப் போன்று: "1985-86 பிளவானது நான்காம் அகிலத்தின் அபிவிருத்தியில் ஒரு வரலாற்று மைல்கல் என்பதில் எந்த சந்தேகமும் இல்லை. 1953ல் அனைத்துலகக் குழு ஸ்தாபிக்கப்பட்டது முதல், பப்லோவாத சந்தர்ப்பவாதத்திற்கு எதிராக ட்ரொட்ஸ்கிச இயக்கத்தால் முன்னெடுக்கப்பட்ட நீண்ட போராட்டத்தின் உச்சகட்டமே இதுவாகும். பப்லோவாத சந்தர்ப்பவாதத்தால் உருவாக்கப்பட்ட ஐக்கியமின்மை மற்றும் குழப்பத்தின் நீண்ட காலகட்டம் முடிவுக்கு வந்து கொண்டிருக்கிறது. உலகெங்கிலும் உள்ள உண்மையான ட்ரொட்ஸ்கிசவாதிகள், அதாவது புரட்சிகர மார்க்சிஸ்டுகள், அனைவரும் அனைத்துலகக் குழுவின் பதாகையின் கீழ் பலப்படுத்தப்படுவதற்கான நிலைமைகள் உருவாக்கப்பட்டுள்ளன."[56]

24-2. தொழிலாளர் புரட்சிக் கட்சி உடனான பிளவு, அனைத்துலகக் குழுவின் பகுதிகளுக்கு இடையில் முன்னெப்போதுமில்லாதளவு சர்வதேச ஒத்துழைப்பின் அபிவிருத்திக்கும், அனைத்துலக இயக்கத்திற்குள் மார்க்சிசத்தின் மறுமலர்ச்சிக்கும் வழிவகுத்துள்ளது. "தொழிலாளர் புரட்சிக் கட்சி ட்ரொட்ஸ்கிசத்தை காட்டிக்கொடுத்தது எப்படி 1973-1985" என்ற தலைப்பில், தொழிலாளர் புரட்சிக் கட்சியின் சீரழிவு குறித்த ஒரு நீளமான பகுப்பாய்வை அனைத்துலகக் குழு முன்வைத்தது. தொழிலாளர் புரட்சிக் கட்சியின் ஓடுகாலிகளில் எவரும் அதை நிராகரிக்காதது ஒரு புறம் இருக்க, சவால் செய்யக்கூட வரவில்லை. பண்டாவின் ட்ரொட்ஸ்கிச விரோத வசைமாரிகளுக்கு டேவிட் நோர்த் தனது "நாம் காக்கும் மரபியம்" ("The Heritage We defend) புத்தகத்தில் பதிலளித்தார். அது நான்காம் அகிலத்தின் வரலாறு மற்றும் வேலைத்திட்டம் குறித்த மிகமுக்கியமான அம்சங்களை தெளிவுபடுத்தியது. அந்த வேலைகளும், அதனுடன் எண்ணற்ற ஏனைய கட்டுரைகள் மற்றும் அறிக்கைகளுமே இயக்கத்தின் காரியாளர்களுக்குக் கற்பிப்பதற்கும், அத்துடன் அனைத்துலகக் குழுவின் பகுதிகள் மீது தொழிலாளர் புரட்சிக் கட்சியின் அரசியல்

---

56. உலக முதலாளித்துவ நெருக்கடியும் நான்காம் அகிலத்தின் பணிகளும்

சீரழிவு கொண்டிருந்த தாக்கத்தில் இருந்து மீள்வதற்கும் அடிப்படையாக இருந்தன.

24-3. இந்த பிளவு பு.க.கழகத்தின் வேலைகளை உருமாற்றியது. கட்சியின் தலைமையும் உறுப்பினர்களும் அனைத்துலகக் குழுவை முழுமையாக ஆதரித்ததோடு அனைத்துலகக் குழுவின் ஆவணங்கள் மற்றும் மையப் பிரச்சினைகளும் முழுமையாக கலந்துரையாடப்பட்டன. அடுத்த இரண்டு ஆண்டு காலங்களின் போது, கீர்த்தி பாலசூரியா அனைத்துலகக் குழுவின் வேலைத்திட்டப் பணிகளில், குறிப்பாக நிரந்தரப் புரட்சித் தத்துவம் தொடர்பாக, கவனத்தைச் செலுத்தினார். 1987 மார்ச்சில் வெளியான நான்காம் அகிலம் (தொகுதி 14, எண் 1) இதழுக்கு பாலசூரியாவும் டேவிட் நோர்த்தும் எழுதிய தலையங்கக் கட்டுரை, பண்டா 1960களின் பிற்பகுதியில் மாவோவையும் ஹோ சி மின்னையும் புகழ்ந்து தள்ளியது வரை பின்சென்று, அவர் நிரந்தரப் புரட்சியைக் கைவிட்டது குறித்த ஒரு தெளிவான அம்பலப்படுத்தலை செய்தது. அதே இதழில், பாலசூரியாவுக்கும் பிரிட்டிஷ் எஸ்.எல்.எல். தலைவர்களுக்கும் இடையில் பங்களாதேஷ் விடுதலைப் போராட்டம் தொடர்பாக நடந்த கருத்துப் பரிமாற்றங்களும் வெளியாகியிருந்தன. பு.க.க., அனைத்துலகக் குழுவுடன் இணைந்து, இந்தியாவில் தனது அரசியல் வேலையை புதுப்பித்து விரிவாக்கியது.

24-4. இந்தப் பிளவு, விடுதலைப் புலிகளுக்கு எதிராக அதிகரித்து வந்த உள்நாட்டுப் போரின் வடிவத்தில், பு.க.க. நேரடியாக முகங்கொடுத்த, தேசியப் பிரச்சினை சம்பந்தமான ஒரு முக்கியமான கலந்துரையாடலுக்கான நிலைமைகளை உருவாக்கிவிட்டது. 1986ல் கீர்த்தி பாலசூரியா, "*தமிழர் போராட்டமும் ஹீலி, பண்டா மற்றும் சுலோட்டரின் துரோகமும்*" என்ற தலைப்பில் ஒரு நீண்ட கட்டுரையை எழுதினார். 1970களின் ஆரம்பத்தில் தமிழ் மக்களின் போராட்டத்தை முழுமையாக அலட்சியம் செய்து, இலங்கை தேசிய அரசுக்கு ஆதரவு கொடுத்த நிலைப்பாட்டில் இருந்து, 1979 ஆம் ஆண்டு முதல் விடுதலைப் புலிகள் அமைப்பிற்கு விமர்சனமற்ற ஆதரவு வழங்கும் நிலைப்பாடு வரையான தொழிலாளர் புரட்சிக் கட்சியின் சந்தர்ப்பவாத திருப்பங்களை அக்கட்டுரை அம்பலப்படுத்தியது. "தமிழ் தேசிய விடுதலைப் போராட்ட விடயத்தில் ஹீலி, பண்டா மற்றும் சுலோட்டரின் வரலாற்றுப் பதிவுகளை இந்த ஆய்வு தெளிவாக்குவதைப் போல், ட்ரொட்ஸ்கிசவாதிகளாக வேடம்தரித்த இந்த கயவர் கூட்டம், தமிழ் மற்றும் சிங்களத் தொழிலாளர்களை திட்டமிட்டுக் காட்டிக் கொடுத்தது. எல்லாவற்றுக்கும் மேல், இலங்கையில் நிரந்தரப் புரட்சித் தத்துவ முன்னோக்கிற்காகப்

போராடிய ஒரே கட்சியான பு.க.கழகத்தை அழிப்பதற்கு அவர்கள் தோல்விகண்டும் கூட நனவுடன் வேலை செய்துள்ளனர்," என்று அக்கட்டுரையை அவர் முடித்திருந்தார்.

24-5. இந்த பிளவுக்குப் பிந்தைய காலகட்டம், இலங்கை முதலாளித்துவத்தின் கூர்மையான அரசியல் நெருக்கடியான காலகட்டத்துடன் சமாந்தரமானதாக இருந்தது. யூ.என்.பீ. அரசாங்கம் வடக்கில் மோசமான இராணுவப் பின்னடைவுகளையும், தெற்கில் பொருளாதாரச் சரிவினாலும் அரசாங்கத்தின் சந்தை-சார்புக் கொள்கைகளின் தாக்கத்தாலும் எரியூட்டப்பட்ட சமூக அமைதியின்மையின் வளர்ச்சியையும் எதிர்கொண்டது. பல்வேறு தமிழ் ஆயுதக் குழுக்களுடனும் பேச்சுவார்த்தை நடத்துமாறு இந்தியா விடுத்த வேண்டுகோளுக்கு உடன்பட்டதன் மூலம், கால அவகாசத்தைப் பெறுவதற்கு ஜனாதிபதி ஜே.ஆர். ஜெயவர்த்தன முனைந்தார். 1985ல் பூட்டான் தலைநகரான திம்புவில் நடந்த பேச்சுவார்த்தைகள் தோல்வியடைந்ததை அடுத்து, "அமைதிக்கான ஒரு பொது வேலைத்திட்டத்திற்காக" எதிர்க்கட்சிகளின் அரசியல் உதவியை சேர்த்துக் கொள்வதன் பேரில், ஜெயவர்த்தனா 1986ல் கொழும்பில் சகல கட்சி வட்ட மேசை மாநாட்டுப் பேச்சுவார்த்தைகளை தொடக்கி வைத்தார். யூ.என்.பீ. அரசாங்கத்துடனான பேச்சுவார்த்தைகளில், குட்டி முதலாளித்துவ தீவிரவாத நவசமசமாஜக் கட்சியானது ல.ச.ச.க., கம்யூனிஸ்ட் கட்சி மற்றும் பண்டாரநாயக்காவின் மகள் சந்திரிகா குமாரதுங்கா தலைமையிலான, முன்னாள் ஸ்ரீ.ல.சு.க. பாராளுமன்ற உறுப்பினர்களின் ஒரு இடதுசாரிக் குழுவான ஸ்ரீலங்கா மஹஜனக் கட்சி உடன் சேர்ந்து கொண்டது. அதன் விளைவுக்கு அவர்கள் அனைவரும் அரசியல் பொறுப்பாளிகளாவர். அந்த மாநாட்டின் விளைவாக, வடக்கு மற்றும் கிழக்கு மாகாணங்களுக்கு இந்தியத் துருப்புகளை அனுப்புவதற்கு ஜெயவர்த்தனாவுக்கும் இந்தியப் பிரதமர் ராஜீவ் காந்திக்கும் இடையில் 1987 ஜூலையில் இந்திய-இலங்கை ஒப்பந்தம் கைச்சாத்தானது. ஒரு அமைதி உடன்படிக்கையை அமுல்படுத்தும் சாக்குப் போக்கில், இந்த இராணுவ நடவடிக்கையின் உண்மையான நோக்கம், தமிழ் கெரில்லாக்களை நிராயுதபாணியாக்குவதும் ஒப்பந்தத்தின் விதிகளுக்கு எதிராக எழும் எந்தவொரு அரசியல் எதிர்ப்பையும் ஒடுக்குவதுமே ஆகும். அரசாங்கத்தின் வட்ட மேசை மாநாட்டில் ஸ்ரீ.ல.சு.க. பங்கேற்க மறுத்ததோடு, ஜே.வி.பீ.யுடன் சேர்ந்து, எந்தவொரு சமாதான ஒப்பந்தத்திற்கும் எதிராக இனவாத பிரச்சாரமொன்றை முன்னெடுத்தது.

24-6. பாட்டாளிவர்க்க சர்வதேசியவாத நிலைப்பாட்டில் இருந்து, வட்டமேசைப் பேச்சுவார்த்தைகளையும் இந்திய-இலங்கை ஒப்பந்தத்தையும் எதிர்த்து, இராணுவத் தலையீட்டிற்கு எதிராக இலங்கையிலும் இந்தியாவிலும் தொழிலாள வர்க்கத்தின் ஐக்கியத்திற்காக அழைப்பு விடுத்த ஒரே கட்சி பு.க.க. மட்டுமே. ஜெயவர்த்தனாவினதும் ராஜீவ் காந்தியினதும் அரசாங்கங்கள் முகங்கொடுத்துள்ள நெருக்கடிகளில் இருந்து எழுந்துள்ள, துருப்புகளை அனுப்புவதற்கான முடிவு, தொழிலாள வர்க்கத்திற்கும் கிராமப்புற வெகுஜனங்களுக்கும் எதிராக குறிவைக்கப்பட்ட ஒன்றாகும், மற்றும் அது தமிழ் மக்களுக்கு ஒரு பொறியாகும் என்று கட்சி எச்சரித்தது. 1986 ஜூனில் வட்ட மேசை மாநாட்டின் மத்தியில், இலவசக் கல்வியைப் பாதுகாப்பதற்கான ஒரு கூட்டத்திற்காகப் பிரச்சாரம் செய்ததற்காக விஜே டயஸ், புரூட்டன் பெரேரா, ரூமன் பெரேரா ஆகிய மூன்று பு.க.க. உறுப்பினர்களை பொலிஸ் கைது செய்து, ஆறு வாரங்களுக்கு தடுத்து வைத்திருந்தமை தற்செயலான ஒன்றல்ல. விடுவிக்கப்பட்ட சிறிது காலத்தில், புரூட்டன் பெரேரா பு.க.க. இளைஞர் பிரிவுத் தலைவரான விரான் பீரிசுடன் மீண்டும் கைது செய்யப்பட்டார். அனைத்துலகக் குழுவின் அனைத்துப் பகுதிகளும் முன்னெடுத்த பரவலான சர்வதேசப் பிரச்சாரத்தின் பின்னரே அவர்கள் விடுவிக்கப்பட்டனர். தனது "அமைதி" சூழ்ச்சி மீதான எந்தவொரு விமர்சனத்தையும் பற்றிய யூ.என்.பீ.யின் கூர்ந்து அறியும் திறனால்தான் பு.க.கழகத்தை அச்சுறுத்தி அமைதியாக்க செய்வதற்காக இந்த முயற்சி தூண்டிவிடப்பட்டது என்பது தெளிவு.

24-7. இந்திய இலங்கை உடன்படிக்கையானது, தமிழர்களின் ஜனநாயக உரிமைகளுக்கு உத்தரவாதமளிக்க இந்திய அரசாங்கத்தின் மீதும் அதன் இராணுவத்தின் மீதும் நம்பிக்கை வைத்த விடுதலைப் புலிகள் உள்ளிட்ட அத்தனை தமிழ் ஆயுதக் குழுக்களையும் பற்றிய ஒரு அழிவுகரமான அம்பலப்படுத்தலாகும். ஒரு தனியான முதலாளித்துவ ஈழத்தை உருவாக்குவதற்கு இந்திய முதலாளித்துவத்தின் ஆதரவை பெறுவதே அவர்களது முன்னோக்காக எப்போதும் இருந்து வந்துள்ளது. ஆயினும், இந்திராவினதும் ராஜீவ் காந்தியினதும் அரசாங்கங்களுக்கு, தமிழர்களின் ஜனநாயக உரிமைகள் சம்பந்தமாக எவ்விதமான அக்கறையும் இருக்கவில்லை; அவர்கள் பிராந்தியத்தில் மேலாதிக்கச் சக்தியாக ஆவதற்கான புது டில்லியின் குறிக்கோளை முன்நகர்த்தவே தமிழர் போராட்டத்தை சிடுமூஞ்சித்தனமாக பயன்படுத்திக்கொள்ள முயற்சித்தனர். 1987ல், கொழும்பை நெருக்குவதற்காக அதுவே ஊக்குவித்த தமிழர் கிளர்ச்சியை நசுக்குவதற்கு இந்தியாவின் இராணுவரீதியிலான தலையீடு, இந்தியாவில் அமைதியின்மையைத் தூண்டியதுடன்

தெற்காசியாவில் யுத்தத்துக்குப் பிந்திய பிற்போக்கு அரச முறைமையை கீழறுப்பதற்கான அச்சுறுத்தலையும் ஏற்படுத்தியது. ஈ.பீ.ஆர்.எல்.எஃப்., டெலோ, மற்றும் புளொட் உட்பட புது டில்லிக்கு மிக நெருக்கமான கருவிகள், இந்திய ஆக்கிரமிப்பு இராணுவத்திற்கு துணை அமைப்புகளாக செயல்பட்டதுடன், ஈ.பீ.ஆர்.எல்.எஃப். தலைவரான வரதராஜப் பெருமாள் இணைக்கப்பட்ட வடக்கு மற்றும் கிழக்குக்கான மாகாண முதலமைச்சரானார். இந்திய இராணுவம் தனது சவாலற்ற கட்டுப்பாட்டை ஸ்தாபிக்க முனைந்த நிலையில், பரவலான கைதுகள், கற்பழிப்பு, சித்திரவதை மற்றும் சட்டவிரோதக் கொலை நடவடிக்கைகளையும் அது நாடியதால், தமிழ் மக்களை அந்நியப்படுத்தியதோடு விடுதலைப் புலிகளுடன் மோதலுக்கும் இட்டுச் சென்றது. ஆயினும், தனது போராளிகள் வேட்டையாடப்பட்டுக் கொண்டிருந்த நிலையிலும் கூட, விடுதலைப் புலிகள் இந்தியா மீதும் ராஜீவ் காந்தி மீதும் தமது விசுவாசத்தைத் தொடர்ந்து பிரகடனப்படுத்தி வந்தனர்.

24-8. இந்திய-இலங்கை ஒப்பந்தம், இலங்கையில் உள்ள தமிழ் அமைப்புகளின் உறுப்பினர்களிடையேயும் சர்வதேச புலம்பெயர் சமூகத்திடையேயும் ஒரு பரந்த அரசியல் நெருக்கடியை உருவாக்கியது. ஐரோப்பாவில், தங்களது அமைப்புகள் சோரம் போனதற்கான பதில்களைத் தேடிக் கொண்டிருந்த இளம் தமிழ் போராளிகள் ஏராளமாக கலந்து கொண்ட பல கூட்டங்களில் கீர்த்தி பாலசூரியா உரையாற்றினார். மிகத் தொலைநோக்குடைய பிரிவினர், அனைத்துலகக் குழுவின் முன்னோக்கு மற்றும் தொழிலாள வர்க்க நோக்குநிலையின் அடிப்படையில் மட்டுமே தமிழர்கள் மீதான ஒடுக்குமுறையை முடிவுக்குக் கொண்டுவர முடியும் என்ற முடிவுக்கு வந்தனர். அவர்கள் நான்காம் அகிலத்தின் அனைத்துலகக் குழுவில் (ICFI) இணைந்துகொண்டதோடு ஐரோப்பாவிலும் தெற்காசியாவிலும் அதன் வேலைகளில் பலம்வாய்ந்த பங்களிப்பை செய்தனர்.

25. ஸ்ரீலங்கா- தமிழீழ ஐக்கிய சோசலிச அரசுகள்

25-1. 1987 நவம்பரில், "இலங்கையின் நிலைமையும் புரட்சிக் கம்யூனிஸ்ட் கழகத்தின் அரசியல் பணிகளும்" என்ற தலைப்பில், அனைத்துலகக் குழு பிரசுரித்த ஒரு விரிவான அறிக்கை, முதன்முறையாக ஸ்ரீலங்கா- தமிழீழ ஐக்கிய சோசலிச அரசுகள் என்ற சுலோகத்தை எழுப்பியது. நிரந்தரப் புரட்சித் தத்துவத்தின் அடிப்படையில் அமைந்திருந்த அந்த அறிக்கை, தமிழ் மக்களின் ஜனநாயக உரிமைகள் சோசலிசத்திற்கான தொழிலாள வர்க்கத்தின் போராட்டத்தின் ஊடாக மட்டுமே அடையப்பட முடியும் என்று ஒரேகுரலில் வலியுறுத்தியது. வேறு வார்த்தைகளில் சொல்வதானால்,

முதலாளித்துவ மற்றும் குட்டி முதலாளித்துவ இயக்கங்கள் எவ்வளவு உத்வேகமானதாக அல்லது போர்க்குணமிக்கதாக இருந்தாலும், அவற்றால் ஏனைய ஜனநாயகக் கடமைகளைப் போலவே, தேசிய சுய-நிர்ணய பிரச்சினையையும் தீர்க்க முடியாது. இந்த சுலோகம், சோசலிசத்திற்கான போராட்டத்தின் மூலமாக அடிப்படை ஜனநாயக உரிமைகளைப் பாதுகாக்க சிங்கள மற்றும் தமிழ் தொழிலாள வர்க்கத்தை அணிதிரட்டுவதற்காகப் போராடும் பு.க.கழகத்தின் நோக்குநிலையை தெளிவாக வேறுபடுத்திக் காட்டியது, அது பிரிட்டிஷ் தொழிலாளர் புரட்சிக் கட்சி (WRP) செய்திருந்ததைப் போல், தமிழ் தேசிய இயக்கத்தின் ஊக்குவிப்பாளனாக மற்றும் அரசியல் ஆலோசகராக பாத்திரம் ஆற்றுமளவுக்கு கட்சியை தரம் குறைக்கும் எந்தவொரு போக்கிலிருந்தும் வேறுபட்டிருந்தது.

25-2. அனைத்துலகக் குழுவின் அறிக்கை விளக்கியதைப் போல், இரண்டாம் உலகப் போருக்குப் பின்னர் ஸ்தாபிக்கப்பட்ட சுதந்திர அரசுகள் என்றழைக்கப்படுபவற்றில் எதுவும் வெகுஜனங்களின் ஜனநாயக அபிலாசைகளையோ அல்லது அடிப்படையான சடத்துவ தேவைகளையோ பூர்த்தி செய்திருக்கவில்லை. "மாற்றமின்றி, ஏகாதிபத்திய ஒப்புதலுடனான 'சுதந்திரம்' என்பது, முறைதவறிப் பிறந்த அரசுகளை அமைப்பதையே அர்த்தப்படுத்துகிறது. ஜனநாயகக் கோட்பாடுகளை தவிர்க்க முடியாதவாறு சமரசம் செய்வதன் மீதே இந்த அரசுகளின் அத்திவாரம் அமைக்கப்பட்டுள்ளது. இந்த நிகழ்வுப்போக்கில், தேசிய முதலாளித்துவம் ஒடுக்கப்பட்ட மக்களின் விடுதலையாளனாக செயற்படாமல், ஏகாதிபத்திய சூறையாடலின் பிரதான பங்காளியாகவே செயல்பட்டிருக்கிறது. இந்த நிகழ்வுப்போக்கில் உருவாக்கப்பட்ட அரசின் வகையானது, உற்பத்தி சக்திகளின் முற்போக்கான அபிவிருத்திக்கு, சாத்தியமற்றதாகியுள்ள, அழுகிப் போய்க்கொண்டிருக்கும் முதலாளித்துவத்திற்கான ஒரு சிறைக்கூடமே தவிர வேறொன்றுமில்லை.... இத்தகைய நிலைமைகளில் இருந்தே, முதலாளித்துவத்தின் மகிழ்ச்சியான ஒப்புதலுடன் இனவாத யுத்தப் பயங்கரங்கள் எழுகின்றன. முதலாளித்துவ ஆட்சி நீடிக்கும் வரை இத்தகைய நிலவரம் மாற்றப்பட முடியாதது. இந்தியா, பாகிஸ்தான், இலங்கை, பங்களாதேஷ், பர்மா ஆகிய நாடுகளின் சுதந்திரத்திற்குப் பிந்தைய வரலாறு மற்றும் உண்மையில் உலகின் ஒவ்வொரு முன்னாள் காலனித்துவ நாட்டினதும் வரலாறு, முதலாளித்துவத்தால் உண்மையான தேசிய ஐக்கியத்தையும் அரசியல் சுயாதீனத்தையும் ஸ்தாபிக்க முடியாது என்பதையே தீர்க்கமாக நிரூபித்துள்ளன."[57]

57. *Fourth International*, Volume 15, No. 1, January-March 1988, pp. 20-21.

25-3. இதனையடுத்து, இந்த முதலாளித்துவ ஜனநாயகக் கடமைகள் தொழிலாள வர்க்கத்தின் மீது சுமத்தப்படுகின்றன. சுய-நிர்ணய உரிமையை உயர்த்திப் பிடித்த அதேசமயம், சோசலிசப் புரட்சி மூலோபாயத்தின் மூலம் மட்டுமே தேசிய சுயநிர்ணயத்தை அடைய முடியும், அதனால் அது அந்த மூலோபாயத்துக்குக் கீழ்ப்பட்டதே என அனைத்துலகக் குழு வலியுறுத்தியது. "தேசிய இனங்களின் சுயநிர்ணய உரிமையை யதார்த்தமாக்கக் கூடிய ஒரே சமூக சக்தி இது [தொழிலாள வர்க்கம்] மட்டுமே. ஆயினும், அதனை தேசிய முதலாளித்துவத்தின் துணையுறுப்பாக இருந்து கொண்டு செய்ய முடியாது, மாறாக அதன் சமரசமற்ற எதிரியாக இருந்தே இதனைச் செய்ய முடியும். தனது சொந்த ஆயுதங்களின் மூலமும், தனது சொந்த வேலைத்திட்டத்தின் அடிப்படையிலும், கிராமங்கள் மற்றும் நாட்டுப்புறங்களைச் சேர்ந்த ஒடுக்கப்பட்ட மக்கள் அனைவரையும் தனக்குப் பின்னால் அணிதிரட்டிக்கொண்டே அது சுய-நிர்ணயத்திற்காகப் போராடுகிறது. தனது சர்வாதிகாரத்தை ஸ்தாபித்துக்கொண்டு, சகல ஒடுக்கப்பட்ட மக்களுக்கும் அவர்களது நியாயமான ஜனநாயக உரிமைகளை உத்தரவாதம் செய்யும் தொழிலாள வர்க்கத்தின் தலைமையில், சோசலிசப் புரட்சியின் ஒரு துணை விளைவாகவே சுயநிர்ணயம் சாதிக்கப்படுகிறது. தேசிய இனங்களின் உண்மையான சமத்துவத்துக்கான ஒரு திட்ட வரம்பாக, அது சுயவிருப்பின் அடிப்படையில் உருவாக்கப்படும் ஒரு ஐக்கிய சோசலிச ஒன்றியத்தை முன்மொழிகிறது. ஒடுக்கப்பட்ட தேசிய இனங்கள் அனைத்தும் தானாகவே ஒன்று சேர்வதானது பொருளாதார மற்றும் கலாச்சார முன்னேற்றத்திற்கான சிறந்த வாய்ப்பை வழங்கும் என்று நம்பும் அதே சமயம், பாட்டாளிவர்க்க சர்வாதிகாரமானது பிரிந்து செல்ல விரும்பும் இனங்களுக்கு அவ்வாறு செய்வதற்கான உரிமை உள்ளது என்பதையும் உறுதிப்படுத்துகிறது. இது தான் ஸ்ரீலங்கா-தமிழீழ ஐக்கிய சோசலிச அரசுகளுக்காக பு.க.க. அபிவிருத்தி செய்த வேலைத்திட்டத்தின் இன்றியமையாத உள்ளடக்கமாகும்."[58]

25-4. இந்திய முதலாளித்துவத்திடம் புலிகள் அரசியல்ரீதியாக மண்டியிட்டதின் வெளிச்சத்தில், பல்வேறு தேசிய விடுதலை இயக்கங்களின் பண்பை மறுமதிப்பீடு செய்யும் நிகழ்வுப்போக்கையும் அனைத்துலகக் குழுவின் அறிக்கை தொடக்கியது. இரண்டாம் உலகப் போருக்கு முன்பும் பின்பும் தோன்றிய, இனம், கைமொழி, மதம் மற்றும் சாதியைக் கடந்து வெகுஜனங்களை ஈர்த்த பரந்த காலனித்துவ-எதிர்ப்பு இயக்கங்களுக்கு நேர் மாறான வகையில்,

---

58. அதே இதழ், பக்கம் 21

விடுதலைப் புலிகள் போன்ற அமைப்புகள் தேசிய தனித்துவத்தை அடிப்படையாகக் கொண்டிருந்தன. இது, லெனின் எச்சரித்திருந்ததைப் போல், தேசிய முதலாளித்துவம் தனது சொந்த "சுதந்திர" அரசுக்குள் தொழிலாளர்களையும் விவசாயிகளையும் சுரண்டுவதற்காக, தனது சொந்த தேசிய அந்தஸ்துகளையும் நிலைமைகளையும் ஸ்தாபிப்பதான விடயமாக மட்டுமே சுய நிர்ணயப் பிரச்சினையை நோக்குகிறது. விடுதலைப் புலிகளைப் பொறுத்தவரை, தீவின் மையத்தில் இருக்கும் இலட்சக்கணக்கான தமிழ் தோட்டத் தொழிலாளர்களுக்கோ அல்லது பாக்கு நீரிணையைக் கடந்து தென்னிந்தியாவில் இருக்கும் பரந்த தமிழ் மக்களுக்கோ எந்த முன்னோக்கையும் கொண்டிராத, இலங்கையிலுள்ள தமிழ் முதலாளித்துவத்தின் அற்பமான இலட்சியங்களையே பிரதிநிதித்துவப்படுத்தும் முதலாளித்துவ தமிழர் ஐக்கிய விடுதலை கூட்டணியிடம் இருந்து நேரடியாகப் பெற்றுக்கொள்ளப்பட்டதே ஒரு தனி ஈழத்திற்கான அதன் வேலைத்திட்டமாகும்.

25-5. ஆவணத்தில் மேற்கோளிடப்பட்டுள்ள பு.க.க. அறிக்கை ஒன்று விளக்கியதாவது: "தேசிய பிரத்தியேகவாத அடிப்படையைக் கொண்ட, மற்றும் தனது சொந்த உரிமைகளை மட்டும் வெல்லும் நோக்கம் கொண்ட ஒரு இயக்கத்தின் மூலம் தேசிய விடுதலையை சாதிக்க முடியாது. நமது சகாப்தத்தில், அத்தகையதொரு இயக்கத்தால் உருவாக்கக் கூடிய மக்கள் இயக்கத்தின் வலிமை என்னவாக இருந்தாலும், அது முதலாளித்துவ தேசங்களிடையே தான் தனிமைப்படுவதைக் காணும். ஒரு குறிப்பிட்ட ஒடுக்கப்பட்ட தேசிய இனத்தின் விடுதலை இயக்கமானது ஜனநாயகத்திற்காக முழுமையாகவும் நிபந்தனைகளின்றியும் போராடுகின்ற ஒரு இயக்கத்தின் பகுதியாக மட்டுமே முன்செல்ல முடியும். அத்தகைய ஒரு இயக்கத்தின் பாகமாக ஆகவிடாமல் ஒரு ஒடுக்கப்பட்ட தேசிய இனத்தின் தேசிய விடுதலைப் போராட்டத்தை தடுப்பது இந்த தேசிய பிரத்தியேகவாதமே ஆகும். இறுதி ஆய்வில், தேசிய பிரத்தியேகவாதமானது தனது சொந்த நாட்டில் தொழிலாளர்களையும் விவசாயிகளையும் சுரண்டுவதற்கு தேசிய முதலாளித்துவம் மேற்கொள்ளும் முயற்சிகளுடன் தொடர்புபட்டதாக இருப்பதே இதற்குக் காரணம். இங்கே தான் தமிழ் ஈழ விடுதலைப் புலிகளின் அரசியல்ரீதியான வலுவற்ற நிலை வெளிப்படுகின்ற தோற்றுவாய் அமைந்திருக்கிறது."[59] தேசிய இனங்களின் சுயநிர்ணய உரிமைக்கு மார்க்சிச இயக்கம் அளிக்கக் கூடிய ஆதரவு பற்றிய ஒரு

---

59. அதே இதழ், பக்கம் 20

பரந்த ஆய்வுக்கான அடித்தளத்தை அனைத்துலகக் குழுவின் அறிக்கை அமைத்தது.

25-6. இந்த அறிக்கை வெளியான சிறிது காலத்தில், கீர்த்தி பாலசூரியா 1987 டிசம்பர் 18 அன்று மாரடைப்பால் திடீரென துன்பகரமாக மரணமடைந்தார். அப்போது வெறும் 39 வயதையே அடைந்திருந்த அவர், தனது ஒட்டுமொத்த இளமை வாழ்க்கையையும் ட்ரொட்ஸ்கிசத்திற்கான போராட்டத்திற்கு அர்ப்பணித்திருந்தார். ல.ச.ச.கட்சியின் காட்டிக் கொடுப்பால் உருவாகியிருந்த அரசியல் குழப்பத்தின் மத்தியில், 19 வயதில் பு.க.கழகத்திற்கு தலைமை வகிக்கும் பிரமாண்டமான பொறுப்பை ஏற்ற பாலசூரியா, அதன் மூலம் இலங்கைத் தொழிலாள வர்க்கம் சர்வதேச ட்ரொட்ஸ்கிச இயக்கத்துடன் கொண்டிருந்த உறவுகளை மறுபடிம் புத்துயிர்பெறச் செய்தார். 1960களின் பிற்பகுதியிலும் 1970களிலும் மத்தியதர வர்க்க தீவிரவாத அலைக்கும், விடுதலைப் புலிகள் மற்றும் ஜே.வி.பீ. போன்ற இயக்கங்களுக்கு உயிர்கொடுத்த "ஆயுதப் போராட்ட" கொள்கைக்கும் எதிராக பாலசூரியாவும் பு.க.கழகமும் எழுந்து நின்றனர். ஸ்ராலினிசக் கட்சிகள் மற்றும் அவற்றின் பல்வேறு பப்லோவாத பரிந்துரையாளர்களிடம் இருந்து மட்டுமன்றி, அனைத்துலகக் குழுவுக்குள்ளேயே தொழிலாளர் புரட்சிக் கட்சி மூலமும் நிரந்தரப் புரட்சித் தத்துவம் உலகளாவிய தாக்குதலுக்கு உள்ளாகியிருந்த சமயத்தில் அவர் அதைப் பாதுகாத்தார். அவ்வாறு செய்கையில், ஆசியாவிலும் சர்வதேசரீதியாகவும் ட்ரொட்ஸ்கிசத்திற்கான போராட்டத்திற்கு பாலசூரியா அழியாதவொரு பங்களிப்பைச் செய்தார்.

25-7. அவரது மரணச்சடங்கில் பேசுகையில், டேவிட் நோர்த் விளக்கியதாவது: "ட்ரொட்ஸ்கி போராடிய முன்னோக்கின் விஞ்ஞானபூர்வமான செல்லுபடியான தகைமையில் தோழர் கீர்த்தி ஆழமான நம்பிக்கை கொண்டிருந்தார். குட்டி முதலாளித்துவ தீவிரவாதிகள் மா சே துங், ஹோ சி மின் மற்றும் பிடல் காஸ்ட்ரோவின் 'வெற்றிகளால்' ஈர்க்கப்பட்டிருந்த சமயத்தில், இந்த கிரகத்தில் எப்போதுமே புரட்சிகரமாக இருக்கும் ஒரே சக்தியான தொழிலாள வர்க்கத்தை நோக்கியதாகவே மார்க்சிஸ்டுகளின் அரசியல் நோக்குநிலை இருக்க முடியும் என கீர்த்தி வலியுறுத்தினார்... இனிவரும் உடனடிக் காலகட்டத்தில், தொழிலாளர்கள், ஆசியாவில் மட்டுமன்றி உலகெங்கிலும், தோழர் கீர்த்தியின் எழுத்துக்களை வாசித்துக் கற்றுக்கொள்வர். அப்போது இளைஞர்களின் ஆசிரியர்களாக மா சேதுங்குகளோ, ஹோ சின் மின்களோ, காஸ்ட்ரோக்களோ இருக்கப் போவதில்லை என்பதில் நாங்கள்

நம்பிக்கையுடன் இருக்கிறோம். மாறாக, தொழிலாளர்கள் மற்றும் இளைஞர்கள் இடையேயான முன்னேறிய பகுதியினர், கீர்த்தி பாலசூரியாவிடம் இருந்தும் புரட்சிக் கம்யூனிஸ்ட் கழகத்திடம் இருந்தும் மற்றும் நான்காம் அகிலத்தின் அனைத்துலகக் குழுவிடமும் இருந்தே தங்களது புரட்சிகரப் பாடங்களை கற்கவுள்ளனர்."60

25-8. பாலசூரியாவின் அகால மரணம் புரட்சிக் கம்யூனிஸ்ட் கழகத்துக்கும் அனைத்துலகக் குழுவுக்கும் மற்றும் சர்வதேச தொழிலாள வர்க்கத்துக்கும் ஒரு பெரும் அரசியல் அடியாக விழுந்தது. பிரிட்டிஷ் தொழிலாளர் புரட்சிக் கட்சி ஓடுகாலிகளுடனான பிளவுக்குப் பிந்தைய உடனடிக் காலத்தில், புரட்சிக் கம்யூனிஸ்ட் கழகத்தை தெளிவுபடுத்தும் மற்றும் பலப்படுத்தும் நடவடிக்கைகள் இடம்பெற்றுக்கொண்டிருந்த தீர்க்கமான நேரத்திலேயே அந்த மரணம் நிகழ்ந்தது. அவரால் பயிற்றுவிக்கப்பட்ட காரியாளர்கள் அவரது இழப்பைத் தாங்கிக்கொண்டு, விஜே டயஸின் தலைமையின் கீழ் மீண்டும் வலுப்பெற்று, விரிவடைந்து வந்த உள்நாட்டுப் போரின் சிக்கலான நிலைமைகளின் கீழ் சோசலிச சர்வதேசியவாதத்திற்காக தொடர்ந்தும் போராட்டத்தை முன்னெடுத்தமை, பாலசூரியாவுக்கும் அவர் போராடிய கோட்பாட்டுக்கும் சான்றாக அமைந்தது.

26. நான்காம் அகிலத்தின் அனைத்துலகக் குழுவின் சர்வதேச முன்னோக்குகள்

26-1. 1988 ஆகஸ்டில் வெளியான, "உலக முதலாளித்துவ நெருக்கடியும் நான்காம் அகிலத்தின் பணிகளும்" என்ற அனைத்துலகக் குழுவின் முன்னோக்குத் தீர்மானம், உலகப் பொருளாதாரம் மற்றும் உலக அரசியல் பற்றிய முழு விரிவான பகுப்பாய்வுகளை முதல் தடவையாக வழங்கியது. இத்தகைய வேலைகளை பிரிட்டிஷ் தொழிலாளர் புரட்சிக் கட்சி 1970களின் ஆரம்பத்தில் இருந்தே கைவிட்டிருந்தது. அந்தத் தீர்மானம், அனைத்துலகக் குழுவின் அனைத்துப் பகுதிகளதும் நெருக்கமான ஒருங்கிணைவிற்கு அடித்தளத்தை அமைத்தது. உற்பத்தி நிகழ்வுபோக்குகளது முன்கண்டிராத அளவிலான பூகோள ஒருங்கிணைப்பின் உள்ளர்த்தங்களை ஆய்வு செய்வதே இந்த ஆவணத்தின் மையமாக இருந்தது. உலகப் பொருளாதார உறவுகளிலான ஒரு பண்புரீதியான நகர்வைக் குறிக்கும், உற்பத்தி நிகழ்வுபோக்குகளில் இத்தகைய பூகோள ஒருங்கிணைப்பு, தொழிலாள வர்க்கத்தின் அனைத்துலக ஐக்கியத்தையும் உலக

60. அதே இதழ், பக்கம் 9-10

சோசலிசப் பொருளாதாரத்திற்கான அடித்தளத்தையும் புறநிலையில் பலப்படுத்தியுள்ளது. "வர்க்கப் போராட்டம் என்பது வடிவத்தில் மட்டுமே தேசியரீதியானது, ஆனால் சாராம்சத்தில் அது சர்வதேசப் போராட்டமாகும், என்பதே வெகுகாலமாக மார்க்சிசத்தின் அடிப்படை கூற்றாக இருந்து வந்திருக்கிறது. ஆயினும், முதலாளித்துவ அபிவிருத்தியின் புதிய அம்சங்களைப் பொறுத்தளவில், வர்க்கப் போராட்டத்தின் வடிவமும் கூட ஒரு சர்வதேசத் தன்மையை எடுத்தாக வேண்டும்... தொழிலாள வர்க்கத்தின் மிக அடிப்படையான போராட்டங்களும் கூட, சர்வதேச அளவில் நடவடிக்கைகளை ஒருங்கிணைப்பதன் அவசியத்தை முன்வைக்கின்றன. முன்கண்டிராத அளவிலான மூலதனத்தின் சர்வதேச இயக்கமானது வெவ்வேறு நாடுகளின் தொழிலாள இயக்கத்தின் அனைத்து தேசியவாத வேலைத்திட்டங்களையும் காலத்திற்கு ஒவ்வாதவையாகவும் பிற்போக்குத்தனமானவையாகவும் ஆக்கியிருக்கின்றன. சகல இடங்களிலும் இத்தகைய வேலைத்திட்டங்கள், தொழிற்சங்க அதிகாரத்துவங்கள் உலகச் சந்தையில் "தங்களது" முதலாளித்துவ நாட்டின் நிலையை வலுப்படுத்துவதற்கு தொழிலாளர்களின் வாழ்க்கைத் தரங்களை திட்டமிட்டுக் குறைப்பதில் "தங்களது" ஆளும் வர்க்கங்களுடன் விரும்பி ஒத்துழைப்பதையே அடிப்படையாகக் கொண்டு அமைந்திருக்கின்றன"[61]

26-2. தேசிய அடித்தளம் கொண்ட வேலைத்திட்டங்களின் திவால்நிலை, தொழிலாள வர்க்கத்தின் பழைய தலைமைகளை பரவலாகப் பற்றிக்கொண்டுள்ள "கைவிடுதல்வாத" அலையில் பிரதிபலிக்கின்றது. "பாட்டாளி வர்க்கம் சமூகத்தில் ஒரு தனித்துவமான வர்க்கமாக இருப்பதுடன் அது முதலாளித்துவ சுரண்டலுக்கு எதிராக தனது சுயாதீனமான நலன்களைப் பாதுகாத்தாக வேண்டும் என்ற அடிப்படை கொள்கைகளைக் கூட" ஸ்ராலினிச மற்றும் சமூக ஜனநாயகக் கட்சிகளும் தொழிற்சங்கங்களும் புறக்கணிக்கின்றன. சோவியத் ஒன்றியம், கிழக்கு ஐரோப்பா மற்றும் சீனாவில் ஸ்ராலினிச அதிகாரத்துவங்களின் அதிகரித்துவரும் சீரழிவை அனைத்துலகக் குழு விரிவாக ஆராய்ந்தது. சகல நடுத்தர வர்க்க சந்தர்ப்பவாத போக்குகளுக்கும் எதிராக, கோர்பச்சேவின் கிளாஸ்த்நோஸ்ட்டும் (ஒளிவுமறைவின்மை glasnost) மற்றும் பெரெஸ்துரோய்காவும் (புனர்நிர்மாணம் perestroika) முதலாளித்துவ மீட்சிக்கான கொள்கைகளே என்று நான்காம் அகிலம் வலியுறுத்தியமை துரிதமாக நிரூபணமும் ஆனது. இலங்கையில் தமிழ் ஆயுதக் குழுக்களின்

61. (உலக முதலாளித்துவ நெருக்கடியும் நான்காம் அகிலத்தின் பணிகளும்), The World Capitalist Crisis and the Tasks of the Fourth International, pp. 6-7.

நெருக்கடி, ஏகாதிபத்தியத்திற்கு எதிராக ஒரு இடைவிடாத போராட்டத்தை முன்னெடுப்பதற்கு தேசிய முதலாளித்துவம் இலாயக்கற்றதாக இருப்பதில் இருந்தே எழுகின்றது என அந்த ஆவணம் நிறுவியது. புது டில்லியிடம் தமிழீழ விடுதலைப் புலிகளின் சரணடைவானது, பாலஸ்தீனக் கிளர்ச்சியை (intifada) அரபு முதலாளித்துவத்தின் பிற்போக்குத்தனமான நலன்களுக்கு பாலஸ்தீன விடுதலை இயக்கம் (PLO) அடிபணியச்செய்ததற்கும், நிக்கராகுவாவின் சன்டாநிஸ்டாக்கள் வலதுசாரி கொண்ட்ரா கிளர்ச்சியாளர்களுடன் செய்து கொண்ட ஒப்பந்தத்துக்கும் சமாந்தரமாய் கூறத்தக்கது.

26-3. உற்பத்தியின் பூகோள ஒருங்கிணைப்பு, முதலாளித்துவத்தின் ஒரு புதிய பொற்காலத்தைத் திறந்து விடுவதற்கு மாறாக, உலகப் பொருளாதாரத்திற்கும் காலங்கடந்துபோய்விட்ட தேசிய அரசு அமைப்புமுறைக்கும் இடையிலும், மற்றும் சமூக உற்பத்திக்கும் தனியார் சொத்துடைமைக்கும் இடையிலும் அமைந்திருக்கக் கூடிய அடிப்படை முரண்பாடுகளை ஒரு புதிய உச்சத்திற்கு தீவிரமாக உயர்த்தியது. அமெரிக்காவின் பொருளாதார வீழ்ச்சி, ஏகாதிபத்திய உட் பகைமைகளின் அதிகரிப்பு, குறிப்பாக ஆசியாவில் தொழிலாள வர்க்கத்தின் புதிய பெரும் படையணிகளின் தோற்றம், பின்தங்கிய நாடுகள் மேலும் வறுமைக்குள் தள்ளப்படுதல் மற்றும் ஸ்ராலினிசத்தின் நெருக்கடி ஆகியவை உட்பட, புரட்சிகர எழுச்சிகளின் ஒரு புதிய காலகட்டத்திற்கான உந்துசக்திகளை இத்தீர்மானம் அடையாளம் கண்டது.

26-4. தனது மூலோபாயப் பணிகளுக்குத் திரும்பிய அனைத்துலகக் குழு, பிரிட்டிஷ் தொழிலாளர் புரட்சிக் கட்சியின் சீரழிவின் பெறுபேறாக இருந்த மிச்சசொச்சமான தேசியவாதப் போக்குகளில் இருந்து மீள்வதன் பேரில், 1985-86 பிளவினைத் தொடர்ந்து முன்னெடுக்கப்பட்ட போராட்டத்தின் படிப்பினைகளை சுருக்கமாக விவரித்தது. "புரட்சிகர சர்வதேசியவாதமானது சந்தர்ப்பவாதத்திற்கு நேர்விரோத அரசியல் எதிரியாகும். சந்தர்ப்பவாதமானது ஏதேனும் ஒரு வடிவத்தில், அவ்வப்போதான தேசியச் சூழலுக்குள் அரசியல் வாழ்க்கையின் யதார்த்தங்கள் என சொல்லப்படுவனவற்றுக்கு ஒரு நிச்சயமான அடிபணிவை வெளிப்படுத்துகின்றது. எப்போதும் குறுக்கு வழிகளைத் தேடும் சந்தர்ப்பவாதம், உலக சோசலிசப் புரட்சிக்கான அடிப்படை வேலைத்திட்டத்திற்கு மேலாக ஏதேனும் ஒரு தேசியவாத தந்திரோபாயத்தை உயர்த்திப் பிடிக்கும். ஒரு சந்தர்ப்பவாதி, உலக சோசலிசப் புரட்சியின் வேலைத்திட்டத்தை மிகவும் அரூபமானதாகக் கருதி, ஸ்தூலமான தந்திரோபாய முன்முயற்சிகளெனக் கூறப்படுவதன் மீது பேராவல் கொள்கின்றார். ஒரு சந்தர்ப்பவாதி, தொழிலாள

வர்க்கத்தின் சர்வதேச பண்பை 'மறக்க' முடிவு செய்வதோடு மட்டுமன்றி, ஒவ்வொரு நாட்டிலுமான நெருக்கடியின் தவிர்க்கவியலாத தோற்றுவாய் உலகளாவிய முரண்பாடுகளிலேயே இருக்கின்ற நிலையில், அந்த நெருக்கடியை ஒரு சர்வதேச வேலைத்திட்டத்தின் அடிப்படையில் மட்டுமே தீர்க்க முடியும் என்ற உண்மையையும் அவர் 'காணத்தவறுகிறார்'. கட்சியின் அரசியல் செயற்திட்டங்களில் ஒரு தேசிய தந்திரோபாயம் எந்தளவு முக்கியத்துவம் வாய்ந்த பாத்திரம் ஆற்றினாலும், அந்த தேசிய தந்திரோபாயம், அனைத்துலகக் குழுவின் உலக மூலோபாயத்திலிருந்து வேறாக்கப்பட்டு அதற்கு மேலானதாக இருத்தப்பட்டாலோ, அல்லது அதற்குச் சமமான ஒன்றைச் செய்தாலோ, அதனால் அதன் புரட்சிகர உள்ளடக்கத்தைக் காக்க முடியாது. இதனால், அனைத்துலகக் குழுவின் பகுதிகள், அவை செயல்படுகின்ற நாடுகளில் உள்ள தொழிலாளர் இயக்கத்துக்கு செய்யக் கூடிய மைய வரலாற்றுப் பங்களிப்பு, உலக சோசலிசப் புரட்சி முன்னோக்கிற்கான கூட்டான ஐக்கியப்பட்ட போராட்டம் ஆகும்."[62]

27. சோவியத் ஒன்றியத்தின் பொறிவு

27-1. இந்த சர்வதேசிய முன்னோக்கு அனைத்துலகக் குழுவினை 1989ல் வெடித்த ஸ்ராலினிசத்தின் அரசியல் நெருக்கடிக்கு தயார்படுத்தியிருந்தது. சீனாவில் வெகுஜனப் போராட்டங்களுடன் ஸ்ராலினிசத்தின் நெருக்கடி வெடித்ததைத் தொடர்ந்து, கிழக்கு ஐரோப்பாவில் ஸ்ராலினிச ஆட்சிகள் பொறிந்ததுடன், அதன் உச்சகட்டமாக 1991 டிசம்பரில் சோவியத் ஒன்றியம் உத்தியோகபூர்வமாகக் கலைக்கப்பட்டது. சோவியத் ஒன்றியத்தின் அழிவு சர்வதேசத் தொழிலாள வர்க்கத்திற்கு ஒரு அரசியல் அடியாக விழுந்ததுடன் கணிசமானளவு நோக்குநிலை தவறலையும் குழப்பத்தையும் விளைவித்தது. முதலாளித்துவத்தின் வெற்றி ஆரவாரத்துக்கு எதிராக, சோவியத் ஒன்றியத்தின் முடிவானது முதலாளித்துவ சந்தையின் வெற்றியையோ சோசலிசத்தின் முடிவையோ குறிக்கவில்லை என்று அனைத்துலகக் குழு மட்டுமே வலியுறுத்தியது. 1936ல் வெளியான "காட்டிக் கொடுக்கப்பட்ட புரட்சி" என்னும் எதிர்கால நிகழ்வினை எடுத்துக்காட்டிய தனது நூலில், ட்ரொட்ஸ்கி சோவியத் தொழிலாள வர்க்கம் ஸ்ராலினிச அதிகாரத்துவத்தை தூக்கிவீச ஒரு அரசியல் புரட்சியை நடத்தாவிடில், ரஷ்யப் புரட்சியின் எஞ்சியிருக்கும் சமூக வெற்றிகள் இறுதியாகக் அழிக்கப்படுவதோடு முதலாளித்துவ சொத்து உறவுகள் மீள்ஸ்தாபிதம்

62. அதே நூல் பக்கம் 70-71

செய்யப்படும் என்பதை முன்னறிவித்திருந்தார். சோவியத் ஒன்றியத்தின் முடிவு சோசலிசத்தின் தோல்வியைப் பிரதிநிதித்துவம் செய்யவில்லை, மாறாக, ஸ்ராலினிசத்தினதும் பூகோள உற்பத்தியின் தாக்கத்தின் கீழ் அதன் "தனியொரு நாட்டில் சோசலிசம்" என்னும் பிற்போக்கு தேசியவாத முன்னோக்கினதும் தோல்வியையே குறித்தது. உலக சோசலிசப் புரட்சிக்கான போராட்டத்தை நெடுங்காலத்துக்கு முன்பே கைவிட்டிருந்த ஸ்ராலினிச அதிகாரத்துவம், தன்னை பூகோள முதலாளித்துவத்துடன் ஒருங்கிணைத்து, அதன் ஊடாக, முதலாளித்துவ தனியார் சொத்துடமையில் தனது சொந்த சிறப்புரிமைகளை ஆழப் பதியவைப்பதன் மூலமே சோவியத் பொருளாதாரத்தின் நெருக்கடிக்கும் வளர்ச்சிகண்டுவந்த தொழிலாள வர்க்கத்தின் அமைதியின்மைக்கும் பதிலிறுத்தது. சோவியத் ஒன்றியத்தின் வீழ்ச்சி, யுத்தத்துக்குப் பிந்திய ஒழுங்கின் பொறிவினதும் மற்றும் உலகப் பொருளாதாரத்துக்கும் திவாலான தேசிய அரசுக்கும் இடையிலான முதலாளித்துவத்தின் அடிப்படை முரண்பாடுகள் உக்கிரமடைந்ததனதும் ஒரு விளைவே ஆகும். முதலாளித்துவத்துக்கு ஒரு புதிய செழிப்பான காலத்தை திறந்து விடுவதற்குப் பதிலாக, சோவியத் ஒன்றியத்தினதும் அதன் தன்னிறைவு (சுய தேவை பூர்த்தி) தேசிய பொருளாதாரத்தினதும் முடிவு, தேசிய பொருளாதார ஒழுங்குகளை அடிப்படையாகக் கொண்டிருந்த சகல கட்சிகளிதும் மற்றும் அமைப்புகளினதும் உருமாற்றத்தை அல்லது பொறிவை முன்னறிவித்தது. முதலாளித்துவத்தின் அடிப்படை முரண்பாடுகள் தீவிரமடைகின்றமை தவிர்க்கவியலாமல் ஆழமான பொருளாதார நெருக்கடி, போர்கள் மற்றும் புரட்சியின் ஒரு புதிய காலகட்டத்திற்கு வழிவகுக்கும்.

27-2. சோவியத் மற்றும் கிழக்கு ஐரோப்பியத் தொழிலாள வர்க்கத்தால் முதலாளித்துவ மீட்சிக்கு தனது சொந்த பதிலிறுப்பை அபிவிருத்தி செய்யவியலாமல் போனதென்பது, பல்வேறு ஸ்ராலினிச, சமூக ஜனநாயக மற்றும் முதலாளித்துவ தேசிய அதிகாரத்துவங்களின் நெடுங்கால ஆதிக்கத்தினாலும், எல்லாவற்றுக்கும் மேலாக, 1930களில் ஸ்ராலின் மற்றும் அவரது அடியாட்களால் புரட்சிகர மார்க்சிசத்தின் மிகச்சிறந்த பிரதிநிதிகள் படுகொலை செய்யப்பட்டதாலும் சர்வதேச தொழிலாள வர்க்கத்தின் அரசியல் நனவுக்கு இழைக்கப்பட்ட பிரம்மாண்டமான சேதாரத்தை தெளிவாக வெளிப்படுத்தியுள்ளது. சோசலிசப் புரட்சி தன்னியல்பாக எழும் என்ற எந்தவொரு கருத்துருவுக்கும் எதிராக, அனைத்துலகக் குழுவின் 12வது நிறைவுப் பேரவைக்கு (Plenum) டேவிட் நோர்த் வழங்கிய அறிக்கை விளக்கியது: "வர்க்கப் போராட்டங்கள் தீவிரமடைவதானது புரட்சிகர

இயக்கத்திற்கு பொதுவான அடித்தளத்தை வழங்குகிறது. ஆனால் அதன் அபிவிருத்திக்கு அவசியமாகின்ற, ஒரு உண்மையான புரட்சிகர சூழ்நிலைக்கான வரலாற்று அமைவை தயாரிக்கின்ற அரசியல், புத்திஜீவித்தன, இன்னும் சேர்த்துக்கொண்டால் கலாச்சார ரீதியான சூழலை அதனால் தானாகவே நேரடியாகவும் தன்னியல்பாகவும் உருவாக்கி விட முடியாது,"[63]. தொழிலாள வர்க்கத்திற்குள் மார்க்சிசத்தின் மகத்தான அரசியல் கலாச்சாரத்தை மீளஸ்தாபிதம் செய்யும் பொறுப்பு அனைத்துலகக் குழுவின் தோள்களில் சுமத்தப்படுகிறது என்று அந்த அறிக்கை முடிவடைகின்றது. மலையெனக் குவிந்த பொய்களின் கீழ், ரஷ்யப் புரட்சியினதும் குறிப்பாக லியோன் ட்ரொட்ஸ்கியின் வேலைகளினதும் முக்கியத்துவத்தை புதைத்து விட முயன்ற, "சோவியத்துக்குப் பிந்தைய பொய்மைப்படுத்தல் பள்ளி" என்று அனைத்துலகக் குழுவால் வகைப்படுத்தப்பட்ட, பல்வேறு கூறுகளை முறையாக அம்பலப்படுத்துவதே அனைத்துலகக் குழுவின் அடுத்த கட்ட நடவடிக்கைகளின் இன்றியமையாத அங்கங்களாக இருந்தன.

27-3. கிழக்கு ஐரோப்பாவிலும் முன்னாள் சோவியத் குடியரசுகளிலும், ஸ்ராலினிச ஆட்சிகளின் வீழ்ச்சி, அந்நிய முதலீட்டுக்குத் துரிதமாக திறந்து விடப்படுவதற்கும், அரும்பிவந்த அரசியல் கொள்ளைக் கூட்டத்தால் அரசு நிறுவனங்கள் ஒட்டுமொத்தமாக கொள்ளையடிக்கப்படுவதற்கும் மற்றும் உழைக்கும் மக்களின் வாழ்க்கைத் தரங்கள் திகைப்பூட்டும் வகையில் சரிந்து போவதற்கும் வழிவகுத்தது. சீனாவில் முதலாளித்துவ மீட்சி நிகழ்வுப்போக்கு இன்னும் நெடியதாய் இருந்தது. புரட்சி நடந்து வெறும் 23 ஆண்டுகளே கடந்திருந்த நிலையில், 1972ல் மாவோவாத ஆட்சி அமெரிக்க ஏகாதிபத்தியத்துடன் ஒரு கூட்டிணைவுக்குச் சென்றமை, ஏறத்தாழ சோவியத் ஒன்றியத்துக்கு எதிரான ஒரு கூட்டணிக்கும் சீனாவின் பொருளாதார உறவுகளை மேற்குடன் மீள் ஸ்தாபிதம் செய்துகொள்வதற்கும் வழி வகுத்தது. 1978ல் டெங் சியாவோபிங் ஆட்சிக்கு வந்த பின்னர், சீனாவை வெளிநாட்டு முதலீட்டுக்குத் திறந்துவிடுவதும் முதலாளித்துவ சந்தை உறவுகளை மீட்பதும் ஆரம்பிக்கப்பட்டமை, தொழிலாள வர்க்கத்தின் வளர்ச்சிகண்டுவந்த எதிர்ப்பை உருவாக்கிவிட்டது. 1989 ஜூனில் தியனென்மென் சதுக்க ஆர்ப்பாட்டங்கள் வன்முறையாக நசுக்கப்பட்ட உடன், அனைத்துலகக் குழு வெளியிட்ட "சீனாவில் அரசியல் புரட்சியின் வெற்றிக்கு" என்ற

---

63. டேவிட் நோர்த் எழுதிய "மார்க்சிசத்துக்கான போராட்டமும் நான்காம் அகிலத்தின் பணிகளும்". "*The Struggle for Marxism and the Tasks of the Fourth International,*" Fourth International, Volume 19, Number 1, 1992, p. 74.

தலைப்பிலான அறிக்கை விளக்கியதாவது: "சீனாவில் முதலாளித்துவ மீட்சிக்கும் மற்றும் அதன் பொருளாதாரத்தை உலக ஏகாதிபத்திய கட்டமைப்புக்குள் ஒருங்கிணைப்பதற்கும் பெய்ஜிங் ஸ்ராலினிஸ்டுகள் திட்டமிட்டு செயற்பட்டு வந்த ஒரு தசாப்த காலத்தின் அரசியல் உச்சகட்டமே கடந்த வார மக்கள் படுகொலைகளாகும். பெய்ஜிங் அரசினால் கட்டவிழ்த்துவிடப்பட்ட இந்தப் பயங்கரத்தின் பிரதான நோக்கம், சீன வெகுஜனங்களை பயமுறுத்துவதும் சீனப் புரட்சியின் சமூக வெற்றிகளை அது வேண்டுமென்றே அழிப்பதற்கு எதிராக எழும் அனைத்து எதிர்ப்புக்களையும் நசுக்குவதுமே ஆகும்."64 இந்த அடக்குமுறையைத் தொடர்ந்து, தொழிலாள வர்க்கத்தை அடக்கவும் தனியார் இலாபத்தை உத்தரவாதப்படுத்தவும் சகல வழிமுறைகளையும் பயன்படுத்த சீனக் கம்யூனிஸ்ட் கட்சியின் (சி.சி.பீ.) பொலிஸ் அரச ஆட்சி தயங்கப் போவதில்லை என்பதையே தியனென்மென் சதுக்கப் படுகொலைகள் உறுதிப்படுத்துகின்றன என்ற முடிவிற்கு, பன்னாட்டுக் கூட்டுத்தாபனங்கள் வந்த நிலையில், சீனாவுக்குள் வெளிநாட்டு முதலீடு பெருக்கெடுத்தது. சி.சி.பீ.யின் கீழ் சீனாவில் முதலாளித்துவ மீட்சியுடன் அரச அதிகாரத்துவத்துடன் நெருக்கமுடைய ஒரு முதலாளித்துவத்தின் தோற்றம், சமூகப் பிளவு ஆழமடைதல், மற்றும் 1949க்கு முந்திய சீனாவின் சமூகக் கேடுகள் பல மீண்டும் தலைநீட்டியமை ஆகியவையும் கைகோர்த்து நடந்தன.

27-4. சோவியத் ஒன்றியத்தின் கலைப்பு, சோவியத் சந்தைகள், பொருளாதார உதவி மற்றும் பூகோள அரசியல் ஆதரவிலும் தங்கியிருந்த இந்தியாவுக்கு மட்டுமன்றி, ஆசியா முழுவதிலும் அரசியல் மற்றும் பொருளாதார தாக்கங்களை கொண்டிருந்தது. 1991ல், அந்நியச் செலாவணிப் பற்றாக்குறை நெருக்கடிக்கு முகங்கொடுத்த காங்கிரஸ் அரசாங்கம், இந்திய தேசியப் பொருளாதாரக் கட்டுப்பாடு என்னும் கட்டமைப்பை கழற்றி, அந்நிய முதலீட்டுக்குத் திறந்து விடும் செயற்பாட்டைத் தொடங்கியது. இந்திய ஸ்ராலினிசக் கட்சிகள் புதிய நோக்குநிலையை ஆதரித்ததோடு மட்டுமன்றி, அவை அதிகாரத்தில் இருந்த மேற்கு வங்காளம் மற்றும் கேரளா மாநிலங்களில், சந்தை-சார்பு மறுசீரமைப்புக்கு கம்யூனிஸ்ட் கட்சி (மார்க்சிஸ்ட்) பொறுப்பேற்றுக்கொண்டது. பின்தங்கிய முதலாளித்துவ நாடுகளில் இருந்த முதலாளித்துவ வர்க்கம், சோவியத் மற்றும் மேற்கத்திய நாடுகளுக்கு இடையே அரசியல்ரீதியாக சமநிலையில் இருக்கவும், ரஷ்யா மற்றும் சீனாவின் உதவியுடன் "ஏகாதிபத்திய-விரோதிகளாக" காட்டிக்கொள்ளவும் கொண்டிருந்த திறனும் பனிப்போர் கட்டமைப்பின் பொறிவால் முடிவுக்கு வந்தது. சோவியத்

---

64. [நான்காம் அகிலம்] Fourth International, Volume 16, Nos. 1-2, p. 1.

ஒன்றியத்துடன் வலுவான உறவுகளை வைத்துக் கொண்டு, அணிசேரா இயக்கம் என்பதன் முன்னணி உறுப்பினராகத் திகழ்ந்த இந்தியாவில் இந்த நிகழ்வுப்போக்கு குறிப்பாக மிகத் திட்டவட்டமானதாக இருந்தது. புது டெல்லி அமெரிக்காவுடனான தனது தொடர்புகளை திருத்தியமைத்துக்கொண்டு பாலஸ்தீன விடுதலை இயக்கம் போன்ற தேசிய இயக்கங்களுக்கான தனது முன்னைய ஆதரவைக் கைவிட்டது.

27-5. முன்னாள் சோவியத் சார்பு நாடுகளிலும் சீனாவிலும் முதலாளித்துவத்தை அப்பட்டமாகத் தழுவிக் கொண்டமை, பிராந்தியத்தின் ஸ்ராலினிசக் கட்சிகளின் அரசியல் நெருக்கடியை மேலும் அதிகப்படுத்தியது. அவை ஒன்று தாய்லாந்தின் கம்யூனிஸ்ட் கட்சியைப் போல் முழுமையாக கவிழ்ந்து போயின, அல்லது பிலிப்பைன்சின் கம்யூனிஸ்ட் கட்சி போல் உடைந்துபோயின, அல்லது ஜப்பான் மற்றும் இந்தியாவில் போன்று அரசியல் அமைப்புமுறையினுள் தங்களை முழுமையாக ஒருங்கிணைத்துக்கொண்டன. இலங்கையில் "புலிப் பொருளாதாரத்துக்கு" விடுதலைப் புலிகள் அமைப்பு வக்காலத்து வாங்கி சிறந்த உதாரணமாக திகழ்ந்தது போல், பல்வேறு ஆயுதமேந்திய தேசிய விடுதலை இயக்கங்களும் தங்களது முன்னைய "சோசலிச" தோரணையை வேகமாகக் கலைத்து, சந்தை சித்தாந்தத்தை தழுவிக் கொண்டதோடு ஏகாதிபத்தியத்துடன் தங்களது சொந்த உறவை ஏற்படுத்திக்கொள்ள முயன்றன.

28. புரட்சிக் கம்யூனிஸ்ட் கழகமும் ஐக்கிய முன்னணியும்

28-1. இலங்கையில் 1980களின் பிற்பகுதி மற்றும் 1990களின் ஆரம்ப காலம் பூராவும் ஒரு தீவிரமான பொருளாதார மற்றும் அரசியல் நெருக்கடி ஆதிக்கம் செலுத்தியது. வடக்கில் விடுதலைப் புலிகளுக்கும் இந்திய இராணுவத்திற்கும் இடையே மோதல்கள் மூண்ட நிலையில், தொழிலாள வர்க்கம் மற்றும் கிராமப்புற ஏழைகள் மத்தியில் அதிகரித்துவந்த அமைதியின்மையை, அரசு ஒடுக்குமுறை மற்றும் இந்திய இலங்கை ஒப்பந்தத்திற்கு எதிரான மக்கள் விடுதலை முன்னணியின் பேரினவாதப் பிரச்சாரமும் ஒன்றுசேர்ந்து தடம்புரளச் செய்தது. ஒப்பந்தத்தை ஆதரித்த அரசியல்வாதிகளையும் கட்சிகளையும் மக்கள் விடுதலை முன்னணியின் துப்பாக்கிதாரிகள் இலக்குவைத்தனர். வேலைநிறுத்தங்கள் அல்லது ஆர்ப்பாட்டங்களை ஏற்பாடு செய்தால் அல்லது அதில் பங்கேற்றால் மரண தண்டனை பிறப்பிக்கும் இராணுவச் சட்டத்தை அரசாங்கம் 1988 நவம்பரில்

திணித்தது. ஒப்பந்தத்தை எதிர்த்த யூ.என்.பீ.யின் ரணசிங்க பிரேமதாச 1988 டிசம்பரில் ஜனாதிபதித் தேர்தலில் வென்றதோடு உடனடியாக முதலாளித்துவ ஆட்சியை ஸ்திரப்படுத்த ஜே.வி.பீ.யுடன் ஒரு உடன்பாட்டுக்கு வர முயற்சித்தார்.

28-2. ஐ.தே.க. அரசாங்கத்திற்கும் ஜே.வி.பீ.க்கும் இடையில் நடைமுறையிலிருந்த ஒரு கூட்டணி, அரச ஒடுக்குமுறையுடனும் அதே போல் "தாயகத்தைப் பாதுகாக்க" ஜே.வி.பீ. அழைப்புவிடுக்கும் "வேலைநிறுத்தங்களில்" இணையாமல் அதன் கட்டளைகளை எதிர்க்கும் எவர் மீதும் மக்கள் விடுதலை முன்னணி தொடுத்த பாசிசத் தாக்குதல்களுடனும் தொழிலாள வர்க்கத்தை எதிர்கொண்டது. இந்திய-இலங்கை ஒப்பந்தத்துக்கும் ஜே.வி.பீ.யின் பேரினவாதப் பிரச்சாரத்துக்கும் எதிராக தொழிலாளர்களை சுயாதீனமாக அணிதிரட்டுவதற்குப் போராடிய ஒரே கட்சி பு.க.க. மட்டுமே ஆகும். இந்த அடிப்படையில் 1988 ஜூன் மாதத்தில் மத்திய வங்கி ஊழியர் சங்கத் தலைமையை பு.க.க. வென்றது. அதன் நிலைப்பாட்டின் விளைவாக, பொலிஸ் சோதனைகள் மற்றும் கைதுகள், அதேபோல் ஜே.வி.பீ.யின் தாக்குதல்களையும் பு.க.க. எதிர்கொண்டது. ஜே.வி.பீ. குண்டர்கள் பு.க.கழகத்தின் மூன்று உறுப்பினர்களை கொன்றனர். 1988 நவம்பர் 12 அன்று ஆர்.ஏ. பிட்டவெலவும் 1988 டிசம்பர் 23 அன்று பீ.எச். குணபாலவும் 1989 ஜூன் 23 அன்று கிரேஷன் கீகியனகேயும் கொல்லப்பட்டனர்.

28-3. பு.க.க., அனைத்துலகக் குழுவில் உள்ள தனது சகோதரக் கட்சிகளுடன் ஒத்துழைத்து, அரச ஒடுக்குமுறையில் இருந்தும் ஜே.வி.பீ.யின் தாக்குதல்களில் இருந்தும் தொழிலாளர்களையும் அவர்களது அமைப்புகளையும் பாதுகாக்க உடனடியான உறுதியான நடவடிக்கைகளை எடுப்பதற்காக சகல தொழிலாள வர்க்கக் கட்சிகளதும் ஒரு ஐக்கிய முன்னணியை உருவாக்குவதற்கு 1988 நவம்பரில் பிரச்சாரமொன்றை ஆரம்பித்தது. தொழிலாள வர்க்க கட்சிகளுக்கு எழுதிய ஒரு கடிதத்தில் யூ.என்.பீ., ஸ்ரீ.ல.சு.க. மற்றும் ஸ்ரீலங்கா மக்கள் கட்சி போன்ற இலங்கை முதலாளித்துவத்தின் கட்சிகளிடம் இருந்து பிரிவதற்கும் "அடிப்படை ஜனநாயக உரிமைகளைப் பாதுகாக்க தொழிலாள வர்க்கத்தின் வர்க்க வலிமையை" அணிதிரட்டுவதற்கும் பு.க.க. அழைப்பு விடுத்தது. பு.க.கழகமானது தொழிலாளர்களது பாதுகாப்புப் படைகள் மற்றும் நடவடிக்கைக் குழுக்கள், கூட்டு மறியல் போராட்டங்கள் மற்றும் ஒரு பொது வேலைநிறுத்தத்தை ஏற்பாடு செய்யவும் அழைப்பு விடுத்ததோடு, மிகச் சிரமமான சூழ்நிலையிலும் தனது கோரிக்கைகளுக்காக தொழிலாள வர்க்கத்தில் தீவிரமாகப் பிரச்சாரம்

செய்தது. ஐக்கிய முன்னணிக்கான அனைத்துலகக் குழுவின் சர்வதேசப் பிரச்சாரத்தின் பகுதியாக, ஆஸ்திரேலிய சோசலிச தொழிலாளர் கழகத்துடன் இணைந்து இரண்டு பு.க.க. உறுப்பினர்கள் ஆஸ்திரேலியா மற்றும் நியூசிலாந்துக்கு ஒரு விரிவான சுற்றுப் பயணமும் மேற்கொண்டனர்.

28-4. ஐக்கிய முன்னணிக்கான அழைப்பானது அதை ஏகமனதாக எதிர்த்த சந்தர்ப்பவாதக் கட்சிகளுக்கு மன்னிப்பு வழங்குவதை எந்த வகையிலும் அர்த்தப்படுத்தவில்லை. அவை அனைத்தினதும் சார்பாகப் பேசிய நவசமசமாஜக் கட்சி, தான் "புதிய பாட்டாளிவர்க்க சீர்திருத்தவாத வெகுஜனப் போக்கு" என போலியாக வருணித்த ஸ்ரீலங்கா மக்கள் கட்சியை சேர்த்துக்கொள்ள மறுத்தமைக்காக, ஐக்கிய முன்னணியை "குறுங்குழுவாத" மற்றும் "தீவிர-இடது" எனக் கண்டனம் செய்தது. ஸ்ரீலங்கா மக்கள் கட்சி, ல.ச.ச.க. மற்றும் கம்யூனிஸ்ட் கட்சியுடன் அமைத்துக்கொண்ட நவசமசமாஜக் கட்சியின் சொந்த "ஐக்கிய சோசலிசக் கூட்டணி" மக்கள் முன்னணிவாதத்திற்கு ஒரு சிறந்த உதாரணமாய் இருந்தது. யூ.என்.பீ. அரசாங்கத்திடம் இருந்தும் அரசு எந்திரத்திடம் இருந்தும் பாதுகாப்புப் பெறுவதை இது இலக்காகக் கொண்டிருந்தது. பு.க.க. தனது பதிலில் எச்சரித்தது: "முதலாவதாக இது [ஐக்கிய முன்னணியை நிராகரிப்பது], தனது வர்க்க எதிரிக்கு எதிராக தொழிலாள வர்க்கம் எடுக்கும் நடைமுறை நடவடிக்கைகளின் செயலூக்கமிக்க அமைப்பிற்கு முற்றிலும் விரோதமான ஒரு நடவடிக்கை ஆகும். இரண்டாவதாக, இது தொழிலாள வர்க்கத்தை முதலாளித்துவ வேலைத்திட்டங்களின் மீது உருவாக்கப்பட்ட முன்னணிகளுடன் கட்டிப் போட்டு, பலவீனப்படுத்துவதோடு அரசியல் ரீதியாக நிராயுதபாணியாக்குவதுடன், தொழிலாள வர்க்கத்தையும் ஏழை விவசாயிகளையும் ஒரு இரத்த ஆற்றில் மூழ்கடிப்பதற்கான வாய்ப்பையும் வர்க்க எதிரிக்கு உருவாக்கித் தருகிறது". "இடது" கட்சிகள், அரசாங்கத்தின் ஒடுக்குமுறை நடவடிக்கைகளை எந்தவிதத்திலும் விமர்சிப்பதைக் கைவிட்டு அதற்குப் பிரதியுபகாரமாக ஆயுதங்களை பெற்றுக் கொண்ட அதே வேளை, இந்தத் துரோகத்துக்காக நூற்றுக்கணக்கான போர்க்குணம் மிகுந்த தொழிலாளர்களும் தொழிற்சங்கவாதிகளும் தங்கள் உயிரால் விலை கொடுத்தனர்.

29. புரட்சிக் கம்யூனிஸ்ட் கழகமும் விவசாயிகளும்

29-1. தெற்கில் சமூக அமைதியின்மை பெருகுவதை எதிர்கொண்ட ஜனாதிபதி பிரேமதாச, இந்திய-இலங்கை ஒப்பந்தத்திற்கு எதிராக

ஒரு திட்டவட்டமான பொது நிலைப்பாட்டை எடுத்து, இந்தியத் துருப்புகள் 1989 ஜூலை அளவில் இலங்கையை விட்டு வெளியேற வேண்டும் எனக் கோரினார். 1989 ஜூன் மாதத்தில் விடுதலைப் புலிகளுடன் ஒரு போர்நிறுத்த ஒப்பந்தத்தில் கையெழுத்திட்டு அவர்களுக்கு இரகசியமாக ஆயுதங்களும் விநியோகித்த அவர், அதன் மூலம் இந்திய இராணுவத்திற்கு எதிரான அவர்களின் ஆயுதப் போராட்டத்திற்கு உதவினார். ஜே.வி.பீ.யுடன் ஒரு உடன்பாட்டை எட்டுவதில் தோல்விகண்ட நிலையில், யூ.என்.பீ. அதற்கு எதிராகவும், இன்னும் பரந்தளவில் அதன் சமூக அடித்தளமான சிங்கள விவசாயிகளுக்கு எதிராகவும் திரும்பியது. 1989 நவம்பரில் அதன் உயர்மட்டத் தலைவர் ரோஹண விஜேவீர உட்பட, அநேகமான ஜே.வி.பீ.யின் தலைவர்களை பாதுகாப்புப் படைகள் கைது செய்ததுடன் கொடூரமாகப் படுகொலையும் செய்தன. இந்தப் படுகொலைகள், அடுத்த இரண்டாண்டுகளில் கிராமப்புற மக்களுக்கு எதிராக பாதுகாப்புப் படையினராலும் அவர்களோடு தொடர்புபட்ட கொலைப் படைகளாலும் முன்னெடுக்கப்படவிருந்த ஏறத்தாழ ஒரு யுத்தத்தின் ஆரம்பமாக இருந்தது. ஒரு மதிப்பீட்டின்படி இதில் 60,000 பேர் வரை கொல்லப்பட்டனர்.

29-2. இலங்கை ஆளும் வர்க்கத்தின் இந்த திடீர் திருப்பம் புதிய அரசியல் சவால்களை பு.க.கழகத்தின் முன் நிறுத்தியதுடன் அவை அனைத்துலகக் குழுவுக்குள் விரிவாக கலந்துரையாடப்பட்டன. இந்த அரச ஒடுக்குமுறையின் மிகப்பெரும் ஆபத்தைப் பற்றி தொழிலாள வர்க்கத்துக்கு எச்சரிக்கவும் கிராமப்புற இளைஞர்கள் மீதான வன்முறைத் தாக்குதல்களை எதிர்க்குமாறு தொழிலாளர்களுக்கு உத்வேகத்துடன் அழைப்பு விடுக்கவும் வேண்டிய அவசியம் பு.க.கழகத்துக்கு ஏற்பட்டது. இது வெறுமனே ஜே.வி.பீ.யின் தலைவர்களின் தலைவிதி குறித்த விடயம் அல்ல, மாறாக, அந்த அமைப்பு தங்கியிருந்த சமூக அடித்தளம் பற்றிய விடயமாகும். 1971 ஏப்ரல் எழுச்சியின் போது அது செய்ததைப் போலவே, பு.க.க. தனது வேலையின் அத்தனை அம்சங்களிலும் அரசாங்கத்திற்கு எதிரான சமரசமற்ற எதிர்ப்பைப் பராமரிப்பதோடு கிராமப்புற மக்களை பாதுகாப்பதில் வெற்றி காண வேண்டியிருந்தது. அதன் மூலம், சோசலிசப் புரட்சிக்கு அவசியமான தொழிலாள வர்க்கத்துக்கும் விவசாயிகளுக்கும் இடையிலான கூட்டணியை உறுதியாக உருவாக்க வேண்டியிருந்தது.

29-3. தெற்கில் கிராமப்புற இளைஞர்கள் அரச படுகொலைக்கு உள்ளாக்கப்பட்டதையும் வடக்கில் இந்திய இராணுவம் திரும்பப் பெறப்பட்ட பின்னர் தமிழ் மக்கள் மீதான போர்

புதுப்பிக்கப்படுவதையும் எதிர்த்து பு.க.க. ஒரு பூரணமான அறிக்கையை வெளியிட்டது. சிங்கள மற்றும் தமிழ் கிராமப்புற மக்களின் பாதுகாப்பானது, முதலாளித்துவத்தை தூக்கி வீசுவதற்கும் ஸ்ரீலங்கா-ஈழம் சோசலிசக் குடியரசின் வடிவத்தில் தொழிலாளர்களதும் மற்றும் விவசாயிகளதும் அரசாங்கமொன்றை நிறுவுவதற்குமான போராட்டத்துடன் பிரிக்கமுடியாதளவு பிணைந்துள்ளது என்று அது விளக்கியது. வடக்கில் போரை ஆதரிப்பதற்காகவும் தெற்கில் கிராமப்புற மக்களைப் பாதுகாப்பதற்கு தொழிலாள வர்க்கத்தின் எந்தவொரு அரசியல் ரீதியான மற்றும் சுயாதீனமான அணிதிரள்வைத் தடுப்பதற்காகவும், தொழிலாள வர்க்கத்தின் சந்தர்ப்பவாதத் தலைமைகளான ல.ச.ச.க., கம்யூனிஸ்ட் கட்சி மற்றும் நவசமசமாஜக் கட்சியையும் பு.க.க. குற்றம் சுமத்தியது. தொழிலாளர்கள் மற்றும் கிராமப்புற விவசாயிகளின் ஜனநாயக அபிலாசைகளையும் அவர்களை நெருக்கும் பொருளாதாரத் தேவைகளையும் நிவர்த்தி செய்வதற்கு இடைமருவுக் கோரிக்கைகளைக் கொண்ட ஒரு விரிவான வேலைத்திட்டத்தை இந்த அறிக்கை செய்து காட்டியிருந்தது. இந்த அடிப்படையில், புரட்சிக் கம்யூனிஸ்ட் கழகம், அரச படைகளால் முன்னெடுக்கப்படும் கொடுமைகளை அம்பலப்படுத்தவும் கிராமப்புற இளைஞர்களைப் பாதுகாப்பதற்கு தொழிலாளர்களையும் மாணவர்களையும் அணிதிரட்டுவதற்கும் ஒரு விரிவான பிரச்சாரத்தை முன்னெடுத்தது.

30. தேசியப் பிரச்சினை

30-1. பால்கன், கிழக்கு ஐரோப்பா மற்றும் முன்னாள் சோவியத் ஒன்றியத்தில் பிரிவினைவாத இயக்கங்கள் தோன்றியதை அடுத்து அனைத்துலகக் குழு தேசியப் பிரச்சினை குறித்த ஒரு தீர்க்கமான மீளாய்வுக்கு மீண்டும் திரும்பியது. லெனின் 1913-16ல் தான் எழுதியவற்றில், ஜாரிசத்துக்கும் ஏகாதிபத்தியத்துக்கும் எதிரான போராட்டத்தில் தொழிலாள வர்க்கத்தை ஐக்கியப்படுத்துவதற்கும் ஒடுக்கப்பட்ட தேசிய இனங்களின் ஆதரவை வெல்வதற்குமான ஒரு வழிமுறையாக "சுய-நிர்ணயத்துக்கான உரிமையை" பரிந்துரைத்தார். ட்ரொட்ஸ்கி விளக்கியதைப் போல்: "இந்த விடயத்தில் போல்ஷிவிக் கட்சி எந்த விதத்திலும் பிரிவினைக் கொள்கையை கையிலெடுக்கவில்லை. பொது அரசின் எல்லைகளுக்குள் ஏதேனும் ஒரு தேசியம் பலவந்தமாக தக்கவைக்கப்படுவது உட்பட, தேசிய ஒடுக்குமுறையின் அனைத்து வடிவங்களுக்கும் எதிராக சமரசமற்று போராடுவதற்கான கடமைப்பாட்டை மட்டுமே எடுத்துக் கொண்டது. இந்த வழியில் மட்டும் தான் ரஷ்யத் தொழிலாள வர்க்கம் ஒடுக்கப்பட்ட தேசிய இனங்களின் நம்பிக்கையை கொஞ்சம் கொஞ்சமாக

வென்றெடுக்க முடியும்."[65] ஆயினும், இரண்டாம் உலக யுத்தத்தின் பின்னரான தசாப்தங்களில், பப்லோவாதிகளும் ஏனைய ஏராளமான குட்டி முதலாளித்துவ போலி-மார்க்சிஸ்டுகளும் "சுய-நிர்ணயத்திற்கான உரிமையை" திட்டமிட்டு திரிபுபடுத்தி, ஏறத்தாழ எந்தவொரு தேசிய-இனப் பிரிவினைவாத கோரிக்கைக்கும் ஆதரவளிக்க தொழிலாள வர்க்கம் அரசியல்ரீதியில் கடமைப்பட்டுள்ளது என அர்த்தப்படுத்தின.

30-2. லெனினின் நிலைப்பாடு எப்போதும் சமூகப்-பொருளாதார சூழ்நிலைகள் மற்றும் வர்க்கப் போராட்டத்தின் அபிவிருத்தியின் அடிப்படையில் நிபந்தனைக்குரியதாகவே இருந்திருக்கிறது. முதலாம் உலகப் போருக்கு சற்று முன்னதாக, லெனின் கிழக்கு ஐரோப்பா, பால்கன் மற்றும் ஜாரிச பேரரசுகளில் சுய-நிர்ணயத்துக்கான உரிமையை பரிந்துரைத்தபோது, அந்தப் பிராந்தியங்கள் இன்னமும் விவசாயிகளின் செல்வாக்கில் இருந்ததோடு முதலாளித்துவமும் தேசிய இயக்கமும் மிகப் பெருமளவில் அவற்றின் குழந்தைப் பருவத்திலேயே இருந்தன. கிட்டத்தட்ட ஒரு நூற்றாண்டை அடுத்து, இந்தப் பிராந்தியங்களிலும் மற்றும் உலகைச் சூழவும் நிலைமைகள் மிகப் பரந்தளவில் வேறுபட்டவையாக இருந்தன. முன்னாள்-ஸ்ராலினிச அதிகாரத்துவவாதிகளதும் முதலாளித்துவவாதிகளதும் சிறு கும்பல்கள், முதலாளித்துவ மீட்சி நிகழ்வுப்போக்கின் பாகமாக, தங்களது சொந்தப் பிராந்தியத்தை உருவாக்கியெடுக்கும் பொருட்டு, கிழக்கு ஐரோப்பா, பால்கன் மற்றும் ரஷ்யாவில் இன, மத உணர்வுகளைத் தூண்டி விட்டனர். இந்த இயக்கங்கள், ஏகாதிபத்திய-விரோதிகளாக இருப்பதற்கு மாறாக, ஏகாதிபத்திய சக்திகளின் ஆதரவைப் பெற செயலூக்கத்துடன் முயற்சித்தன. இந்த ஏகாதிபத்திய சக்திகள், பால்கனின் விடயத்தில் போல், தங்களது சொந்த பொருளாதார மற்றும் மூலோபாய இலட்சியங்களை முன்நகர்த்துவதற்கான கருவியாக பிரிவினைவாதத்தை ஊக்குவித்தன. லெனினது காலத்தில், ஆசியாவிலும் ஆபிரிக்காவிலுமான காலனித்துவ மற்றும் அரைக்காலனித்துவ நாடுகளின் தேசிய இயக்கங்கள் ஆரம்பித்திருக்கவும் கூட இல்லை. கிட்டத்தட்ட ஒரு நூற்றாண்டின் பின்னர், இரண்டாம் உலகப் போருக்குப் பின் "சுதந்திரம்" பெற்ற இந்த தேசிய இயக்கங்கள், அடிப்படை ஜனநாயகக் கடமைகளை தீர்ப்பதில் பரிதாபகரமாகத் தோல்விகண்டமையே இனம், மதம், மற்றும் மொழி அடிப்படையிலான புதிய பிரிவினைவாதப் போக்குகள் முளைத்தெழுவதற்குக் காரணமாகியது.

---

65. லியோன் ட்றொட்ஸ்கியின் *ரஷ்யப் புரட்சியின் வரலாறு*, *Leon Trotsky, History of the Russian Revolution*, Volume 3 (London: Sphere Books, 1967) pp. 41-42.

30-3. உற்பத்தியின் பூகோளமயமாக்கமானது இருபதாம் நூற்றாண்டின் முடிவில் தேசிய-பிரிவினைவாத இயக்கங்கள் பரவுவதற்கு பிரதான காரணியாக இருந்தது. பூகோளமயமாக்க நிகழ்வுப் போக்கானது பூகோளச் சந்தை மற்றும் பூகோள ரீதியில் ஒருங்கிணைக்கப்பட்ட உற்பத்தியுடன் ஒப்பிடுகையில், தேசிய சந்தை மற்றும் தேசியரீதியில் மேற்கொள்ளப்படும் உற்பத்தியின் முக்கியத்துவத்தை பரந்தளவில் குறைத்துள்ளது. அனைத்துலகக் குழு விளக்கியது போல்: "புதிய பூகோள பொருளாதார உறவுகள், தற்போதைய அரசுகளில் இருந்து பிரிந்துபோக முனைகின்ற, ஒரு புதிய வகை தேசியவாத இயக்கத்திற்கு புறநிலை உந்துதலை வழங்கியுள்ளன. உலகளாவியரீதியில் நகரும் மூலதனம், உலகச் சந்தையுடன் தம்மை நேரடியாக இணைத்துக்கொள்ளும் இயலுமையை சிறிய பிராந்தியங்களுக்கு வழங்கியுள்ளது. ஹொங் கொங், சிங்கப்பூர் மற்றும் தைவானும் அபிவிருத்தியின் புதிய மாதிரிகளாக ஆகியிருக்கின்றன. ஒரு சிறிய கடற்கரைத் தீவு போதுமான போக்குவரத்து இணைப்பு, உள்கட்டமைப்பு மற்றும் மலிவு உழைப்பு விநியோகம் ஆகியவற்றைக் கொண்டிருந்தால், அது, குறைந்த உற்பத்தித் திறன் கொண்ட ஒரு பெரிய நாட்டைக் காட்டிலும், பன்னாட்டு மூலதனத்துக்கான அதிக கவர்ச்சிகரமான தளமாக நிரூபணமாகலாம்."[66]

30-4. புதிய பிரிவினைவாத இயக்கங்களின் பண்பை சுருங்க விவரித்த அனைத்துலகக் குழு விளக்கியதாவது: "இந்தியாவிலும் சீனாவிலும்," இருபதாம் நூற்றாண்டின் முதல் பாதியின் தேசிய இயக்கங்கள், "ஏகாதிபத்தியத்திற்கு எதிரான ஒரு பொதுப் போராட்டத்தில் சிதறிக் கிடக்கும் மக்களை ஐக்கியப்படுத்தும் முற்போக்கான கடமையை மேற்கொண்டன. இந்தப் பணி தேசிய முதலாளித்துவத்தின் தலைமையின் கீழ் எட்ட முடியாதது என்பது நிரூபணமானது. புதிய வடிவிலான தேசியவாதம், உள்ளூர் சுரண்டல்காரர்களின் ஆதாயத்திற்காக நடப்பில் உள்ள அரசுகளை பிரிக்கும் நோக்கத்துடன் இன, மொழி மற்றும் மதத்தின் அடிப்படையிலான பிரிவினைவாதத்தை ஊக்குவிக்கிறது. இத்தகைய இயக்கங்களுக்கும் ஏகாதிபத்தியத்திற்கு எதிரான போராட்டத்திற்கும் எந்த சம்பந்தமும் கிடையாது, அதேபோல் எந்த அர்த்தத்திலும் அவை ஒடுக்கப்பட்ட வெகுஜனங்களின் ஜனநாயக அபிலாசைகளின் வடிவமாகவும் இல்லை. அவை தொழிலாள வர்க்கத்தை

---

66. [பூகோளமயமாக்கமும் அனைத்துலகத் தொழிலாள வர்க்கமும்] International Committee of the Fourth International, Globalisation and the International Working Class, Mehring Books, 1998, p. 108.

பிளவுபடுத்தவும் வர்க்கப் போராட்டத்தை இன-வகுப்புவாதப் போராட்டமாக திசைதிருப்புவதற்குமே சேவை செய்கின்றன."[67] தொழிலாள வர்க்கத்தை ஐக்கியப்படுத்தும் நோக்கத்தில், அனைத்துலகக் குழுவானது, தேசிய பிரிவினைவாத இயக்கங்கள் பெருகுவதையும் மற்றும் அவை தனித்தனியான முதலாளித்துவ அரசுகள் உருவாவதை நியாயப்படுத்துவதற்கு "சுய-நிர்ணய உரிமையைப்" பயன்படுத்துவதை பற்றியும் ஒரு விமர்சனரீதியான அணுகுமுறையை, இன்னும் குரோதமானதுமான அணுகுமுறையையும் கூட வலியுறுத்தியது.

30-5. தேசிய முதலாளித்துவம் ஜனநாயகப் புரட்சியை கருவறுத்தமையும் மற்றும் அதனதன் தேசியவாத வேலைத்திட்டத்தின் தோல்வியும் மதம், சாதி, மொழி மற்றும் இனத்தினை அடிப்படையாகக் கொண்டு பல்தரப்பட்ட பிளவுபட்ட முதலாளித்துவப் போக்குகளை உருவாக்கியிருக்கக் கூடியதான தெற்காசியாவிற்கு இந்தப் பகுப்பாய்வு குறிப்பாகப் பொருந்தும். இந்தியாவில், தேசியப் பொருளாதாரக் கட்டுப்பாடு என்னும் பழைய திட்டங்களில் இருந்து திரும்பி அந்நிய முதலீட்டையும் உலகளாவிய உற்பத்தி முறைகளுக்குள் ஒருங்கிணைப்பையும் தழுவிக் கொண்டதானது பிராந்திய பொருளாதார ஏற்றத்தாழ்வுகளை ஆழப்படுத்தியிருப்பதோடு சமூக சமத்துவமின்மையையும் ஆழப்படுத்தயிருக்கிறது. இதன் விளைவான சமூக நெருக்கடியும் வெகுஜன சீற்றமும், பல்வேறு முதலாளித்துவ போக்குகளால், காஷ்மீர், தமிழ்நாடு, அஸாம் மற்றும் வட-கிழக்கின் ஏனைய பாகங்களில் இனரீதியில் வரையறுக்கப்பட்ட தனியான தேசிய அரசுகளை உருவாக்குவதற்கு நெருக்குவது உட்பட, இனப் பிரிவினைவாதத்தை ஊக்குவிக்க சுரண்டிக்கொள்ளப்பட்டுள்ளன. அனைத்துலகக் குழு விளக்கியதாவது: "பழைய முதலாளித்துவ தேசிய இயக்கங்களின் உடைவிற்கு தொழிலாள வர்க்கத்தின் புரட்சிகரக் கட்சி எவ்வாறு பதிலிறுப்பு செய்கிறது? என்பதே இங்குள்ள முக்கிய கேள்வியாகும். இந்த நாடுகளின் வெகுஜனங்கள், காலனித்துவ பிடியிலிருந்து விடுவிக்கப்பட்டு (decolonisation) மத பிரத்தியேகவாதத்தினால (particularism) நிறுவப்பட்ட அரசுத் துண்டுகளை அடிப்படையாகக் புதிய பிரிவினைவாத இயக்கங்களின் ஊடாக தங்களது நலன்களை முன்னெடுக்க வேண்டுமா? அத்தகையதொரு முன்னோக்கை நாங்கள் திட்டவட்டமாக நிராகரிக்கிறோம். இந்தியாவில் அல்லது வேறெங்கிலும் சரி, அத்தகைய குட்டி அரசுகள் தொழிலாள வர்க்கத்திற்கும் ஒடுக்கப்பட்ட

67. அதே நூல் பக்கம் 109.

மக்களுக்கும் எந்த முன்னேற்றமான வழியையும் வழங்காது. அதிகப்பட்சம், அவற்றால் ஒரு சுதந்திர வர்த்தக வலயத்தை உருவாக்கி, நாடு கடந்த மூலதனத்துடன் தனது சொந்த ஒப்பந்தங்களை உருவாக்கிக் கொள்ள முடியுமெனில், தனியந்தஸ்து பெற்ற வர்க்கங்களின் ஒரு சிறிய பிரிவினருக்காக அந்த அரசுகளால் இலாபத்தை உற்பத்தி செய்ய முடியும். ஆனால் வெகுஜனங்களைப் பொறுத்தவரை, இனமோதல்களின் இரத்த ஆறு ஓடுவதற்கும், சுரண்டல் உக்கிரமாக்கப்படுவதற்கும் மட்டுமே வாய்ப்பை ஏற்படுத்தும்."[68]

30-6. நான்காம் அகிலத்தின் அனைத்துலகக் குழுவின் கலந்துரையாடலின் பாகமாக, "தமிழ் மக்களின் சுய நிர்ணய" உரிமைக்கு ஆதரவளிப்பதானது, நடைமுறை அரசியல் அர்த்தத்தில், முற்போக்கான உள்ளடக்கம் எதையும் கொண்டிருக்காத விடுதலைப் புலிகளின் தேசிய பிரிவினைவாத வேலைத்திட்டத்தை ஆதரிப்பதை மட்டுமே அர்த்தப்படுத்தும் என பு.க.க. முடிவு செய்தது. 1990ல் போர் மீண்டும் தொடங்கியபோது, புலிகள் மேலும் மேலும் ஆழமான ஜனநாயக-விரோத மற்றும் இனவாதப் பண்பை எடுத்தனர்: அரசியல் எதிர்ப்பை சட்டவிரோதமாக்குவது மற்றும் அரசியல் எதிரிகளைக் கொலைசெய்வது; முஸ்லீம்கள் அனைவரையும் "எதிரியின் முகவர்கள்" எனக் கண்டனம் செய்து அவர்களை யாழ்ப்பாணத்தை விட்டு வெளியேற்றியது; சிறைப்பிடித்த இராணுவத்தினரையும் பொலிசையும் கொலைசெய்வது; மற்றும் அப்பாவி சிங்கள மக்களை கண்மூடித்தனமாக கொல்வது ஆகியவை அதில் அடங்கும். புலிகளின் பிரிவினைவாத வேலைத்திட்டத்தை நிராகரிக்கும் அதே வேளை, தீவின் ஒற்றிணைப்பை இராணுவத்தைப் பயன்படுத்தி பலவந்தமாகப் பராமரிக்கும் இலங்கை அரசாங்கத்தின் முயற்சிகளையும் பு.க.க. தொடர்ந்து விட்டுக்கொடுப்பின்றி எதிர்த்து வந்துள்ளது. வடக்கிலும் கிழக்கிலும் இருந்து இராணுவப் படைகள் நிபந்தனையின்றி திரும்பப் பெற வேண்டும் என்ற அதன் கோரிக்கை, எந்தவிதத்திலும் ஒரு தனி ஈழத்தை ஆதரிப்பதை அர்த்தப்படுத்தவில்லை. மாறாக, தமிழர்கள் மீதான இராணுவ ஒடுக்குமுறையை எதிர்ப்பதில், ஸ்ரீலங்கா-ஈழம் சோசலிச குடியரசுக்கான புரட்சிகரப் போராட்டத்தில் தொழிலாள வர்க்கத்தையும் ஒடுக்கப்பட்ட மக்களையும் ஐக்கியப்படுத்த பு.க.க. முயற்சிக்கின்றது.

---

68. அதே நூல் பக்கம் 115.

31. சோசலிச சமத்துவக் கட்சி (சோ.ச.க)

31-1. 1996ல் பு.க.கழகத்தை சோசலிச சமத்துவக் கட்சியாக (சோ.ச.க) மாற்றியதானது தொழிலாள வர்க்கத்தின் பழைய அமைப்புகளின் உருமாற்றங்களைப் பற்றி நான்காம் அகிலத்தின் அனைத்துலகக் குழு எடுத்த முடிவுகளின் விளைவாகும். யுத்தத்துக்குப் பிந்திய ஸ்திரமாக்கல் மற்றும் பொருளாதார விரிவாக்க நிலைமைகளின் கீழ், பல்வேறு தொழிற்சங்க, சமூக ஜனநாயகவாத மற்றும் ஸ்ராலினிச அமைப்புக்களால், தொழிலாள வர்க்கத்தின் நீண்டகால வரலாற்று நலன்கள் காட்டிக்கொடுக்கப்பட்ட அதேவேளை, தேசியப் பொருளாதார ஒழுங்கமைப்பு என்ற கட்டமைப்பினுள் தொழிலாள வர்க்கத்துக்கு மட்டுப்படுத்தப்பட்ட உடனடி வெற்றிகளை பெற்றுக்கொடுக்க முடிந்தது. இந்த நிலைமையில், சமூக ஜனநாயகக் கட்சி மற்றும் ஸ்ராலினிச அமைப்புகள், சோசலிச எண்ணம் கொண்ட தொழிலாளர்கள், புத்திஜீவிகள் மற்றும் இளைஞர்களின் பரந்த தட்டினரின் அரசியல் விசுவாசத்தை பெற்றிருக்கின்றன என்பதை புரிந்துகொண்ட அனைத்துலகக் குழுவின் பிரிவுகள், கழகங்கள் என்ற வடிவத்தை எடுத்திருந்தன. ல.ச.ச.கட்சியும் கம்யூனிஸ்ட் கட்சியும் ஸ்ரீ.ல.சு.கட்சியில் இருந்து பிரிந்து, சோசலிசக் கொள்கைகளின் அடிப்படையிலான ஒரு தொழிலாளர் மற்றும் விவசாயிகளது அரசாங்கத்தை உருவாக்குவதற்கான பாதையில் செல்ல வேண்டும் என பு.க.க. விடுத்த கோரிக்கை, இந்த கட்சிகளை அம்பலப்படுத்துவதோடு தொழிலாள வர்க்கத்தின் மிக முன்னேறிய தட்டினரை வெற்றிகொள்வதை இலக்காகக் கொண்டிருந்தது. ஆயினும், உற்பத்தியின் பூகோளமயமாக்கமானது தேசிய சீர்திருத்தவாதத்தின் எந்தவொரு புறநிலை அடித்தளத்தையும் தகர்த்தெறிந்திருந்ததோடு பழைய அமைப்புகளை, 'சர்வதேசப் போட்டித்திறன்' என்னும் முடிவில்லாத ஓட்டத்தில் தொழில்கள், தொழில் நிலைமைகள் மற்றும் வாழ்க்கைத் தரங்களை வெட்டித் தள்ளுவதில் தேசிய முதலாளித்துவ வர்க்கத்தின் நேரடியான முகவர்களாக மாற்றியிருந்தது. இந்தக் கட்சிகளையும் தொழிற்சங்கங்களையும், தொழிலாள வர்க்கத்தை அடிப்படையாகக் கொண்ட அல்லது அதன் பேரில் பேசிவரும் அமைப்புகளாக இனிமேலும் எந்தவகையிலும் கருத முடியாது.

31-2. ல.ச.ச.கட்சியும் மற்றும் கம்யூனிஸ்ட் கட்சியும், முதலில் பிரதமராகவும் பின்னர் ஜனாதிபதியாகவும் இருந்த சந்திரிகா குமாரதுங்காவின் கீழ், மூன்றாவது ஸ்ரீ.ல.சு.க. தலைமையிலான கூட்டணி அரசாங்கத்தில் 1994ல் நுழைந்து கொண்டன. இந்த இரண்டு கட்சிகளும், 1970களில் சிறிமாவோ பண்டாரநாயக்கா அரசாங்கத்தில்

பங்கேற்றதினால் தொழிலாள வர்க்கத்தில் உருவாகியிருந்த ஆழமான குரோதத்தில் இருந்தே ஒருபோதும் மீண்டிருக்கவில்லை. பொதுஜன முன்னணியில் இணைந்துகொண்ட போது ல.ச.ச.கட்சியும் கம்யூனிஸ்ட் கட்சியும் வெற்றுக் கூடுகளாகவே இருந்தன. சோசலிசத்திற்கான புரட்சிகரப் போராட்டத்தை முன்னெடுப்பது ஒரு புறம் இருக்க, இந்தக் கட்சிகளில் எதுவும் அடிப்படை சமூக சீர்திருத்தங்களுக்காக போராடும் என்று கூட தொழிலாளர்கள் எதிர்பார்க்கவில்லை. குமாரதுங்கா யுத்தத்தை உக்கிரமாக்கியதோடு அடிப்படை ஜனநாயக உரிமைகள் மற்றும் வாழ்க்கைத் தரங்கள் மீதான தாக்குதலை முன்னெடுத்த போது, அதற்கு ல.ச.ச.கட்சியும் மற்றும் கம்யூனிஸ்ட் கட்சியும் வழங்கிய ஆதரவினால் மிச்சமிருந்த போலி நம்பிக்கைகளும் துரிதமாகக் கலைந்து போயின. இதனையடுத்து, அவை சுதந்திரமான கட்சிகளாக இருப்பதை விட, ஏறத்தாழ ஸ்ரீ.ல.சு.க.யின் கன்னைகளாகவே செயல்பட்டன.

31-3. நவ சமசமாஜக் கட்சி - இதன் தலைவர்கள், முதல் இரண்டு கூட்டணி அரசாங்கங்களையும் ஒருபோதும் எதிர்த்திருக்கவில்லை - குமாரதுங்காவின் தேர்வினை ஆதரித்தது. வாசுதேவ நாணயக்காராவின் தலைமையிலான ஒரு கன்னை, நவ சமசமாஜக் கட்சியின் வர்க்க ஒத்துழைப்பு வேலைத்திட்டத்தில் இருந்து தர்க்கரீதியான முடிவை எடுத்து, பொதுஜன முன்னணி அரசாங்கத்தில் இணைந்து கொண்டது. நவ சமசமாஜக் கட்சியும் அதன் துணை விளைவான ஐக்கிய சோசலிசக் கட்சியும் (USP), கொழும்பு அரசியல் ஆளும்வர்க்கத்தை சுற்றி வரும் கோள்களாக இருந்து வந்ததோடு மேலும் மேலும் அவலட்சணமான, தொடர்ச்சியான, அரசியல் பந்தங்களில் இணைந்துகொண்டன. 1990களின் நடுப்பகுதியில், பொதுஜன முன்னணி அரசாங்கத்திற்கு எதிர்ப்பு வளர்ச்சி கண்ட நிலையில், சற்றே ஒரு தசாப்தத்திற்கு முன்னர் துப்பாக்கிதாரிகள் மூலம் தனது உறுப்பினர்களையே சுட்டுக் கொன்ற ஜே.வி.பீ.யுடன் நவ சமசமாஜக் கட்சி ஒரு உடன்படிக்கையை ஏற்படுத்திக்கொண்டது. குமாரதுங்காவினால் சட்டபூர்வமானதாக ஆக்கப்பட்டிருந்த ஜே.வி.பீ. தொழிற்சங்கங்களில் ஒரு இருப்பை ஸ்தாபிப்பதற்கான ஒரு படிக்கல்லாக நவ சமசமாஜக் கட்சியை பயன்படுத்திக் கொண்டு, பின்னர் கூட்டணியிலிருந்து உடைத்துக்கொண்டது. தமது பல்வேறு மாற்றங்கள் மற்றும் திருப்பங்களின் சமயத்திலும், நவ சமசமாஜக் கட்சியும் ஐக்கிய சோசலிசக் கட்சியும் (USP) ஒரு விடயத்தில் ஒரே நிலைப்பாட்டைக் கடைப்பிடித்தன: அது தொழிலாள வர்க்கத்தின் அரசியல் சுயாதீனத்திற்கான சோசலிச சமத்துவக் கட்சியின் போராட்டத்தின் மீதான அவற்றின் பகைமை உணர்விலாகும்.

31-4. இலங்கையில் தொழிற்சங்கங்களின் பரிணாமம், முன்னேறிய முதலாளித்துவ நாடுகளின் தொழிற்சங்க அமைப்புகளுக்கு சமாந்தரமானவையாகும். பூகோளமயமான உற்பத்தியின் தாக்கத்தின் கீழ், தொழிலாள வர்க்கத்தின் மிக அடிப்படையான உரிமைகளைப் பாதுகாப்பதைக் கூடக் கைவிட்டிருந்த தொழிற்சங்க அதிகாரத்துவங்கள், நிர்வாகத்தின் நேரடி முகவர்களாக உருமாறியிருக்கின்றன. தொழிற்சங்கங்களின் காட்டிக் கொடுப்புகளை அடுத்து, குறிப்பாக 1980 பொது வேலைநிறுத்தத்தின் பின்னர், தொழிற்சங்கங்களின் உறுப்பினர் எண்ணிக்கை பாதாளத்திற்கு சரிந்தது. ஆயினும், அமெரிக்காவிலும் ஐரோப்பாவிலும் உள்ள அவற்றின் சமதரப்பினரைப் போலன்றி, இலங்கையில் இருந்த தொழிற்சங்கங்கள், பெரும்பகுதி வருவாய்க்கான மாற்று வழிகள் இல்லாமல் இருந்ததால், துரிதமாக சிதைவுற்றன. தொழிற்சங்கங்கள் கட்சியுடனான இணைப்புகளைக் கொண்டிருந்ததனால், பழைய கட்சித் தலைமைகள் மீதான வெறுப்பு அவற்றின் பாதாள வீழ்ச்சியை மேலும் துரிதப்படுத்தின.

31-5. தோட்டத்துறை தொழிற்சங்கங்கள் என்று அழைக்கப்படுபவற்றில் - முதல் எடுத்துக்காட்டாய் வரும் இலங்கை தொழிலாளர் காங்கிரஸ் (இ.தொ.கா.) - ஒரு விசேட தன்மையை கொண்டிருக்கிறது. இ.தொ.கா. ஒரு தொழிற்சங்கம் என்பதை விட, ஒரு தந்தைவழி சேவைக்குணமுள்ள சமுதாயமாகவே எப்போதும் செயற்பட்டது. வீட்டு வசதி, சுகாதாரப் பராமரிப்பு மற்றும் பாடசாலை நடவடிக்கைகள் முதல் திருமணங்கள், மரணச் சடங்குகள் மற்றும் சமயக் கொண்டாட்டங்கள் வரை, தோட்டத்துறை வாழ்க்கையின் ஒவ்வொரு அம்சத்திலும், நிர்வாகத்தின் ஆதரவுடன், அது கட்டுப்பாட்டைக் கொண்டிருந்ததன் காரணமாக, கணிசமான உறுப்பினர் எண்ணிக்கையையும் ஆதாரவளங்களையும் பெற்றிருந்தது. தனது உறுப்பினர்களை ஒரு அடிமை வாக்கு வங்கியாகப் பயன்படுத்திய இலங்கை தொழிலாளர் காங்கிரஸ் தலைவர்கள், பாராளுமன்றத்துக்குள் நுழைந்துகொண்டதோடு அமைச்சர் பதவிகளுக்கும் தனியந்தஸ்துகளுக்கும் பேரம் பேசினர். மலையக மக்கள் முன்னணி (ம.ம.மு.) போன்ற பல்வேறு மாற்று தொழிற்சங்கங்களும் வேறுவழியில் இயங்கவில்லை. தொழிலாள வர்க்கத்தின் மிகவும் ஒடுக்கப்பட்ட பிரிவுகளில் ஒன்றினை ஒடுக்குவதற்கு ஒன்றுபட்டு செயற்படுகின்ற இந்த அமைப்புகளில் எதுவும், தொழிலாளர்கள் இடையே எந்தவொரு கணிசமான சாதகமான ஆதரவையும் பெற்றிருக்கவில்லை.

31-6. சோசலிச சமத்துவக் கட்சி (சோ.ச.க.) ஸ்தாபிக்கப்பட்டமை, தொழிலாள வர்க்கத்தின் புதிய இயக்கங்களைத் தயாரிப்பதில் இன்றியமையாத ஆரம்பப் படி ஆகும். இத்தகைய இயக்கங்கள், பழைய அமைப்புகளின் ஊடாக தோன்றப் போவதில்லை. மாறாக, அவற்றுக்கு எதிரான ஒரு கிளர்ச்சியிலேயே தோன்றும் -அது சோ.ச.கட்சியினால் அரசியல் ரீதியில் தயார் செய்யப்பட்டு திட்டமிட்டு வழிநடத்தப்படும் கிளர்ச்சியாகும். சோசலிசத்தின் இன்றியமையாத குறிக்கோளாய் சமூக சமத்துவமின்மையை முடிவுக்குக் கொண்டுவருவதில் - பல தசாப்தங்களாக சோசலிசம் என்ற பதம் சமூக ஜனநாயகம், ஸ்ராலினிசம் மற்றும் பப்லோவாதத்தினால் துஷ்பிரயோகம் செய்யப்பட்டு இக்குறிக்கோள் மங்கச் செய்யப்பட்டிருந்தது - கவனத்தை குவிமையப்படுத்துவதற்காக, நான்காம் அகிலத்தின் அனைத்துலகக் குழு நடத்திய விரிவான கலந்துரையாடல்களின் பின்னரே, சோசலிச சமத்துவக் கட்சி என்ற புதிய பெயர் ஏற்றுக்கொள்ளப்பட்டது. 1996 முன்னோக்கு ஆவணம், "தொழிலாள வர்க்கம் மற்றும் ஒடுக்கப்பட்ட மக்களுக்கும் அனைத்து பழைய கட்சிகள் மற்றும் அதிகாரத்துவங்களுக்கும் இடையிலான உறவில் மாற்றமேற்பட்டிருப்பதை அங்கீகரிப்பதானது, எதிர்வரவிருக்கும் வெகுஜனப் புரட்சிகரப் போராட்டங்களுக்கான தலைமையை அனைத்துலகக் குழுவின் பகுதிகளை எடுத்துக்கொள்ளக் கோருகிறது", என்ற முடிவுக்கு வந்தது.

32. உலக சோசலிச வலைத் தளம்

32-1. 1998ல் உலக சோசலிச வலைத் தளம் [World Socialist Web Site (WSWS)] ஸ்தாபிக்கப்பட்டமை, அனைத்துலகக் குழுவினதும் உலகத் தொழிலாள வர்க்கத்தினதும் அபிவிருத்தியில் ஒரு தீர்க்கமான திருப்புமுனையைக் குறித்தது. கணினித் தொழில்நுட்பத்திலான புரட்சிகர அபிவிருத்திகளில் அனுகூலத்தை எடுத்துக்கொண்டு, உலக சோசலிச வலைத் தளத்தை பிரசுரிப்பதற்கு நாளாந்தம் தனது பகுதிகளின் அரசியல் வேலைகளை ஒருங்கிணைப்பதற்கு நான்காம் அகிலத்தின் அனைத்துலகக் குழு பெற்ற திறன், தொழிலாளர் புரட்சிக் கட்சி உடனான 1985-86 பிளவுக்குப் பின்னர் சாதிக்கப்பட்டிருந்த வேலைத்திட்ட தெளிவு மற்றும் ஐக்கியத்தில் இருந்து கிடைத்ததாகும். உலக சோசலிச வலைத் தளம், அனைத்துலகக் குழு அதன் வாசகர் வட்டத்தை பெருமளவுக்கு விரிவுபடுத்திக்கொள்வதற்கு அனுமதித்தது மட்டுமன்றி, அதைச் சூழ, சர்வதேச தொழிலாள வர்க்கம் தனது போராட்டங்களை ஒருங்கிணைப்பதற்கும் முதலாளித்துவத்தை தூக்கிவீசுவதற்கு ஒரு நனவான அரசியல் சக்தியாக ஒன்றுதிரள்வதற்கும் ஒரு புதிய அடித்தளத்தையும் வழங்கியுள்ளது.

32-2. உலக சோசலிச வலைத் தளமானது வெறுமனே ஒரு தொழில்நுட்பரீதியான அல்லது அமைப்புரீதியான முன்முயற்சி அன்று, மாறாக அடிப்படையான அரசியல் கருத்துருக்களில் அது வேரூன்றியிருந்தது. நான்காம் அகிலத்தின் அனைத்துலகக் குழுவின் 18வது நிறைபேரவையில் (Plenum), டேவிட் நோர்த் இந்த அடித்தளங்களை விவரித்தார்: "(1) தொழிலாள வர்க்கத்தின் அரசியல் மூலோபாயம் மற்றும் தந்திரோபாய ஒழுங்கமைப்பின் அடிப்படையாக, சர்வதேசியவாதத்தின் முதன்மையை பற்றிய அனைத்துலகக் குழுவின் வலியுறுத்தல். (2) பிற்போக்கு தொழிலாளர் அதிகாரத்துவங்கள் தொழிலாள வர்க்கத்தின் மீது செலுத்திய ஆதிக்கத்துக்கு எதிராக அனைத்துலகக் குழு முன்னெடுத்த போராட்டத்தின் சமரசமற்ற பண்பு. (3) தொழிலாள வர்க்கத்திற்குள் ஒரு புதிய சர்வதேச புரட்சிகர இயக்கத்தின் இன்றியமையாத புத்திஜீவித்தன, இன்னும் சொன்னால், "தூய" முதற்கோளாக ஒரு உண்மையான சோசலிச அரசியல் கலாச்சாரத்தை மறுமலர்ச்சி செய்வதற்கு அளிக்கப்படுகின்ற முக்கியத்துவம். இது தான் சோசலிசப் புரட்சிக்கான அத்தியாவசியமான புத்திஜீவித்தன சாரமும் முன்நிபந்தனையும் ஆகும். (4) முதலாளித்துவ நெருக்கடியின் அபிவிருத்தி, வர்க்கப் போராட்டம், மற்றும் சோசலிசப் புரட்சி தொடர்பான விடயத்தில், தன்னியல்புவாதம் (spontaneism) மற்றும் அரசியல் விதிவசவாதத்துக்கு (political fatalism) எதிரான போராட்டம்”.[69]

32-3. உலக சோசலிச வலைத் தளத்தின் வெளியீடானது செய்தித்தாள்களை தயாரித்து விநியோகிப்பதில் குவிமையப்படுத்தப்பட்ட கட்சி வேலையின் முந்தைய வடிவங்களில் இருந்து கணிசமாக வேறுபடுவதாகும். உலக சோசலிச வலைத் தளம் மூலம் மிகப்பெரும் சர்வதேச வாசகர் வட்டத்தை முறையாக சென்றடைய முடிகின்றது. அனைத்துலகக் குழுவின் தேசியப் பகுதிகள் ஒவ்வொன்றிலும் ஒப்பீட்டளவில் செய்தித்தாள்களை மட்டுப்படுத்தப்பட்ட அளவில் விற்பனை செய்து அந்தளவிலான வாசகர் மட்டத்தை எட்டுவது சாத்தியமற்றதாகவே இருந்தது. உலக சோசலிச வலைத் தளம் ஊடான நாளாந்த வெளியீடுகள், அனைத்துலகக் குழுவின் சகல பகுதிகளதும் வேலையை முண்கண்டிராதளவு ஒருங்கிணைத்ததோடு, ஒரு புதிய புரட்சிகர தொழிலாள வர்க்கத் தாக்குதலை அரசியல் ரீதியில் தயார் செய்து வழிநடத்துவதற்குத் தேவையான மார்க்சிச அரசியல் மற்றும்

69. The Historical and International Foundations of the Socialist Equality Party (Australia) (Mehring Books, Sydney, 2010), p. 146.

தத்துவார்த்த பகுப்பாய்வின் மீது அவர்களின் வேலையை ஒருமுகப்படுத்தியது. இலங்கை விடயத்தில், உலக சோசலிச வலைத் தளம் மீதான கூட்டுழைப்பு, பு.க.க. மற்றும் சோ.ச.க. பல ஆண்டுகளாக முகங்கொடுத்த ஒப்பீட்டளவிலான தனிமையை முடிவுக்குக் கொண்டுவந்தது.

32-4. 1998ல் கட்சியின் வேலைத்திட்டத்திற்காக பிரச்சாரம் செய்ததற்காக, விடுதலைப் புலிகளால் கைது செய்யப்பட்டிருந்த கட்சியின் உறுப்பினர்கள் நால்வரை விடுதலை செய்வதற்கு இலங்கை சோசலிச சமத்துவக் கட்சியும், அனைத்துலகக் குழுவும் முன்னெடுத்த பரவலான பிரச்சாரத்தின் மூலம், ஒவ்வொரு நாட்டிலும் அரசியல் போராட்டத்தின் ஒரு சாதனமாக உலக சோசலிச வலைத் தளத்தின் தாக்கம் தீர்க்கமாக உறுதிசெய்யப்பட்டது. வட அமெரிக்கா, ஐரோப்பா மற்றும் ஆஸ்திரேலியாவிலும் புலம்பெயர் தமிழ் சமூகத்தினர் மத்தியில் உட்பட, பரந்த சர்வதேச பிரச்சாரத்தின் தாக்கத்தை எதிர்கொண்ட விடுதலைப் புலிகள், இறுதியில் சோ.ச.க. உறுப்பினர்களை தீங்கின்றி விடுதலை செய்தனர்.

33. 2000 ஆவது ஆண்டின் இலங்கை நெருக்கடி

33-1. புத்தாயிரமாண்டு பிறந்த போது, 2000 ஏப்ரலில் ஆனையிறவு விடுதலைப் புலிகள் வசம் வீழ்ந்தது தொடங்கி தொடர்ச்சியான இராணுவப் படுதோல்விகளால் இலங்கை அரசாங்கம் முற்றுமுதலான குழப்பத்தில் இருந்தது. "1948ல் இருந்து கொழும்பு ஆட்சி எதிர்கொண்ட மிகக் கடுமையான நெருக்கடி" என்று அவரே வருணித்த நிலைமையின் மத்தியில், ஜனாதிபதி குமாரதுங்கா அரசியல் ஆதரவுக்கு ஏங்கிக்கொண்டிருந்தார். இரண்டு தசாப்தங்களுக்கும் மேலாக உத்தியோகபூர்வ கட்சி அந்தஸ்து மறுக்கப்பட்டு வந்திருந்த நிலையில், திடீரென சோசலிச சமத்துவக் கட்சிக்கு உத்தியோகபூர்வ அங்கீகாரம் வழங்கப்பட்டது. ஒரு வாரத்தின் பின்னர், அரசியல் நெருக்கடியைப் பற்றி கலந்துரையாடுவதற்கான அனைத்துக் கட்சி மாநாடு ஒன்றில் பங்குகொள்ளுமாறு ஜனாதிபதியின் அழைப்பு ஒன்று சோசலிச சமத்துவக் கட்சிக்கு கிடைத்தது. அந்த அழைப்பை நிராகரித்து விஜே டயஸ் விடுத்த அறிக்கையில், இந்த பேச்சுவார்த்தைகள் "அரசாங்கம் ஏற்கனவே எடுத்துள்ள முடிவுகளுக்கு முத்திரை குத்துவதாகவும், அதன் கொள்கைகளுக்கு நம்பகத்தன்மையை வழங்குவதாகவும், மற்றும் தீவு முழுவதிலும் வாழும் சிங்கள மற்றும் தமிழ் உழைக்கும் மக்களுக்கு அழிவுகரமான விளைவுகளைக் கொண்டிருந்த ஒரு போரைத் தொடர்வதற்கு ஆதரவைப் பெறுவதற்குமானதாகவுமே" காணப்படுகின்றது என கண்டனம் செய்தார்.

33-2. 2000 ஜூனில் நடந்த உலக சோசலிச வலைத் தள மற்றும் அனைத்துலகக் குழுவின் அமர்வில், குமாரதுங்காவின் கடிதத்தின் முக்கியத்துவமும் அனைத்துலகக் குழுவின் சகல பகுதிகளுக்குமான அரசியல் படிப்பினைகளும் மிகவிரிவாக கலந்துரையாடப்பட்டன. டேவிட் நோர்த் தனது ஆரம்ப அறிக்கையில் விளக்கியதாவது: "நமது இயக்கத்தின் ஒரு பகுதி, தேசிய அரசாங்கத்துடனான அனைத்துக் கட்சி பேச்சுவார்த்தைகளில் பங்கேற்பதற்கான ஒரு அழைப்பைப் பெற்றிருக்கிறது என்பதை அனைத்துலகக் குழுவின் வரலாற்றில் ஒரு முக்கியமான திருப்புமுனையாக நாம் காணவேண்டும். இது கௌரவப்படுத்தப்பட்டதாக உணர்வதற்கான விடயம் அல்ல - நாம் நிச்சயமாக அப்படி நினைக்கவில்லை. மாறாக நாம் சில காலமாகவே கூறி வரும் ஒரு விடயத்திற்கு ஒரு முக்கியமான ஆதாரமாக ஆகியிருக்கிறது: குறிப்பிட்ட கட்சிகள், அமைப்புகள், தனிநபர்கள் மற்றும் உறவுகள் ஆதிக்கம் செலுத்திய மற்றும் எதுவும் மாறாததாகவும் ஏறத்தாழ நகர்த்த முடியாததாகவும் காணப்பட்ட நடப்பில் உள்ள மற்றும் நெடுங்காலமாக ஸ்தாபிக்கப்பட்டிருந்த அரசியல் உறவுகளின் தோற்றத்துக்கு கீழாக, மாபெரும் மாற்றம் ஒன்று நிகழ்ந்துகொண்டிருக்கின்றது. மேற்பரப்புக்குக் கீழாக வர்க்க உறவுகள் மாறிக் கொண்டிருக்கின்றன. தொழில்நுட்பத்தில் பாரியளவிலான மாற்றங்களாலும் உலக வர்த்தகம் மற்றும் பொருளாதார இடைத்தொடர்புகளின் வடிவங்களில் மாற்றங்களாலும் - அதாவது, உற்பத்தி வழிமுறை மற்றும் உற்பத்தி உறவுகளிலான ஆழமான மாற்றங்களாலும் - தீவிரமாக்கப்பட்டுள்ள சமூக, பொருளாதார அடித்தட்டுகளின் நகர்வுகள், ஒட்டுமொத்த அரசியல் மேற்கட்டுமானத்திலும் பிரமாண்டமான மாற்றங்களை கட்டியெழுப்பிக்கொண்டிருப்பதோடு திடீரென்ற, தீவிரமான மற்றும் அழிவுகரமான அரசியல் உருமாற்றங்களுக்கான வழியைத் தயார் செய்துகொண்டிருக்கின்றன".

33-3. சுயதிருப்தி அல்லது அரசியல் செயலின்மையை நோக்கிய எந்தவொரு போக்குக்கும் எதிராக இந்த அமர்வு எச்சரிக்கை விடுத்தது. முதலாளித்துவ ஆட்சிக்கு ஒரு புதிய ஆதரவுத் தளத்தை அனைத்துலகக் குழுவின் பகுதிகளின் மூலம் பெற்றுக்கொள்ள எதிர்காலத்தில் மேற்கொள்ளப்படக்கூடிய முயற்சிகள் போலவே, அரச அடக்குமுறை பயன்படுத்தப்படுவது உள்ளடங்கிய, திடீர் அரசியல் மாற்றங்களுக்கும் அனைத்துலகக் குழு தயாராக இருக்க வேண்டும். கட்சியை தயார்ப்படுத்தவும் மற்றும் அது தயாரின்மைக்குள் சிக்கிக் கொள்ளாதிருப்பதை உறுதிப்படுத்தவும் தேவையான நிலையான அரசியல் கோட்பாட்டு வேலைகள் இங்கு வலியுறுத்தப்பட்டுள்ளன. அரசியல் பிரச்சினைகள் சம்பந்தமாக இடைவிடாது செயலாற்றுவதன்

மூலம், கட்சி தொழிலாள வர்க்கத்தின் மீதும் அதன் முன்னணிப் படையின் மீதும் முதலாளித்துவ சமுதாயத்தால் தன்னிச்சையாக உருவாக்கப்படும் அழுத்தங்களுக்கு எதிர்நடவடிக்கை எடுப்பதுடன், அது குட்டி முதலாளித்துவ மற்றும் காட்சிவாத முறையில் விடயங்களில் இறங்காது என்பதையும் உறுதிசெய்கிறது. தொழிலாள வர்க்க மற்றும் கிராமப்புற வெகுஜனங்களின் புரட்சிகர சோசலிச இயக்கத்தின் அபிவிருத்திக்கு இன்றியமையாத அங்கமாக, அனைத்துலகக் குழுவின் பகுதிகளின் பாத்திரத்தை சிறப்படையச் செய்வதும் இதில் அடங்கும்.

34. போரும் இராணுவவாதமும்

34-1. பனிப்போர் கால பூகோள அரசியல் கட்டமைப்பின் முடிவு, ஏகாதிபத்திய போட்டிகள் தீவிரமடைவதற்கும் இராணுவவாதம் வெடிப்பதற்கும் வழிவகுத்தது. எஞ்சியிருக்கும் ஒரே ''வல்லரசாக'' அமெரிக்க ஏகாதிபத்தியம், தனது எஞ்சியிருக்கும் இராணுவ வலிமையை மூர்க்கமாகப் பயன்படுத்துவதன் ஊடாக தனது பொருளாதார் வீழ்ச்சியில் இருந்து மீள்வதற்கு முனைந்தது. 1990ல் குவைத்தை ஈராக் ஆக்கிரமித்ததை சாக்குப்போக்காகப் பயன்படுத்தி, அமெரிக்கா எரிசக்தி வளம் மிகுந்த மத்திய கிழக்கில் தனது மேலாதிக்கத்தை நிறுவுவதற்கு நீண்டகாலமாகக் கொண்டிருந்த திட்டங்களை நடைமுறைப்படுத்தியது. 1990-91 வளைகுடாப் போரை, தனது சொந்த எதிர்கால கொள்ளையடிக்கும் இலட்சியங்களை நியாயப்படுத்துவதற்கான வழியாக ஒவ்வொரு ஏகாதிபத்திய சக்தியும், அதேபோல் சோவியத் மற்றும் சீனாவின் ஆட்சிகளும் மற்றும் ஒவ்வொரு நாட்டிலும் தொழிலாளர் அதிகாரத்துவங்களும் ஆதரித்தன. ''ஏகாதிபத்தியப் போரையும் காலனியாக்கத்தையும் எதிர்'' என்ற தலைப்பிலான தனது 1991 வேலைத்திட்ட அறிக்கையில், நவ காலனித்துவத்தின் ஒரு புதிய காலகட்டம் திறந்துவிடப்பட்டுள்ளது என்ற முடிவை அனைத்துலகக் குழு எடுத்தது. ''இப்போது இடம்பெற்றுக்கொண்டிருக்கின்ற ஏறத்தாழ ஈராக்கைத் துண்டாடும் நடவடிக்கையானது, ஏகாதிபத்தியவாதிகளால் உலகம் புதிதாக மறு பங்கீடு செய்யப்படுவதன் ஆரம்பத்தைக் குறிக்கின்றது. ஏகாதிபத்தியத்துக்கு வக்காலத்து வாங்கும் சந்தர்ப்பவாதிகளால் கடந்து போய் விட்ட சகாப்தத்திற்கு சொந்தமானவை என்று கூறப்பட்ட நாடுகளைக் கைப்பற்றி இணைத்துக்கொள்ளும் நடவடிக்கை, மீண்டும் அன்றாட நிகழ்ச்சித் திட்டத்தில் சேர்க்கப்பட்டுள்ளது."[70]

---

70. *Fourth International*, Volume 18, No. 1, Summer-Fall 1991, p. 2.

34-2. முதலாவது வளைகுடாப் போர், ஐக்கிய நாடுகள் சபையின் பதாகையின் கீழ் முன்னெடுக்கப்பட்ட அதேவேளை, 1999ல் சேர்பியாவிற்கு எதிரான அமெரிக்கத் தலைமையிலான இராணுவத் தலையீட்டுக்கு அத்தகைய போலிமறைப்பு இருக்கவில்லை. பால்கன்களில் நேட்டோவின் போருக்கு கூறப்பட்ட கொசோவோ மக்களை இனப்படுகொலை செய்யப்படுவதை தடுப்பது என்ற சாக்குப் போக்கு, மேலதிக நவ-காலனித்துவ நடவடிக்கைகளை முன்னெடுப்பதை நியாயப்படுத்துவதாகவே ஒரு மனிதாபிமான போலிச்சாக்காக பொதுமைப்படுத்தப்பட்டது. உண்மையில், பால்கன் யுத்தமானது சோவியத் ஒன்றியத்தின் உருக்குலைவைத் தொடர்ந்து, குறிப்பாக புதிதாக ஸ்தாபிக்கப்பட்ட, வளங்கள் நிறைந்த மத்திய ஆசியாவின் குடியரசுகளில் திறந்துவிடப்படும் வாய்ப்புகளை சுரண்டுவதற்கான பரந்த அமெரிக்க மூலோபாயத்தின் பகுதியாகும். மத்திய கிழக்கு மற்றும் மத்திய ஆசியாவை கைப்பற்றுவதற்கான அமெரிக்க குறிக்கோள்களை முன்நகர்த்துகையில், 2001 செப்டம்பர் 11 அன்று நடந்த பயங்கரவாதத் தாக்குதல்களை பற்றிக் கொண்ட புஷ் நிர்வாகம், அதனை 2001ல் ஆப்கானிஸ்தானை ஆக்கிரமிக்கவும் 2003ல் ஈராக்கை ஆக்கிரமிப்பதற்குமான நியாய ஆதாரமாக ஆக்கியது. "முன்கூட்டியே யுத்தம் செய்தல்" என்ற புஷ்ஷின் புதிய கோட்பாடு, இரண்டாம் உலகப் போருக்குப் பின்னர் நாஜி தலைவர்கள் மீதான விசாரணைக்கு காரணமாக இருந்த - ஆக்கிரமிப்பு யுத்தம் ஒன்றை முன்னெடுத்த - அடிப்படைக் குற்றத்துடன் ஒப்பிடக்கூடியதாகும். ஐக்கிய நாடுகள் பாதுகாப்பு சபையில், பிரான்ஸ் தலைமையில் ஈராக் போருக்கு காட்டப்பட்ட மட்டுப்படுத்தப்பட்ட எதிர்ப்புக்கு, மத்திய கிழக்கில் ஏனைய சக்திகள் நீண்டகாலமாக பாதுகாத்து வந்த நலன்களில் அமெரிக்கா குறுக்கே நுழைக்கிறது என்ற அச்சம் மட்டுமே அடிப்படையாக இருந்தது. ஈராக் ஆக்கிரமிப்புக்கு எதிராக சர்வதேசரீதியில் ஒருங்கிணைக்கப்பட்ட பரந்த வெகுஜனப் போராட்டங்கள் முன்னெப்போதுமில்லா அளவு எழுச்சி கண்டதானது, போர் எதிர்ப்பு இயக்கத்தின் புறநிலையான, புரட்சிகர சாத்தியத்தை கோடிட்டுக் காட்டியதோடு, அதன் அரசியல் பலவீனத்தையும், அதாவது அரசாங்கங்களுக்கு அழுத்தம் கொடுப்பதன் மூலம் அல்லது ஐ.நா. ஊடாக யுத்தத்தை நிறுத்திவிட முடியும் என்று முழு போலி-தீவிரவாத அமைப்புக்களால் உருவாக்கிவிடப்பட்ட அழிவுகரமான மாயையையும் வெளிச்சம் போட்டுக் காட்டியது. அந்த ஆர்ப்பாட்டங்களின் தோல்வியானது, இலாப அமைப்புமுறை மற்றும் உலகம் முதலாளித்துவ தேசிய அரசுகளாக காலத்திற்கொவ்வாத முறையில் பிரிக்கப்பட்டுள்ளமை போன்ற அடித்தளமான காரணிகளை தூக்கி வீசுவதற்கு, தொழிலாள வர்க்கத்தை

சுயாதீனமாக அணிதிரட்டுவதன் மூலம் மட்டுமே யுத்தம் தடுக்கப்பட முடியும் என்ற மார்க்சிசத்தின் அடிப்படைப் படிப்பினையை கோடிட்டுக் காட்டியது.

34-3. கடந்த இரண்டு தசாப்தங்களிலான அமெரிக்க இராணுவவாதத்தின் வெடிப்பு, உலகம் முழுவதையும், குறிப்பாக தெற்கு ஆசியாவை ஆழமாக ஆட்டங்காணச் செய்யுமளவு பாதித்துள்ளது. பாகிஸ்தானும் இந்தியாவும் தனது எதிரிக்கு எதிராக பேரினவாத உணர்வுகளை கிளறி விடுவதன் மூலம் உள்நாட்டில் கூர்மையான சமூகப் பதட்டங்களை திசைதிருப்பிவிட முயல்கின்ற நிலையில், இரு நாடுகளுக்கும் இடையிலான பதட்டங்கள் உக்கிரமடைந்து வந்திருக்கின்றன. 1998ல் இரண்டு நாடுகளும் அணு ஆயுதங்களைப் பரிசோதித்ததுடன், 1999ல் பாகிஸ்தான் துருப்புக்களும் இஸ்லாமிய போராளிகளும் இந்தியாவின் கட்டுப்பாட்டிலுள்ள ஜம்மு மற்றும் காஷ்மீர் பகுதியில் இருக்கும் கார்கில் பகுதியினுள் ஊடுருவி ஆக்கிரமித்த சமயத்தில் ஏறக்குறைய இரண்டு நாடுகளும் மோதலின் விளிம்பில் நின்றன. போராளிகளை ஆதரிப்பதை கைவிடும்படி அமெரிக்கா பாகிஸ்தானை நிர்ப்பந்தம் செய்ததை அடுத்து, ஜெனரல் பர்வேஸ் முஷாரப் தலைமையிலான இராணுவம் அதிகாரத்தைக் கைப்பற்றியது. 2001ல் ஆப்கானிஸ்தானில் தலிபான் ஆட்சிக்கான ஆதரவை முடிவுக்குக் கொண்டுவருமாறும், அமெரிக்கா தலைமையிலான இராணுவத் தலையீட்டிற்கு உதவுமாறும் முஷாரப்பை நிர்ப்பந்தித்ததால் அமெரிக்கா பாகிஸ்தானை மேலும் ஆட்டங்காணச் செய்தது. வாஷிங்டனின் போலியான "பயங்கரவாதத்தின் மீதான யுத்தத்தை" அனுகூலமாகப் பயன்படுத்திக்கொண்ட புது டில்லி, இஸ்லாமாபாத் சம்பந்தமாக மேலும் மேலும் மோதலையே நாடும் அணுகுமுறையை எடுத்தது. 2001 டிசம்பரில் புது டில்லியில் பாராளுமன்ற கட்டிடத்தின் மீது இஸ்லாமிய ஆயுததாரிகள் தாக்குதல் நடத்தியதை அடுத்து, இந்தியா பாகிஸ்தானுடனான எல்லையில் ஒரு மில்லியனுக்கும் அதிகமான துருப்புக்களை நிறுத்தியது. பின்வாங்குவதற்கு முந்தைய மாதங்களில், இரண்டு அணு ஆயுத சக்திகளும் ஒரு முழுமூச்சான போரின் விளிம்பில் நின்றன. தசாப்தம் பூராவும் நீண்ட ஆப்கானிஸ்தான் மீதான நவ-காலனித்துவ ஆக்கிரமிப்பு, பாகிஸ்தான் எல்லைகளுக்குள்ளும் ஊடுருவியுள்ளதுடன், ஜனாதிபதி ஒபாமாவின் கீழ், அது ஆப்-பாக் (ஆப்கான்-பாகிஸ்தான்) போராக ஆகியிருக்கின்றது. அதிகரித்துவரும் சி.ஐ.ஏ.யின் ஆளில்லா விமானத் தாக்குதல்களும் பாகிஸ்தானுக்குள் பழங்குடிப் பிரதேசங்களில் அமெரிக்க-ஆதரவு பாகிஸ்தான் இராணுவத்தின் அழிவுகரமான நடவடிக்கைகளும், இஸ்லாமாபாத்தில் ஆழமான அரசியல் நெருக்கடியை பெருகச் செய்துள்ளன. 1947ன்

பின்னர், தெற்காசியாவில் முதலாவது நேரடி ஏகாதிபத்திய தலையீடான இந்த ஆப்-பாக் போரை எதிர்ப்பதற்கு, பிற்போக்கு இஸ்லாமியக் குழுக்களைத் தவிர வேறு எவரும் முன்வரத் தவறியதைக் காட்டிலும், இந்தியத் துணைக்கண்டம் முழுவதிலும் உள்ள முதலாளித்துவத்தினதும் மற்றும் தொழிலாள வர்க்கத்திலுள்ள அதன் முகவர்களினதும் அரசியல் திவால்நிலையை வெளிக்காட்டுவதற்கு வேறு சாட்சியங்கள் கிடையாது.

35. முதலாளித்துவத்தின் நெருக்கடியும் சோசலிச சமத்துவக் கட்சியின் பணிகளும்

35-1. 2008 செப்டம்பரில் அமெரிக்க முதலீட்டு வங்கியான லெஹ்மென் பிரதர்சின் பொறிவுடன் வெடித்த உலகப் பொருளாதார நெருக்கடியானது ஒரு காலகட்டத்திற்குரிய பொருளாதாரச் வீழ்ச்சி அல்ல, மாறாக முதலாளித்துவ ஒழுங்கின் அடிப்படையான நிலைமுறிவாகும். நிதிய முறைமைக்கும் பிரதான கூட்டுத்தாபனங்களுக்கும் முண்டு கொடுப்பதற்கு, அரசாங்கங்களால் உட்செலுத்தப்பட்ட டிரில்லியன் கணக்கான டொலர்கள் பொருளாதார அமைப்பினை மறுஸ்திரம் செய்து விட்டிருந்ததாகத் தோன்றிய நம்பிக்கைகள் எல்லாம் துரிதமாக மறைந்துவிட்டன. இந்த பிணையெடுப்புகளும் ஊக்குவிப்புப் பொதிகளும், உண்மையில் தனியார் சுரண்டல்காரர்கள் மற்றும் ஊக வணிகர்களின் மலை போன்று குவிந்திருந்த திரும்பிச் செலுத்தமுடியாத கடனை, அரசாங்கக் கணக்கிற்கு மாற்றி விட்டு, இப்போது ஒவ்வொரு நாட்டிலும் சிக்கன நடவடிக்கைகளின் வடிவத்தில் தொழிலாள வர்க்கத்தின் மீது சுமத்தப்பட்டுக் கொண்டிருக்கிறது. பொருளாதார நெருக்கடி இன்னும் விரிந்து சென்று, பெரும் ஆபத்தான வடிவங்களை எடுத்துக் கொண்டிருக்கிறது. ஆஸ்திரேலிய சோசலிச சமத்துவக் கட்சியின் தேசிய செயலரான நிக் பீம்ஸ் விளக்கியதாவது: "நிலைமுறிவு என்றால் முதலாளித்துவம் தீடீரென இயங்காது நின்று போய் விடுகிறது என்று அர்த்தமல்ல. இது வரலாற்றின் ஒரு புதிய காலகட்டம் திறப்பதை அடையாளப்படுத்துகிறது, இதில் பழைய கட்டமைப்புகளான பொருளாதார மற்றும் அரசியல் கட்டமைப்புகளும் மற்றும் அத்துடன் சித்தாந்தங்கள் மற்றும் சிந்திக்கும் வழிவகைகளும் சமுதாயத்தின் தலைவிதியை தானே முடிவெடுக்கும் புதிய வகையிலான அரசியல் போராட்டம் அபிவிருத்தியடைவதற்கு பாதையை திறந்து விடுகின்றன."[71]

---

71. Nick Beams, *The World Economic Crisis: A Marxist Analysis* (October 2008) http://wsws.org/articles/2008/oct2008/nbe1 o04.shtml.

35-2. மோசமடைந்துவரும் பொருளாதார நெருக்கடி, பூகோள-அரசியல் பகைமைகளை -முதலாவதாக அமெரிக்காவிற்கும் சீனாவிற்கும் இடையிலான பகைமைகளை- மேலும் மோசமாக்கும். சீனாவின் துரிதமான பொருளாதார வளர்ச்சியானது அது எரிசக்தி, மூலப் பொருள் மற்றும் சந்தைகளுக்காக உலகத்தில் தேடியலைகின்ற நிலையில், தவிர்க்கவியலாமல் அதனை அதன் மிக ஸ்தாபகமான எதிரிகளுடனும் மற்றும் இந்தியா போன்ற எழுச்சியுறும் சக்திகளுடனும் போட்டிக்கு இட்டுச் செல்லும். தனது கடற் பாதையைப் பாதுகாக்க, சீனா தனது இராணுவ சக்தியை, குறிப்பாக கடற்படையின் சக்தியை விரிவுபடுத்திக் கொண்டிருக்கின்ற போதிலும், இது மேற்கு பசிபிக் மற்றும் இந்தியப் பெருங்கடலில் நெடுங்காலமாக நிலவும் அமெரிக்க மேலாதிக்கத்தை அச்சுறுத்துகிறது. இப்போது, உலகின் மிகப்பெரும் கடன்கார நாடான அமெரிக்கா, உலகின் பொருளாதார ஆதிக்க சக்தி என்ற அதன் யுத்தத்துக்குப் பிந்தைய நிலையை ஏற்கனவே இழந்துள்ளதோடு தனது எதிரிகளை கீழறுக்க தன்னிடம் எஞ்சியிருக்கின்ற இராணுவ பலத்தை ஈவிரக்கமின்றி பயன்படுத்திக்கொண்டிருக்கிறது. அமெரிக்காவால் தனது முந்தைய ஆதிக்கத்தை அமைதியான முறையில் கைவிட முடியாதது அதேவேளையில், தனது சொந்த கூர்மையான பொருளாதார மற்றும் சமூக ஸ்திரமின்மைகளால் நொருங்கிப் போய்க் கிடக்கும் சீனாவால் வாஷிங்டன் நிபந்தனைகளை விதிப்பதை அனுமதிக்க முடியாது. ஏற்கனவே வர்த்தக மற்றும் நாணய மதிப்பு மோதல்களில் வெளிப்படையாகியிருக்கும், உக்கிரமடைந்துவரும் இந்தப் பகைமை, கடுமை தணியாது ஏனைய சக்திகளையும் இதனுள் தவிர்க்கமுடியாமல் இழுத்துக்கொள்வதுடன் மனித குலத்தை இன்னுமொரு பேரழிவான உலகப் போருக்குள் தள்ளிவிடவும் அச்சுறுத்துகிறது.

35-3. ஒட்டுமொத்த ஆசியாவும் அமெரிக்காவிற்கும் சீனாவிற்கும் இடையில் உக்கிரமடைகின்ற போட்டிக்கான களமாக மாற்றப்பட்டு வந்துள்ளது. வடகிழக்கு ஆசியாவில் தனது முந்தைய மேலாதிக்க நிலையை தூக்கி நிறுத்துவதற்காக, ஜப்பான் அமெரிக்காவுடனான தனது இராணுவக் கூட்டணியை பலப்படுத்திக்கொண்டிருக்கிறது. ஒரு உலக சக்தியாவதற்கு தனது சொந்த இலட்சியங்களை வளர்த்துக் கொண்டிருக்கும் இந்தியாவும், வாஷங்டனுடன் ஒரு மூலோபாயக் கூட்டணியை ஸ்தாபித்துக் கொண்டுள்ளது. ஒவ்வொரு நாட்டிலும், ஆளும் வர்க்கம் ஒரு அடிப்படையான இருதலைக்கொள்ளி நிலையை எதிர்கொள்கின்றது: அது இப்போது ஆசியாவில் ஏறக்குறைய ஒவ்வொரு நாட்டிற்கும் மிகப் பெரிய வர்த்தகக் பங்காளியாக

இருக்கின்ற சீனாவுக்கும், இன்னமும் உலகின் மிகப் பெரிய பொருளாதாரமாகவும் பலம்வாய்ந்த இராணுவ சக்தியாகவும் இருந்துவரும் அமெரிக்காவிற்கும் இடையே சமநிலையை வைத்துக்கொள்வது எப்படி என்பதே ஆகும். இந்தப் பூகோள அரசியல் சண்டையின் அழிவுகரமான பின்விளைவுகள், ஏற்கனவே மத்திய ஆசியாவில் அமெரிக்க மேலாதிக்கத்திற்குட்பட்ட ஒரு காலனித்துவ காவலரணாக ஆகியுள்ள ஆப்கானிஸ்தானிலும், மற்றும் அதன் அருகிலிருக்கும், அரசியல் நெருக்கடி மற்றும் மோதலால் அதிர்ந்துபோயுள்ள பாகிஸ்தானிலும் ஏற்கனவே காணக்கூடியதாகவுள்ளது.

35-4. இந்தியப் பெருங்கடலின் பிரதான போக்குவரத்துப் பாதையின் மத்தியில் அமைந்திருப்பதன் விளைவாக, இலங்கை இந்தப் போட்டியின் சுழலுக்குள் இழுக்கப்பட்டுக்கொண்டிருக்கின்றது. தீவின் நீண்ட உள்நாட்டு யுத்தம் 2009ல் முடிவுக்கு வந்தமை, கொழும்பில் ஆதிக்க நிலைக்காக அமெரிக்கா, சீனா மற்றும் இந்தியா இடையிலான போட்டியைத் தீவிரமாக்கியுள்ளது. விடுதலைப் புலிகளின் தோல்வி நிச்சயமானதாக தோன்றிய போதே, சீனா இலங்கைக்கு இராணுவ மற்றும் பொருளாதார உதவியை வழங்கி தனது செல்வாக்கை பெருமளவு விரிவுபடுத்திக்கொண்டுள்ளது என்பதை அமெரிக்கா தாமதமாகக் கண்டுகொண்டது. பதிலுக்கு பர்மா, பங்களாதேஷ் மற்றும் பாகிஸ்தான் உட்பட இந்தியப் பெருங்கடலில், தனது மூலோபாய துறைமுக வசதிகளை ஏற்படுத்திக்கொள்வதன் பாகமாக, இலங்கையின் தெற்கு நகரான ஹம்பாந்தொட்டையில் ஒரு பெரிய புதிய துறைமுகத்தை உருவாக்க சீனா அனுமதிக்கப்பட்டது. 2009 டிசம்பரில் முன்வைக்கப்பட்ட ஒரு அமெரிக்க செனட் அறிக்கையில், அமெரிக்கா "இலங்கையை இழக்க முடியாது" என்று அப்பட்டமாக அறிவிக்கப்பட்டிருந்ததில் இருந்து, அமெரிக்காவுக்கு இத்தீவின் மூலோபாய முக்கியத்துவம் கோடிட்டுக் காட்டப்பட்டது. பிராந்தியம் பூராவும் உள்ள தனது சமதரப்பினரைப் போலவே, இலங்கை அரசாங்கமும் ஒரு ஆபத்தான சமநிலைப்படுத்தும் நடவடிக்கையில் ஈடுபட்டிருக்கிறது. இது தொழிலாள வர்க்கத்திற்கு அழிவுகரமான பின்விளைவுகளை ஏற்படுத்தும் ஒரு மோதலுக்குள் தீவு இழுக்கப்படுவதை தடுக்கப் போவதில்லை.

35-5. ஜனாதிபதி மஹிந்த இராஜபக்ஷவினால் 2006ல் மீண்டும் தொடங்கப்பட்ட யுத்தம் தீவை அழிவிற்குள்ளாக்கியது. சகல பெரும் வல்லரசுகளதும் ஆதரவுடன், அரசாங்கமும் இராணுவமும் கொடூரமான முற்றுகை யுத்தத்தை முன்னெடுத்ததில், பல பத்தாயிரக்கணக்கான

தமிழ் பொது மக்கள் கொல்லப்பட்டதுடன் நகரங்களும் கிராமங்களும் சிதைக்கப்பட்டன. இந்த யுத்தமானது ஜனநாயக உரிமைகள் மீதான நீண்டகால விளைவுகளைக் கொண்ட தாக்குதல்கள் மற்றும் தொழிலாள வர்க்கத்தின் மீது புதிய பொருளாதார சுமைகளை திணிப்பதுடன் சேர்ந்தே நடந்தேறியது. இராணுவத்துடன் நெருக்கமாக செயற்பட்ட அரசாங்கத்தைச் சார்ந்த கொலைப் படைகள் ஊடகவியலாளர்கள் மற்றும் அரசியல்வாதிகள் உட்பட நூற்றுக்கணக்கானவர்களை கொன்றன அல்லது "காணாமல் போக"ச் செய்தனர். 2007 மார்ச்சில் கடற்படையின் கட்டுப்பாட்டிலான ஊர்காவற்துறை தீவுக்கு சென்றுகொண்டிருந்த போது, சோசலிச சமத்துவக் கட்சி உறுப்பினரான நடராஜா விமலேஸ்வரன் காணாமல் போய்விட்டார். இந்த வழக்கு தொடர்பான எந்தவொரு விசாரணையையும் தடுத்த அரசாங்கமே, அவர் காணாமல் போனதற்கும் கொல்லப்பட்டிருப்பதற்கான சாத்தியத்திற்கும் அரசியல் ரீதியில் பொறுப்பாளியாகும்.

35-6. உள்நாட்டுப் போரின் முடிவு, ஜனாதிபதி மகிந்த இராஜபக்ஷ வாக்குறுதியளித்ததைப் போல "சமாதானத்தையும் சுபிட்சத்தையும்" கொண்டு வந்திருக்கவில்லை. போருக்கு செலவிடுவதற்காக தீவை முழுதாக அடகு வைத்திருக்கும் நிலையில், அரசாங்கமானது சர்வதேச நாணய நிதியத்தின் கோரிக்கைகளை பூர்த்தி செய்வதற்கு பொதுத் துறை வேலைகள், சேவைகள் மற்றும் மானியங்களில் பெரும் வெட்டுக்களை மேற்கொள்ளத் தள்ளப்பட்டுள்ளது. கடந்த ஐந்து ஆண்டுகளாக ஊதியங்களில் ஏறக்குறைய எவ்வித அதிகரிப்பும் செய்யப்படாத போதிலும், அடிப்படைப் பொருட்களின் விலைகள் உட்பட விலைவாசி வானளாவ உயர்ந்து, தொழிலாள வர்க்கத்தின் மற்றும் ஒடுக்கப்பட்ட மக்களின் பெரும் பகுதியினருக்கு இன்னலை உருவாக்கியிருக்கிறது. செல்வந்தர்களுக்கும் வறியவர்களுக்கும் இடையிலான இடைவெளி அண்மைய சமூக புள்ளிவிபரங்களில் கோடிட்டுக் காட்டப்பட்டுள்ளது. உயர்மட்டத்தில் உள்ள 20 சதவீதத்தினர் மொத்த குடும்ப வருவாய் அளவில் 54.1 சதவீதத்தைப் பெறுகின்ற அதேவேளையில் சமூகத்தில் கீழிருக்கும் 20 சதவீதத்தினரோ மொத்த குடும்ப வருவாயில் வெறும் 4.5 சதவீதத்தையே பெறுகின்றனர். உழைக்கும் மக்களை நெருக்கும் தேவைகள் மற்றும் அபிலாசைகளில் எதுவும், இலங்கையின் அரசியல் ஸ்தாபனத்தின் எந்தப் பிரிவிலும் வெளிப்பாடைக் காணவில்லை. எதிர்க்கட்சிகளான ஐக்கிய தேசியக் கட்சியும் மக்கள் விடுதலை முன்னணியும் அரசாங்கத்தின் போரையும் சர்வதேச நிதி மூலதனத்தின் சார்பாக சர்வதேச நாணய நிதியத்தால்

உத்தரவிடப்படும் சந்தை-சார்பு பொருளாதாரத் திட்டத்தையும் முழுமையாக ஆதரித்தன.

35-7. இராஜபக்ஷ அரசாங்கம், கால் நூற்றாண்டு கால உள்நாட்டு யுத்தத்தின் போது கட்டியெழுப்பப்பட்ட நாட்டின் மிகப்பெரும் பாதுகாப்புப் படைகள் மீது தங்கியிருப்பது, இலங்கை முதலாளித்துவத்தின் அரசியல் பலவீனத்தை வெளிச்சம் போட்டுக் காட்டுகிறது. போர் முடிந்து ஏறக்குறைய இரண்டு ஆண்டுகளுக்குப் பின்னரும் கூட, கொடூரமான அவசரகால அதிகாரங்கள் இன்னமும் அமுலில் இருப்பதோடு துருப்புகளில் எதுவும் கலைக்கப்படவில்லை. மாறாக, 60,000 குடும்பங்களை பலவந்தமாக இடம்பெயரச் செய்யும், பிரமாண்டமான கொழும்பு சேரிகளை அகற்றும் திட்டம் போன்ற, முன்னர் படையினருக்குத் தொடர்பற்றவை என கருதப்பட்டுவந்த அரசாங்கத்தின் வேலைகளுக்குள் இராணுவம் நுழைந்து கொண்டிருக்கின்றது. "தேசத்தைக் கட்டியெழுப்புவதற்கு" படையினரைப் போல தொழிலாளர்களும் தியாகம் செய்ய வேண்டும் என்ற இராஜபக்ஷவின் அறிவுறுத்தலில் பொதுவாழ்க்கை இராணுவமயப்படுத்தப்படுவது சுருக்கிக் கூறப்பட்டுள்ளது. இராஜபக்ஷ அரசாங்கமானது மேலும் மேலும் பாராளுமன்றம், அரசியலமைப்பு அல்லது நீதிமன்றங்களை துச்சமாக மதித்து இயங்கும், ஒரு அரசியல்-இராணுவ சூழ்ச்சிக்குழுவாகவே செயல்படுகிறது. பொலிஸ்-அரசு எந்திரம், எல்லாவற்றுக்கும் மேலாய் தொழிலாள வர்க்கத்தினதும் கிராமப்புற வெகுஜனங்களதும் எந்தவொரு எதிர்ப்பையும் ஒடுக்குவதையே இலக்காகக் கொண்டுள்ளது.

35-8. நீண்டகால உள்நாட்டுப் போருக்கு வழிவகுத்த அடித்தளத்தில் உள்ள பிரச்சினைகளில் எதுவும் விடுதலைப் புலிகளின் இராணுவத் தோல்வியினால் தீர்க்கப்பட்டிருக்கவில்லை. உத்தியோகப்பூர்வ சுதந்திரத்தின் ஆறு தசாப்தங்களுக்குப் பின்னரும், இலங்கை முதலாளித்துவத்தால் இனவாத அடிப்படையில் தீவைத் துண்டாடுவதன் மூலமாகவே அதிகாரத்தில் தொற்றிக் கொண்டிருக்க முடிந்திருக்கிறது. படைவலிமை மூலம் மட்டுமே அது ஐக்கியத்தைப் பேணிவந்துள்ளது என்பது வடக்கிலும் கிழக்கிலும் உள்ள பிரமாண்டமான இராணுவ ஆக்கிரமிப்பில் தற்போது வெளிப்படையாகியுள்ளது. தசாப்தகாலமாக பலப்படுத்தப்பட்ட பாரபட்சங்கள் சம்பந்தமாக தமிழ் மக்களால் உணரப்படும் துயரங்களும் கோபங்களும் தவிர்க்கமுடியாமல் புதிய வடிவங்களில் வெடிக்கும். ஆயினும், அவசியமான அரசியல் படிப்பினைகள் கிரகித்துக்கொள்ளப்பட வேண்டும். புலிகளின் தோல்வியானது

அடிப்படையில் இராணுவத் தோல்வி அல்ல, மாறாக அதன் அரசியல் முன்னோக்கில் உள்ளடங்கியிருந்த பலவீனங்களின் விளைவே ஆகும். ஆரம்பத்தில் இருந்தே, இந்தியா அல்லது ஏனைய பிராந்திய மற்றும் உலக சக்திகளின் ஆதரவுடன், தமிழ் முதலாளித்துவத்தின் சார்பாக ஒரு முதலாளித்துவ ஈழத்தை அமைப்பதே அவர்களின் நோக்கமாக இருந்தது. இதே சக்திகள் புலிகளுக்கு எதிராக தீர்க்கமாகத் திரும்பியபோது, இராணுவத் தாக்குதல்களை நிறுத்துமாறு "சர்வதேச சமூகத்திடம்" பயனற்ற கோரிக்கையை வைக்குமளவுக்கு கீழிறங்கி வந்தனர். இலங்கையின் முதலாளித்துவத்திற்கும் அதன் ஏகாதிபத்திய ஆதரவாளர்களுக்கும் எதிராக, உண்மையான ஜனநாயக உரிமைகளுக்கான போராட்டத்தை நடத்துவதற்கு சமுதாயத்தில் வல்லமைபடைத்த ஒரே சமூக சக்தி தொழிலாள வர்க்கம் மட்டுமே ஆகும். ஆனாலும், தமிழ் மற்றும் சிங்களத் தொழிலாளர்களை வர்க்க அடிப்படையில் ஐக்கியப்படுத்தும் எந்தவொரு நோக்கத்துக்கும் புலிகள் எப்போதும் இயல்பாகவே எதிரானவர்களாக இருந்தனர். சிங்களப் பொதுமக்கள் மீதான புலிகளின் கண்மூடித்தனமான தாக்குதல்கள், கொழும்பு ஸ்தாபனத்தின் தேவைகளுக்குப் பயன்பட்டதோடு இனவாதப் பிளவை ஆழப்படுத்தியது. புலிகளின் கட்டுப்பாட்டின் கீழான பகுதிகளில், அவர்கள் உழைக்கும் மக்களின் ஜனநாயக உரிமைகளையும் சமூகத் தேவைகளையும் நசுக்கினர். அதனால், தமது இறுதிக் கட்டத்தில், தீவிலும் மற்றும் பிராந்தியம் முழுவதிலுமான தொழிலாள வர்க்கத்திற்கு இல்லா விட்டாலும், தமிழ் வெகுஜனளுக்கும் கூட எந்தவொரு பரந்த அறைகூவலும் விடுக்க புலிகளின் தலைமைத்துவம் முற்றிலும் இலாயக்கற்று இருந்தது. புலிகளின் வீழ்ச்சியானது முதலாளித்துவ பிரிவினைவாதத்தை அடிப்படையாகக் கொண்ட அனைத்துப் போக்குகளதும் திவால்நிலைக்கான ஒரு வெளிப்படையான ஆதாரமாகும்.

35-9. கடந்த கால் நூற்றாண்டு கால யுத்தம், ஒவ்வொரு அரசியல் போக்கினையும் பரிசோதித்து விட்டது. சோசலிச சமத்துவக் கட்சி மட்டுமே, ஸ்ரீலங்கா-ஈழம் சோசலிசக் குடியரசுக்கான அதன் மூலோபாயத்தின் அத்தியாவசிமான அங்கமாக, தமிழ் மக்களதும் ஒட்டுமொத்த உழைக்கும் மக்களதும் ஜனநாயக உரிமைகளை பாதுகாக்க, ஒரு தொடர்ச்சியான அரசியல் போராட்டத்தை முன்னெடுக்கும் இயலுமை கொண்டது என்பதை நிரூபித்தது. சகல பக்கங்களிலும் இருந்து வந்த, அரசியல் மற்றும் சரீரரீதியான தாக்குதல்களை தாங்கக் கூடிய சோசலிச சமத்துவக் கட்சியின் திறன், அது காலூன்றியுள்ள கோட்பாடுகளின் வலிமையில் இருந்து ஊற்றெடுக்கின்றது. நிரந்தரப் புரட்சி தத்துவத்தினதும்

மூலோபாயத்தினதும் பாதுகாப்பும் அபிவிருத்தியும், முதலாளித்துவத்தின் அனைத்துவிதமான பிரிவுகளில் இருந்தும் தொழிலாள வர்க்கத்தின் அரசியல் சுயாதீனத்திற்காகப் போராடுவதில் மட்டுமே தங்கியிருக்கின்றது. நான்கு தசாப்தத்துக்கும் மேலாக, ட்ரொட்ஸ்கிசத்துக்காக ஒரு சமரசமற்ற போராட்டத்தை முன்னெடுத்ததில், சோசலிச சமத்துவக் கட்சி தொழிலாள வர்க்கத்தில் ஆழமாக வேர் பரப்பியுள்ளதோடு உழைக்கும் மக்களின் வரலாற்று நலன்களைப் பாதுகாக்கின்ற ஒரே கட்சியாக தன்னை ஸ்தாபித்துக்கொண்டுள்ளது.

35-10. இரண்டாம் உலகப் போருக்குப் பின்னர், தெற்காசியா முழுவதிலும் ஸ்தாபிக்கப்பட்ட சுதந்திர அரசுகள் அனைத்திலும், தேசிய வேலைத்திட்டத்தின் முழுத் தோல்வியை இலங்கை மிகவும் நுணுக்கமாக காட்சிப்படுத்துகிறது. கண்ணியமான வாழ்க்கைத் தரங்களுக்கும் அடிப்படை ஜனநாயக உரிமைகளுக்குமான வெகுஜனங்களின் அபிலாசைகளைப் பூர்த்தி செய்ய எங்குமே முதலாளித்துவ அரசாங்கங்களால் முடியவில்லை. கோடிக்கணக்கான மக்கள் வறுமையிலும் பின்தங்கிய நிலையிலும் மூழ்கிப்போயுள்ளனர். இலங்கையில் தசாப்தகாலங்கள் நீண்டிருந்த உள்நாட்டுப் போருக்கு இணையாக, பிராந்தியம் முழுவதிலும் ஆளும் கும்பலின் போட்டிப் பிரிவுகள் தங்களது சொந்த குறுகிய நலன்களை மேம்படுத்துவதற்காக இனவாத, வகுப்புவாத மற்றும் மொழிப் பிளவுகளை பிற்போக்குத்தனமாக சுரண்டிக் கொண்டுள்ளன. தொழிலாள வர்க்கம் ஒரு புதிய புரட்சிகரக் கொந்தளிப்பு காலகட்டத்தினுள் பிரவேசிக்கின்ற நிலையில், இன்றியமையாத அரசியல் படிப்பினைகளைப் பெறுவது அத்தியாவசியமானதாகும். தேச எல்லைகளுக்குள்ளும் அதைக் கடந்தும் தொழிலாள வர்க்கத்தை ஐக்கியப்படுத்துவதன் மூலமாக மட்டுமே, முதலாளித்துவத்தின் காலங்கடந்த அமைப்புமுறையைத் தூக்கியெறிவதற்கும் அதனை ஒரு உலக ரீதியில் திட்டமிடப்பட்ட சோசலிசப் பொருளாதாரத்தால் பதிலீடு செய்வதற்கும் அவசியமான புரட்சிகர சக்தியை அபிவிருத்தி செய்ய முடியும். சோசலிச சமத்துவக் கட்சி, இந்திய போல்ஷிவிக் லெனினிஸ்ட் கட்சியின் சிறந்த புரட்சிகரப் பாரம்பரியங்களுக்கு புத்துயிரூட்ட முயற்சிப்பதோடு, உலக சோசலிசப் புரட்சியின் ஒரு பிரிக்கமுடியாத பாகமாக, தெற்காசிய ஐக்கிய சோசலிச அரசுகளுக்காக தொழிலாளர்கள் மற்றும் ஒடுக்கப்பட்ட மக்களின் ஐக்கியத்திற்காக போராடுவதற்கு அனைத்துலகக் குழுவின் வேலைத்திட்டத்தை அடித்தளமாக கொள்கிறது.

35-11. இடைவிடாத பொருளாதார நெருக்கடிகள், கூர்மையடைந்துவரும் ஏகாதிபத்தியங்களுக்கு இடையிலான பகைமைகள், இராணுவவாதத்தின் வளர்ச்சி, ஆழமடையும் சமூக ஏற்றத்தாழ்வு மற்றும் தற்போதுள்ள அரசியல் கட்சிகள் மற்றும் கட்டமைப்புகளில் இருந்து சாதாரண மக்களின் ஆழமானமான அந்நியப்படுதலும், போர்கள் மற்றும் புரட்சிகளின் ஒரு புதிய நீண்ட காலகட்டத்தின் தெளிவான அறிகுறிகள் ஆகும். முதலாளித்துவத்தின் நெருக்கடி மிகப் பிரமாண்டமான வர்க்கப் போராட்டங்களை உருவாக்கிக் கொண்டிருப்பதற்கான சமீபத்திய சாட்சியங்களே வட ஆபிரிக்காவிலும் மத்திய கிழக்கிலுமான எழுச்சிகளாகும். ஆயினும், முதலாளித்துவ நிலைமுறிவு அபிவிருத்திகாணுகின்ற அளவுக்கும், தொழிலாள வர்க்கத்தின் நடப்பு அரசியல் நனவுக்கும் இடையில் ஒரு பெரும் இடைவெளி காணப்படுகிறது. தொழிலாள வர்க்கத்தின் சுயாதீனமான அணிதிரள்வைத் தடுக்கும் சமூக ஜனநாயக, ஸ்ராலினிச மற்றும் பப்லோவாத முகவர்களுக்கு எதிராக, ஒரு புரட்சிகரக் கட்சி நடத்தும் ஒரு பொறுமையான மற்றும் சளைக்காத அரசியல் போராட்டத்தின் மூலமாகவே இந்த இடைவெளியை வெல்ல முடியும். அவ்வாறு செயற்படுவதன் மூலம், சோசலிச சமத்துவக் கட்சி தொழிலாள வர்க்கத்தின் புதிய சுயாதீனமான அமைப்புகள் உருவாவதை ஊக்குவித்து, உதவி செய்யும். தொழிலாள வர்க்கத்தில் ஒரு இடைவிடாத அரசியல் போராட்டத்தின் ஊடாக, தொழிலாளர்களதும் விவசாயிகளதும் அரசாங்கமொன்றை நிறுவுவதற்கு இன்றியமையாத தொழிலாள வர்க்கத்திற்கும் விவசாயிகளுக்கும் இடையிலான அத்தியாவசியமான கூட்டணியை ஏற்படுத்த கட்சி முயற்சிக்கும்.

35-12. ஆயினும், தொழிலாள வர்க்கத்தின் நனவினை அதன் சர்வதேசிய மற்றும் வரலாற்றுக் கடமைகளுக்கு உயர்த்துவதற்காக ஒரு புரட்சிகரத் தலைமையைக் கட்டியெழுப்பும் முக்கிய பிரச்சினை எஞ்சியிருக்கின்றது. சர்வதேசத் தொழிலாள வர்க்கத்தின் முந்தைய மூலோபாய அனுபவங்களில் இருந்து அவசியமான படிப்பினைகளை பெற்றுக்கொண்டுள்ள மிக முன்னேறிய விஞ்ஞானபூர்வமான தத்துவத்தை அடிப்படையாகக் கொண்ட ஒரு கட்சியால் மட்டுமே, அந்த பாத்திரத்தை வகிக்க முடியும். நான்காம் அகிலத்தின் அனைத்துலகக் குழுவும் அதன் பகுதிகளும் மட்டுமே சமகால மார்க்சிசத்தின், அதாவது ட்ரொட்ஸ்கிசத்தின் வரலாற்று பாரம்பரியத்தின் உருவடிவாகத் திகழ்கின்றன. அந்த அடிப்படையிலேயே, சோசலிச சமத்துவக் கட்சியும் நான்காம் அகிலத்தின் அனைத்துலகக் குழுவில் உள்ள அதன் சகோதரக்

கட்சிகளும், மிகவும் தொலைநோக்கும் சுய அர்ப்பணிப்பும் கொண்ட தொழிலாளர்களும் இளைஞர்களும் கட்சியின் பதாகைக்கு வென்றெடுக்கப்படுவதோடு அவர்கள் உலக சோசலிசப் புரட்சியை முன்னெடுப்பதற்கான சடரீதியான சக்திகளை வழங்குவார்கள் என்ற நம்பிக்கையுடன், சர்வதேச தொழிலாள வர்க்கத்துக்கு கல்வியூட்டவும், அதனை அணிதிரட்டவும் ஐக்கியப்படுத்தவும் முயற்சிக்கின்றன.